எனக்கு நானே நல்லவன்!

ராஜேஷ்குமார்

RAJESHKUMAR
RK
Publishing

ISBN: 978-81-944371-3-0

எனக்கு நானே நல்லவன்! (RK086)

ராஜேஷ்குமார்

முதல் பதிப்பு - டிசம்பர் 2024

வெளியீடு: RK பப்ளிஷிங், 23, யமுனா தெரு,
க்யூரியோ கார்டன் அவென்யூ, வடவள்ளி, கோயம்புத்தூர் - 641046.

அட்டை வடிவமைப்பு: நவீன்குமார் மு

நூல் வடிவமைப்பு: மூ. சிவசுந்தரம், இன்லெட்பஃப் சொல்யூஷன்ஸ்

Enakku Naane Nallavan (RK086)

Rajeshkumar

First Edition - December 2024

Published by: RK Publishing, 23, Yamuna Street,
Curio Garden Avenue, Vadavalli, Coimbatore - 641046.
Mob: 89251 16783
email: rkpublishing41@gmail.com
Web: www.rajeskumarnovels.in

Cover Designed by: Naveenkumar M

Book Designed by: M Sivasundaram, inletPUB Solutions, www.inletpub.com

எனக்கு நானே நல்லவன்!

இந்த கதை 2023 ஆம் ஆண்டு
ராணி வார இதழில் தொடர்கதையாக
வெளிவந்தது

1

பாஸ்கர், தனது டெஸ்க்டாப் கம்ப்யூட்டருக்கு முன்பாய் உட்கார்ந்து ஸ்பை டிவைஸஸ் சம்பந்தப்பட்ட விஷயங்களை இணையதளத்தில் தேடிக் கொண்டிருந்தபோது, அவனுக்கு அருகே இருந்த இன்டர்காம் முணுமுணுப்பாய் கூப்பிட்டது.

கம்ப்யூட்டர் திரையில் இருந்து பார்வையை நகர்த்தாமல் இண்டர்காமின் ரிஸீவரை எடுத்து காதுக்கு ஒற்றி மெல்லிய குரலில் “எஸ்...” என்றான்.

போனின் மறுமுனையில் புலனாய்வுத் துறை இயக்குநர் ஆதித் சர்மா சரளமான ஆங்கிலத்தில் கேட்டார்.

“என்ன மிஸ்டர் பாஸ்கர்... நீங்கள் இப்போது ஏதாவது முக்கியமான பணியில் இருக்கிறீர்களா...?”

பாஸ்கர் பவ்யமான குரலில், “இல்லை ஸார்...! வழக்கமான பணிதான்.” என்றான்.

“அப்படியென்றால் என்னுடைய அறைக்கு ஒரு பத்து நிமிட நேரம் வந்துவிட்டுச் செல்ல முடியுமா...? ஒரு முக்கியமான விஷயத்தைப் பற்றி உங்களோடு பேச வேண்டும். நீங்கள் என்னைப் பார்க்க வருவது நமது அலுவலகத்தின் மற்ற ஊழியர்கள் யாருக்கும் தெரிய வேண்டாம்.”

“எஸ்... ஸார்... அடுத்த சில நிமிடங்களில் நான் உங்கள் முன்னால் இருப்பேன்.”

“தட்ஸ் ஃபைன்.”

பாஸ்கர், இண்டர்காமின் ரிஸீவரை சத்தமில்லாமல் அதனிடத்தில் அமர்த்திவிட்டு, கம்ப்யூட்டரின் வெளிச்சமான திரையை இருட்டாக்கிவிட்டு எழுந்தான். மனதுக்குள் கேள்விக்குறிகள் சிறியதும், பெரியதுமாய் முளைத்தன.

'டைரக்டர் ஆஃப் இண்டலிஜென்ஸ் ஆதித் சர்மா தனிப்பட்ட முறையில் அழைக்கிறார் என்றால், அவர் பேசப் போகும் விஷயம் அதிமுக்கியமான ஒன்றாகத்தான் இருக்க வேண்டும்.'

'நான் அவரைச் சந்திக்கும் விஷயம் யாருக்கும் தெரியக்கூடாது என்று சொல்கிறாரே!'

'அப்படியென்றால் இது சாதாரண விஷயம் அல்ல.'

பாஸ்கர் சற்றே வியர்த்துப் போன முகத்தை கர்ச்சீப்பால் ஒற்றி, கழுத்து டையை தளர்த்திக் கொண்டு, அறையில் இருந்து வெளிப்பட்டான்.

அதே விநாடி பக்கத்து க்யூபிக்கலில் இருந்து வெளிப்பட்ட இண்டலிஜென்ஸ் விங்க் உதவி அதிகாரியாய் பணியாற்றும் சுஷ்மா லிப்ஸ்டிக் பூச்சு உதடுகளை புன்னகையில் விரித்து "குட் மார்னிங்... பாஸ்" என்றாள்.

இண்டலிஜென்ஸ் விங்கில் அதிகாரியாக இருக்கும் பாஸ்கரனின் பெயர்ச் சுருக்கம்தான் '**பாஸ்**'.

"குட்மார்னிங்... சுஷ்மா."

அடர்த்தியான சிவப்பு வண்ண சல்வார் கம்மீஸில் ஒரு இன்ஸ்டன்ட் தேவதையைப் போல் காட்சியளித்த சுஷ்மா, உயர்தர பெர்ஃப்யூம் வாசனையோடு பக்கத்தில் வந்தாள்.

"என்ன... பாஸ்...! நம்ம டீ டைம்க்கு இன்னும் ஒரு மணி நேரம் இருக்கு... இப்பவே கிளம்பிட்டே?"

"உடனடியா போக வேண்டிய ஒரு முக்கியமான விஷயம்."

"அப்படி எங்கே போறே?"

"ரெஸ்ட் ரூம்."

"ஷ்ஷ்...ப்பபா முடியலே..." சுஷ்மா தன்னுடைய கையில் வைத்து இருந்த புத்தகத்தால் பாஸ்கரின் முதுகில் அடித்தாள். "போய்த் தொலை..!!!" என்றவள் அவனை ஏற இறங்க ஒரு பார்வை பார்த்துவிட்டுச் சொன்னாள்.

"பாஸ்... இன்னிக்கு உன்னோட டிரஸ் காம்பினேஷன் சூப்பர். லைட் வயலெட் சர்ட், டார்க் ப்ரவுன் பேண்ட், ப்ளூ கலர் டை, குட் காம்பினேஷன்... வர வர ட்ரெஸ்ஸிங் சென்ஸ் நல்லா இம்ப்ரூவ் ஆயிட்டு வருது."

"சர்டிபிகேட்டை பத்திரமா எடுத்து வெய்யி. சாயந்தரம் வீட்டுக்குப் போகும் போது வாங்கிட்டுப் போயிடறேன்."

"எனக்கு உன்கிட்ட பிடிச்சதே இந்த குறும்புதான்... பாஸ்."

சுஷ்மா சொல்லிவிட்டு, தன்னுடைய க்யூபிக்கலுக்குள் நுழைந்து கொள்ள, பாஸ்கர் அந்த நீளமான வராந்தாவின் தரை விரிப்பில் நடந்து, லிஃப்ட்டை நெருங்கினான். ஆட்கள் இல்லாமல் லிஃப்ட் காத்திருக்க, அதில் நுழைந்து, மூன்றாவது மாடிக்கான பட்டனை அழுத்தினான். அடுத்த பதினைந்தாவது விநாடி லிஃப்டில் இருந்து வெளிப்பட்டு, மூன்றாவது மாடியின் நிசப்தமான காரிடாரில் நடைபோட்டு, உளவுத்துறை இயக்குநர் ஆதித் சர்மாவின் அறைக்கதவுக்கு முன்பாய் போய் நின்றான். சாத்தப்பட்டிருந்த கதவின் ஓரத்தில் தெரிந்த அழைப்பு மணியின் பட்டனின் மேல் கையை வைக்க, 'உள்ளே வரலாம்' என்கிற வாசகத்தோடு சிறிய டிஜிட்டல் பச்சைவிளக்கு ஒன்று கதவின் இடது பக்க மூலையில் பளிச்சிட்டது.

பாஸ்கர் கனமான அந்த சில்வர் ஓக் மரக் கதவைத் தள்ளிக் கொண்டு உள்ளே போனான்.

அறை ஏ.ஸி குளிரில் ஒரு மினி பனிப்பிரதேசமாய் மாறியிருக்க, அறையின் மையத்தில் போடப்பட்டிருந்த

அரைவட்ட கண்ணாடி மேஜைக்குப் பின்னால், ஆதித் சர்மா ஓய்வு பெறும் வயதில் இருந்தாலும், திடகாத்திரமாய் நிமிர்ந்து உட்கார்ந்து, ஃபைல் ஒன்றைப் புரட்டிக் கொண்டிருந்தார். நரைமுடியை படிய வாரி தன்னுடைய அகலமான வடநாட்டு முகத்திற்கு வெள்ளி பிரேமிட்ட மூக்குக் கண்ணாடியைக் கொடுத்திருந்தார்.

"குட் மார்னிங் ஸார்."

"குட் மார்னிங் மிஸ்டர் பாஸ்கர். ப்ளீஸ் பி ஸீட்டட்."

"தேங்க்ஸ் ஸார்" ஒரு நன்றியை உதிர்த்துக்கொண்டே அவருக்கு முன்பாய் இருந்த இருக்கையில் உட்கார்ந்தான் பாஸ்கர். பார்த்துக் கொண்டிருந்த ஃபைலை மூடிய ஆதித் சர்மா, சில விநாடிகள் மௌனமாய் இருந்துவிட்டு மெல்ல பேச்சை ஆரம்பித்தார். சரளமான ஆங்கிலம்.

"நாம் அரைமணி நேரம் பேச வேண்டியிருக்கும். உங்களுடைய செல்போனை ஸ்விட்ச் ஆஃப் செய்துவிட்டால் பரவாயில்லை."

"ஷ்யூர் ஸார்" சொன்ன பாஸ்கர் தன்னுடைய செல்போனை ஊமையாக்கி விட்டு "இப்போது நாம் பேசலாம் ஸார்" என்றான்.

ஆதித் சர்மா தன்னுடைய மேஜையின் ஓரத்தில் பேப்பர் வெயிட்டுக்குக் கீழே வைத்திருந்த ஒரு கடிதத்தை எடுத்து அவனிடம் நீட்டினான்.

"நாம் பேசப் போவதற்கு முன்பாக டெல்லி தேசிய புலனாய்வுத் துறையிலிருந்து, நம்முடைய அலுவலகத்திற்கு வந்து இருக்கும் இந்தக் கடிதத்தை ஒரு முறை படித்துவிடுங்கள்."

கடிதத்தை குழப்ப முகத்தோடு வாங்கிக் கொண்ட பாஸ்கர், அதன் மடிப்புகளைப் பிரித்து ஆங்கிலத்தில் டைப் செய்யப்பட்டிருந்ததைப் படித்தான்.

மனசுக்குள் அதன் தமிழாக்கம் ஓடியது.

'தற்போது தொழில்நுட்ப விஞ்ஞானம் விநாடிக்கு விநாடி வளர்ந்து கொண்டிருக்கிறது என்பதை நாம் அறிவோம். அதிலும் செயற்கை நுண்ணறிவின் (ஆர்ட்டிஃபிஷியல் இண்டலிஜென்ட்ஸ்) தொழில்நுட்பம் விஸ்வரூபம் எடுத்து, நமக்கு முன்பு பிரம்மாண்டமாய் நின்று கொண்டு இருக்கிறது. ஏ.ஐ என இரண்டு எழுத்துக்களால் அழைக்கப்படும் இந்த தொழில்நுட்பத்தை மேம்போக்காகப் பார்த்தால் கைகளைத் தட்டி பாராட்டத் தோன்றும். ஆனால் உண்மையில் நிலவரம் அப்படியில்லை. இந்த செயற்கை நுண்ணறிவு மூலமாக, அபாயகரமான ரோபோட்களை உருவாக்கி, இந்த உலக வாழ்க்கையை சீர்குலைக்கவும் மனித வரலாற்றை மாற்றி அமைக்கவும் சில கார்ப்பரேட் கம்பெனிகள் களத்தில் இறங்கியுள்ளன. அடுத்த சில வருடங்களில் இந்தத் தொழில் நுட்பமானது வருடத்திற்கு 54 சதவிகிதம் என்கிற அளவில் வளரலாமென்று 'பூட் கேம்ப்' எனப்படும் மதிப்பாய்வு ஒன்றில் சொல்லப்பட்டு இருக்கிறது.

இந்தியாவில் இப்போது டெல்லி, மும்பை, சென்னை போன்ற பெருநகரங்களில் ஏ.ஐ எனப்படும் இந்தத் தொழில்நுட்பம், ஒரு சில கார்ப்பரேட் கம்பெனிகளில் முறைகேடாகக் கையாளப்பட்டு வருவதாக இந்திய தேசிய புலனாய்வுத்துறை சந்தேகம் தெரிவித்துள்ளது. அந்தச் சந்தேகத்தை தெளிவுப்படுத்தவும், சந்தேகத்தின் பேரில் தகுந்த நடவடிக்கைகள் எடுக்கவும் மாநில புலனாய்வுத்துறைக்கு அதிகாரமும், கடமையும் இருக்கிறது. ஆனால் இந்தப் பணி வெளியுலகத்துக்குத் தெரியாமல் மிகவும் ரகசியமாக செய்யப்பட வேண்டிய ஒன்று என்பதால் எச்சரிக்கை மிக மிக அவசியம்.'

- கடித வாசகங்கள் முடிந்து போயிருக்க, பாஸ்கர் திகைப்பு மண்டிய விழிகளுடன் ஆதித் சர்மாவை ஏறிட்டான்.

"ஸார்... இந்த செயற்கை நுண்ணறிவு பிரச்சினைக்கும், நீங்கள் என்னை அழைத்துப் பேசுவதற்கும் ஏதாவது சம்பந்தம் இருக்கிறதா?"

பாஸ்கர் கேட்டதும் ஆதித் சர்மாவின் சதைப்பிடிப்பு இல்லாத உதடுகளில் மெலிதாய் ஒரு புன்னகை அரும்பியது.

"அதனால்தான் உங்களை நான் அழைத்தேன்."

"சொல்லுங்கள் ஸார்... இந்த விஷயத்தில் எந்த வகையில் உங்களுக்கு உதவியாக இருக்கப் போகிறேன்."

"உதவியாய் இருக்கப் போவது நீங்கள் இல்லை."

"பிறகு...?"

"உங்கள் மனைவி அட்சயா...!"

பாஸ்கரின் முதுகுத்தண்டுவடம் தன்னிச்சையாய் ஒரு அதிர்ச்சிக்கு உட்பட்டு நிமிர்ந்தது.

"என் மனைவி அட்சயாவா?"

"அட்சயாவேதான்..."

"அவள் எப்படி ஸார் இந்த செயற்கை நுண்ணறிவு பிரச்சினைக்கு உதவுவாள்?" பாஸ்கரின் குரலில் பதட்டம் தெறித்தது.

ஆதித் சர்மா புன்னகை அகலாத முகத்தோடு தன் இடது கையை உயர்த்தி "ப்ளீஸ் டோன்ட் கெட் பேனிக் பாஸ்கர்! நான் இப்போது கேட்கும் கேள்விகளுக்கு மட்டும் சரியான பதில்களைச் சொல்லுங்கள்." என்றார்.

"கே...கே...கேளுங்கள் ஸார்..."

"உங்களுக்கும் அட்சயாவுக்கும் திருமணமாகி எவ்வளவு வருடங்கள் ஆயிற்று?"

"இரண்டரை வருடம் ஸார்."

"காதல் திருமணமா...?"

“ஆமாம் ஸார்... இரண்டு பேரின் வீடுகளிலும் கடுமையான எதிர்ப்பு. அதையும் மீறித்தான் திருமணம் செய்துகொண்டோம்.”

“அட்சயா வேலைக்குப் போகிறாரா?”

“ஆமாம். “நேகா டெக்னாலஜிஸ் என்கிற ஒரு மல்டி நேஷனல் ஐ.டி கம்பெனியில் பல ப்ராஜக்ட்களுக்கு ஹெட்டாகப் பணிபுரிகிறாள்.”

“சற்று முன்பு நீங்கள் படித்த கடிதத்தில், தற்சமயம், நம்நாட்டில் டெல்லி, மும்பை, சென்னை போன்ற நகரங்களில் ஒரு சில கார்ப்பரேட் கம்பெனிகள், செயற்கை நுண்ணறிவு தொழில்நுட்பத்தைப் பயன்படுத்தி முறைகேடான தயாரிப்புகளில் ஈடுபடுவதாக குறிப்பிடப்பட்டிருந்தது அல்லவா...?”

“ஆமாம் ஸார்.”

“அந்தக் குறிப்பிட்ட சில கம்பெனிகளில், உங்கள் மனைவி பணிபுரியும், நேகா டெக்னாலஜிஸ் கம்பெனியும் ஒன்று.”

முதல் அதிர்ச்சியின் அதிர்வு அடங்குவதற்குள் அந்த இரண்டாவது அதிர்ச்சியுடன் பாஸ்கர் கேட்டான்.

“அப்படி என்றால் அட்சயா அங்கே வேலை செய்யக்கூடாது என்று சொல்ல வருகிறீர்களா ஸார்?”

“இல்லை.”

“பிறகு...”

“அட்சயா அங்கே வேலை பார்த்துக்கொண்டே உளவு பார்த்து நமக்குத் தகவல்களை அளிக்க வேண்டும் என்று சொல்கிறேன்.”

2

ஆதித் சர்மா சொன்னதைக் கேட்டு பாஸ்கரன் முகம் சட்டென்று ஒரு கோபச் சிவப்புக்கு உட்பட்டது. ஆங்கில வார்த்தைகள் வெடித்தன.

“ஸார்... நீங்கள் இப்படிப் பேசுவது சரியில்லை. திஸ் இஸ் ரிடிக்குலஸ். நீங்கள் என்னுடைய மேலதிகாரியாக இல்லாமல் வேறு யாராவது இப்படிப் பேசியிருந்தால் நான் நடந்து கொள்ளும் விதமே வேறு மாதிரியாய் இருந்திருக்கும். அட்சயா அந்த நேகா டெக்னாலஜிஸ் கம்பெனியில் ஒரு பொறுப்பான பதவியில் இருக்கிறாள். அவளை உளவு வேலை பார்க்கச் சொல்வது எவ்வளவு பெரிய ஆபத்தான விஷயமென்று உங்களுக்குத் தெரியவில்லையா?”

ஆதித் சர்மா ஒரு மெலிதான புன்னகையோடு பாஸ்கரை ஏறிட்டபடி குரலைத் தாழ்த்தினார்.

“காம் டவுன் மிஸ்டர் பாஸ்கர்... உங்களுடைய கோபம் நியாயமானதுதான். ஐ வில் எக்ஸ்ப்ளெய்ன் திஸ் இன் டீடெயில். நான் இந்த விஷயத்தைப்பற்றி உங்களிடம் பேசுவதற்கு முன்னால் பலதடவை யோசித்துவிட்டு வேறுவழியில்லாமல்தான் சொல்ல வேண்டியதாயிற்று. அட்சயா தான் பணிபுரியும் கம்பெனியில் உளவு வேலை பார்க்க வேண்டும் என்று நான் சொன்னதுமே அது ஆபத்தான வேலை என்று நீங்களாகவே முடிவுசெய்து கொண்டீர்கள். உளவு பார்ப்பதில் இரண்டு வகை இருக்கிறது. ஒன்று

ஆபத்தான உளவு வேலை. மற்றது ஆபத்தில்லாதது. இது உங்களுக்குத் ஏற்கனவே தெரிந்த ஒன்றுதான்."

பாஸ்கரின் நெற்றி வியப்பில் சுருங்கியது.

"இது ஆபத்தில்லாத உளவு வேலையா?"

"ஆமாம்..."

"பொதுவாக உளவு வேலை என்றால்... மற்றவர்கள் பேசுவதை ஒட்டுக் கேட்பது... அல்லது பேச்சை பதிவு செய்வது, ஒரு ஃபைலை பிரதி எடுத்துக் கொண்டு வருவது போன்ற பணிகள் அபாயகரமானது. அதேவேளையில் அந்தக் கம்பெனிக்கு யார் யார் வந்து போகிறார்கள்? வருகிற நபர்களின் பெயர் என்ன? அவர்கள் யாரோடு போனார்கள்? எவ்வளவு நேரம் பேசிக் கொண்டிருந்தார்கள்...? என்பதைக் கண்காணித்து சில முக்கியமான தகவல்களை மட்டும் சாமர்த்தியமாக தெரிந்து கொள்வது ஆபத்தான உளவு வேலை அல்ல. இதை நீங்கள் ஒப்புக் கொள்கிறீர்களா பாஸ்கர்?"

"எஸ் ஸார்...! இருந்தாலும்..." என்று தயக்கத்துடன் ஏதோ பேச முயற்சித்த பாஸ்கரை கையமர்த்தினார் ஆதித் சர்மா.

"இதோ பாருங்கள் பாஸ்கர்... நம்நாட்டைப் பாதுகாப்பதற்காக அண்டை நாட்டை உளவு பார்ப்பதை நீங்கள் குற்றமாக நினைக்கிறீர்களா?"

"இல்லை."

"அதைப்போன்றுதான் அட்சயா பார்க்கப்போகும் இந்த உளவு வேலையும்...! மத்திய தேசிய புலனாய்வு மையத்திலிருந்து நமக்கு ஒரு அசைன்மெண்ட்டைக் கொடுத்து, பொறுப்புணர்வோடு அதைக் கண்டுபிடிக்கும்படி ரகசியமாய் தகவல் கொடுத்து இருக்கிறார்கள். அதை நிறைவேற்றுவது நமது கடமை அல்லவா! நேகா டெக்னாலஜிஸ் நம்பகத்தன்மை வாய்ந்த தொழில்நுட்பக் கம்பெனிதான். இருந்தாலும் மத்திய

அரசு சந்தேகப்படும்போது, அது உண்மையா, பொய்யா என்பதைக் கண்டுபிடிக்கும் பொறுப்பு நமக்கு இருக்கிறது என்பதை நாம் மறந்துவிடக்கூடாது.”

“நீங்கள் சொல்ல வருகிற விஷயம் புரிகிறது ஸார். நீங்கள் சொல்வதை நான் முற்றிலுமாக மறுக்கவில்லை. ஆனால் என் மனைவி இந்த உளவு பார்க்கும் வேலையை ஏற்றுக் கொள்வாளா என்று சந்தேகப்படுகிறேன்...”

“நிதானமாய்ப் பேசிப் பாருங்கள்.”

“எனக்கு இரண்டு நாள்கள் அவகாசம் கொடுங்கள். உரிய நேரம் பார்த்து பேசி, அவளுடைய முடிவைத் தெரிந்து கொண்டு வருகிறேன் ஸார்...” பாஸ்கர் சொல்லிக் கொண்டே எழ முயல ஆதித் சர்மா அவனைக் கையமர்த்தினார்.

“சிறிது பொறுங்கள்! நாம் இன்னமும் பேச வேண்டியிருக்கிறது.”

‘என்ன?’ என்பது போல அவரைக் குழப்பமாய் பார்த்துக் கொண்டே மறுபடியும் இருக்கையில் உட்கார்ந்தான்.

ஆதித் சர்மா புன்னகை மாறாமல் பேச்சைத் தொடர்ந்தார்.

“இதற்கு அட்சயா சம்மதிக்கும் பட்சத்தில், மத்திய புலனாய்வுத் துறை உங்களுக்கு இரண்டு மிகப்பெரிய சலுகைகளை தர உத்தேசம் செய்து உள்ளது. முதலாவது... அடுத்த ஒரு வருடத்திற்குள் உங்களுக்கு அடிஷனல் ஜாய்ன்ட் டைரக்டர் பதவி கிடைக்கும். இரண்டாவது சலுகை மாதந்தோறும் ஊக்கத் தொகையாக ஒரு லட்ச ரூபாய் உங்கள் சம்பளத்தோடு சேர்த்துக் கொடுக்கப்படும்.”

ஆதித் சர்மா சொல்லச் சொல்ல..

பாஸ்கரின் உடம்பில் அதுவரைக்கும் தொற்றிக் கொண்டிருந்த பயம் சிறிது சிறிதாய்க் கரைய ஆரம்பித்து முகத்தில் பரவசம் பரவியது. சற்றே உறுதி கலந்த குரலில் சொன்னான்.

"ஸார்... நீங்கள் சொல்லும் ஊதியம், பதவி உயர்வு எல்லாம் கேட்பதற்கு நன்றாக இருக்கிறது. எனக்குக் கிடைத்த நல்ல வாய்ப்பாகவும் தோன்றுகிறது. ஆனால் இதில் அட்சயாவின் மனப்பூர்வமான ஒப்புதலும் பாதுகாப்பும்தான் முக்கியம். இந்த வெகுமதிகள் அல்ல. நான் அட்சயாவிடம் பேசிப் பார்க்கிறேன்."

"விஷ் யூ ஆல் த பெஸ்ட்..!!!" ஆதித் சர்மா எழுந்து நின்று பாஸ்கரின் கையைப் பற்றிக் குலுக்கினார்.

முகத்தில் அரும்பி நின்ற வியர்வையோடு அறையில் இருந்து வெளிப்பட்ட பாஸ்கர், யாருமற்ற அந்த நீளமான வராந்தாவில் மெல்ல நடைபோட்டான். மனதுக்குள் எண்ணங்கள் அலைபாய்ந்தன.

'அட்சயா தான் வேலை செய்யும் நிறுவனத்தில் வேவு பார்க்க ஒப்புக் கொள்வாளா?'

'இதனால்... கடந்த இரண்டரை வருஷ காலத்தில் ஒரு சின்ன உரசல் கூட இல்லாத திருமண வாழ்க்கைக்கு ஏதாவது பிரச்சினை வருமா?'

பாஸ்கர் யோசனைகளில் மிதந்து கொண்டே லிஃப்டில் கீழே இறங்கி, தன்னுடைய அறைக்கு வந்து கம்ப்யூட்டருக்கு முன்பாய் உட்கார்ந்தான். மேஜையின் மேலிருந்த வாட்டர் பாட்டிலை எடுத்து ஒருவாய் தண்ணீரை விழுங்கிய விநாடி, அறைக்கதவைத் திறந்து கொண்டு சுஷ்மா எட்டிப் பார்த்தாள்.

"என்ன பாஸ்... ரெஸ்ட் ரூமுக்கு போய்ட்டு வர்றதுக்கு இவ்வளவு நேரமா...?"

"போய்ட்டு வரும்போது ஒரு போன்கால், வராந்தா ஓரமாய் நின்னு பேசிட்டு வர்றேன். ஒரு பழைய ஃப்ரண்ட் ரம்பம் போட்டுட்டான்."

"என்னது...! போன் பேசிட்டு வர்றியா?"

"ஆமா..."

"உன்னோட போன் 'ஸ்விட்ச் ஆஃப்'ல இருந்ததா அட்சயா சொன்னாங்களே?"

பாஸ்கர் லேசாய் திடுக்கிட்டான்.

"அட்சயாவாவா...?" என பதட்ட குரலில் கேட்டான்.

"ஆமா... அஞ்சு நிமிஷத்துக்கு முன்னாடி எனக்கு போன் பண்ணியிருந்தாங்க..."

"உனக்கெதுக்கு அவ போன் பண்ணனும்?"

"உனக்கு போன் பண்ணிப் பார்த்திருக்காங்க. அது ஸ்விட்ச் ஆஃப்ல இருந்ததால, எனக்கு போன் பண்ணி உன்னைப் பத்தி கேட்டாங்க. நீ ரெஸ்ட் ரூமுக்குப் போயிருக்கிறதா நான் சொன்னேன்..."

சுஷ்மாவை ஸ்விட்ச் ஆஃப் விஷயத்திலிருந்து திசை திருப்ப நேரடியாக கேள்வி கேட்டான் "அவ வேற ஏதாவது சொன்னாளா?"

"இல்லை... ஆனா அவங்க டென்ஷனா இருந்தாங்க. நீ போன் பண்ணி என்னன்னு கேளு!"

பாஸ்கர் அவசர அவசரமாய் தன்னுடைய போனை உயிர்ப்பித்துக் கொண்டு, அட்சயாவின் செல்போன் எண்ணைத் தொடர்பு கொண்டான். உடனே ரிக்கார்டட் வாய்ஸ் கேட்டது.

'நீங்கள் தொடர்பு கொள்ளும் எண்ணானது தற்போது தொடர்பு எல்லைக்கு வெளியே உள்ளது.'

இரண்டு முறை தொடர்பு கொள்ள முயற்சித்தும் அதே ரிக்கார்டட் வாய்ஸ் மறுபடியும், மறுபடியும் கேட்கவே எரிச்சலாகி, செல்போனை அணைத்தான். அதே விநாடி வாட்ஸ்அப் செய்தி வந்திருப்பதற்கு அடையாளமாய் செல்போன் திரையின் மேல்பகுதியில் 'மெஸேஜ் ஃப்ரம் அட்சயா' என்ற எழுத்துக்கள் பார்வையில் பட்டன.

அடுத்த விநாடியே வாட்ஸ்அப்பைத் தொட... அட்சயா கொடுத்த செய்தி நான்கு வரிகளில் ஆங்கிலத்தில் தெரிந்தது.

'நான் இப்பொழுது பாலாஜி நர்ஸிங் ஹோமில் இருக்கிறேன். உங்களுக்கு போன் செய்தேன். அது ஸ்விட்ச் ஆஃப் செய்யப்பட்டு இருந்தது. இந்த செய்தியைப் பார்த்தவுடன் நீங்கள் இரண்டு மணி நேரம் ஆபீஸுக்குப் பர்மிஷன் போட்டுவிட்டு நர்ஸிங் ஹோமிற்கு உடனடியாய்ப் புறப்பட்டு வரவும்.'

வாட்ஸ்அப் செய்தியைப் படித்து முடித்ததும், நாற்காலியைப் பின்னுக்குத் தள்ளியபடி வேகமாய் எழுந்தான் பாஸ்கரன். நெற்றி வியர்த்துப் போய் மினுமினுத்தது.

சுஷ்மா சற்றே மிரண்டு போனவளாய் கேட்டாள்.

"என்ன பாஸ்... ஏதாவது முக்கியமான விஷயமா?"

"அட்சயா ஹாஸ்பிடல்ல இருக்காளாம். உடனே வரச் சொல்றா!"

"எ...எ...என்ன உடம்புக்கு?"

"தெரியலை..." என்று சொல்லி பெருமூச்சு விட்டவன் சுஷ்மாவை ஏறிட்டான்.

"சுஷ்மா... நான் பர்மிஷன் போட்டுட்டு ஹாஸ்பிடலுக்குக் கிளம்பறேன். நான் மத்தியானம் வந்துடுவேன்."

"ஓகே பாஸ்... நீ பேசிட்டு நிக்காதே... முதல்ல கிளம்பு!"

பாலாஜி நர்ஸிங்ஹோம் அந்த முற்பகல் வேளையில், சொற்ப நோயாளிகளோடு தெரிய... பாஸ்கர் 'புஷ்' என்று சொன்ன கனமான கண்ணாடிக் கதவைத் தள்ளிக்கொண்டு உள்ளே போனான். அட்சயா பார்வைக்குத் தட்டுப்படுகிறாளா என்று சுற்றும் முற்றும் பார்த்துவிட்டு ரிசப்ஷனை நெருங்கினான். கௌண்டர்க்கு பின்புறம் உட்கார்ந்து, வெளிநோயாளி ஒருவருக்கு மாத்திரைகளை எப்படிச் சாப்பிட வேண்டும் என்று விளக்கிக் கொண்டிருந்த பெண்ணிடம், "எக்ஸ்க்யூஸ்மீ..." என்றான்.

அவள் 'என்ன' என்பது போல் பார்க்க... பாஸ்கர் கேட்டான்.

“அட்சயாங்கிற பேர்ல யாராவது இங்கே வந்தாங்களா?”

அவள் சில விநாடிகள் யோசித்துவிட்டு “ஆமா...” என்றாள்.

“இப்ப அவங்க எங்கே?”

“கிளம்பிப் போயிட்டாங்களே...”

“எ...எ...எப்போ...?”

“இப்பத்தான்... ஒரு அஞ்சு நிமிஷம் இருக்கும்.”

“ஆமா நீங்க யாரு...?”

“நான் அவங்க ஹஸ்பண்ட்.”

“ஓ.கே.”

“அவங்க இங்கே எதுக்காக யாரப் பாக்க வந்தாங்க?”

“ஒரு ஓ.பியா... டாக்டரைப் பார்க்க வந்தாங்க.”

பாஸ்கர் சொல்லிக் கொண்டிருக்கும்போதே சட்டைப் பைக்குள் இருந்த அவனுடைய செல்போன் திடும்மென்று விழித்துக்கொண்டு ரிங்டோனை வெளியிட்டது.

3

செல்போனை எடுத்து, அழைப்பது யாரென்று பார்த்தான் பாஸ்கர்.

போனின் டிஸ்ப்ளே திரையில் அட்சயாவின் பெயர் மெதுவாய் ஊர்ந்து கொண்டிருந்தது. பதட்டத்தோடு ஹேண்ட்செட்டை காதுக்கு ஒற்றி குரல் கொடுத்தான்.

"அட்சயா... இப்ப நீ எங்கே இருக்கே?"

"நீங்க ஹாஸ்பிடலுக்கு வந்துட்டீங்களா?"

"வந்துட்டேன்... ரிசப்ஷன்ல இருக்கேன். ரிசப்ஷனிஸ்ட்கிட்ட உன்னோட பேரைச் சொல்லி கேட்டப்ப, நீ டாக்டரைப் பார்த்துட்டு கிளம்பிப் போயிட்டதாச் சொன்னாங்க."

"டாக்டரப் பாத்துட்டேன்.. ஆனா நான் இன்னும் ஹாஸ்பிடலை விட்டு கிளம்பிப் போகலை... ரெண்டாவது மாடியில இருக்கிற பார்மஸியில மருந்து வாங்கிட்டிருக்கேன். நீங்க பார்மஸிக்கு வந்துடுங்க."

"அது சரி... டாக்டரை நீ எதுக்காக பார்க்க வந்தே...? உன்னோட உடம்புக்கு என்ன பிரச்சினை...?"

"நீங்க மொதல்ல வாங்க...எல்லாத்தையும் விளக்கமா சொல்றேன்...!" அட்சயா செல்போன் இணைப்பைத் துண்டித்து விட, பாஸ்கர் செல்போனை அணைத்து, சட்டைப் பாக்கெட்டுக்குள் போட்டுக் கொண்டு சற்றுத் தொலைவில் இருந்த லிஃப்டை நோக்கி வேகநடை போட்டான்.

மூச்சு வாங்கியது.

கூட்டமில்லாத லிஃப்டில் பயணித்து இரண்டாவது மாடியில் வெளிப்பட்டான்.

சொற்ப கூட்டத்தோடு பார்வைக்குத் தட்டுப்பட்டது பார்மஸி. சற்றுத்தள்ளிப் போடப்பட்டிருந்த நாற்காலி வரிசையில் தனியாய் உட்கார்ந்திருந்தாள் அட்சயா. கையில் ஒரு பெரிய பழுப்பு கவர்.

பாஸ்கர் வேக வேகமாய் அவளை நெருங்கியவன்.. பக்கத்து நாற்காலியில் உட்கார்ந்து கொண்டே, கோபமான குரலில் கேட்டான்.

“என்ன அட்சயா... கண்ணாமூச்சி ஆட்டம் ஆடறியா?”

“ஏன் இப்படிக் கோபப்படறீங்க?”

“கோபப்படாமே என்ன பண்றது..? காலையில நான் ஆபீஸூக்குப் புறப்பட்டு போகும்போது கூட, நீ ஹாஸ்பிடலுக்கு போகப் போறதைப் பத்தி என்கிட்டே ஒரு வார்த்தைகூடச் சொல்லலையே?”

“நான் இன்னைக்கு ஹாஸ்பிடலுக்கு வருவேன்னு எனக்கே தெரியாதே...? நான் ஆபீஸ்ல வேலை பார்த்துட்டு இருக்கறப்ப நெஞ்சை அடைக்கற மாதிரி இருந்தது. என்னால கம்ஃபர்டபிளா இருக்க முடியலை... உடனே நான் ஆபீஸ்ல யார்கிட்டேயும் எதுவும் சொல்லாமே அரைநாள் லீவு போட்டுட்டு பக்கத்தில் இருக்கிற இந்த ஹாஸ்பிடலுக்கு வந்துட்டேன். இங்கே வர்றப்பதான் நான் உங்களுக்குப் போன் பண்ணினேன். ஆனா உங்க போன் ஸ்விட்ச் ஆஃப். அதுக்கப்புறம்தான், நான் சுஷ்மாவுக்கு போன் பண்ணி தகவல் கொடுத்தேன். உங்க வாட்ஸ்அப்புக்கும் மெஸேஜ் அனுப்பினேன். கொஞ்ச நேரத்துல என்னோட ஃபோன் ஸ்விட்ச் ஆஃப் ஆயிருச்சு... இப்பதான் சார்ஜ் போட்டுட்டு உங்ககிட்ட பேசினேன்.”

பாஸ்கரின் கோபம் சற்றே தணிந்து போயிருக்க, அட்சயாவின் தோள்மீது கனிவோடு கை வைத்து கவலையான குரலில் கேட்டான்.

“சரி... டாக்டர் என்ன சொன்னார்... சொல்லு?”

"ஈ.ஸி.ஜி எடுத்துப் பார்த்துட்டு இது ஹார்ட் ப்ராப்ளம் கிடையாது. தசைப்பிடிப்புன்னு சொல்லி மருந்து எழுதிக் கொடுத்தார்."

"டாக்டர் யாரு...?"

"பேரு சசித்ரா தாமோதரன். பொறுமையா டயாக்னைஸ் பண்ணி, பிரச்சினைக்கான மருந்தும் கொடுத்துட்டாங்க. மூணுநாள் சாப்பிட்டா போதும். கவலைப்பட ஒண்ணுமில்லையாம்."

"தட்ஸ் குட்..!" என்று மெலிதாய் புன்னகைத்த பாஸ்கர், நாற்காலியில் இருந்து எழுந்தபடி கேட்டான்:

"சரி... வா... உன்னை வீட்ல ட்ராப் பண்ணிட்டு நான் ஆபிஸூக்குப் போறேன்."

"ஏங்க ஒரு நிமிஷம்... இருங்க!" என்றாள் அட்சயா.

"என்ன...?"

"உட்காருங்க சொல்றேன்."

பாஸ்கர் தயக்கமாய் உட்கார, அட்சயா வெட்கம் கவ்விக்கொண்ட முகத்தோடு அவனை ஏறிட்டாள்.

"லேடி டாக்டர்ங்கிற காரணத்தால இவங்ககிட்டேயே இன்னொரு விஷயத்தையும் கன்ஃபர்ம் பண்ணிக்கிட்டேன்."

"இன்னொரு விஷயமா?"

"ஆமா... என்னோட மென்சஸ் டேட் தள்ளிப் போனதால, கன்சீவா இருக்கலாமோன்னு லேசா ஒரு சந்தேகம் இருந்தது. டாக்டர்கிட்டே விஷயத்தை சொன்னேன். டெஸ்ட் எடுத்துப் பார்த்ததுல கன்ஃபர்ம் ஆயிடுச்சு..."

அட்சயா சொன்னதைக் கேட்டு ஒரு விநாடி முகம் மாறினான் பாஸ்கர். அதை கவனித்துவிட்டவள், அவனுடைய தோளைத் தட்டினாள்.

"என்ன முகத்துல துளி கூட சந்தோஷத்தைக் காணோம்?"

"இன்னும் ரெண்டு வருஷத்துக்கு குழந்தை வேணாம்ன்னு ஒரு ப்ளானிங்கில இருந்தோமே...? அதுதான் எப்படின்னு யோசனை பண்றேன்."

அட்சயா சுற்றும்முற்றும் பார்த்துவிட்டு குரலை தாழ்த்தினாள். "நாம என்னதான் ப்ளானிங்ல இருந்தாலும், அந்தக் கடவுள் நினைச்சுட்டார்ன்னா அந்த வரத்தை வாங்கிக்க வேண்டியதுதான்..."

பாஸ்கர் பதிலுக்கு ஏதோ பேச முயன்ற விநாடி அவனுடைய செல்போன் வெளிச்சம் பிடித்துக் கொண்டு, ரிங்டோனை வெளியிட்டது. எடுத்து, அழைப்பது யார் என்று பார்த்தான்.

மறுமுனையில் ஆதித் சர்மா.

லேசாய் உதைத்துக் கொள்கிற இருதயத்தோடு செல்போனை காதில் வைத்தான்.

"ஹலோ ஸார்."

ஆதித் சர்மா ஆங்கிலத்தில் பேசினார்: "மிஸ்டர் பாஸ்கர்... இப்போதுதான் ஹெச்.ஆர்.ஓ எனக்குத் தகவல் கொடுத்தார். உங்கள் மனைவிக்கு உடல்நிலை சரியில்லை என்று தகவல் கிடைத்தது. நீங்கள் மருத்துவமனைக்கு சென்று இருப்பதாகவும் சொன்னார். உண்மையா?"

"ஆமாம் ஸார்."

"என்ன பிரச்சினை... பயப்படும்படி எதுவும் இல்லையே?"

"இல்லை ஸார். பெண்களுக்கு வரக்கூடிய ஒன்றுதான்..."

"ம்... புரிகிறது! இப்போது நீங்கள் எங்கே இருக்கிறீர்கள்?"

"மருத்துவமனையில் தான்...!"

"சரி... நீங்கள் வேண்டுமானால் இரண்டு நாட்கள் விடுமுறை எடுத்துக் கொண்டு உங்கள் மனைவியைப் பார்த்துக் கொள்ளுங்கள்."

"வேண்டியதில்லை ஸார்... நான் மதியத்துக்கு மேல் வந்து விடுகிறேன்."

"நான் எதற்காக அப்படிச் சொல்கிறேன் என்பதைப் புரிந்து கொள்ளுங்கள் பாஸ்கர்! இரண்டு நாட்கள் கழித்து

எனக்கு வேண்டியது உங்களிடமிருந்து ஒரு நல்ல பதில்...” ஆதித் சர்மா நிறுத்தி, நிதானமான குரலில் பேசிவிட்டு தொடர்பைத் துண்டித்தார்.

முகம் இருண்டு போனவனாய், செல்போனை அணைத்துவிட்டு, அனலாய் பெருமூச்சுவிட்டான் பாஸ்கர்.

அதைக் கவனித்த அட்சயா அவனுடைய தோளை மெல்லத் தட்டினாள். “என்ன பிரச்சினை... மூஞ்சி ஃப்யூஸ் போன குண்டு பல்பு மாதிரி ஆயிடுச்சு.”

“ஒண்ணுமில்லையே...!” என்றான் பாஸ்கர்.

“நீங்க ஒண்ணுமில்லையேன்னு சொல்லும்போதே அதுல ஆயிரம் விஷயம் இருக்குன்னு என்னோட மனசுக்குப்படுது.”

“இதோ பார் அட்சயா... எங்க நிர்வாகத்துல எவ்வளவோ பிரச்சினைகள் இருக்கு. அதைப்பத்தி மேலதிகாரிங்க பேசும்போது கொஞ்சம் டென்ஷன் வரத்தான் செய்யும். இட்ஸ் பார்ட் அண்ட் பார்சல் ஆஃப் த கேம். அதை நினைச்சுக் கவலைப்படறதுனால ஒரு பிரயோஜனமும் இல்லை. கிளம்பு... வீட்டுக்குப் போலாம்.”

இருவரும் எழுந்தார்கள்.

மறுநாள் காலை ஒன்பது மணி.

பாஸ்கர் குளியலறையிலிருந்து வெளிப்பட்டு, தேங்காய்ப்பூ துவாலையால், ஈரத் தலையைத் துவட்டிக் கொண்டே சமையலறையை எட்டிப் பார்த்தான்.

“இன்னிக்கு என்ன பிரேக் ஃபாஸ்ட்?”

சூடான ரவா இட்லிகளை ஹாட்பேக்கில் வைத்துக் கொண்டே அட்சயா சொன்னாள்.

“உங்களுக்குப் பிடிச்ச அயிட்டம்தான்... ரவா இட்லியும் தக்காளிச் சட்னியும்! சீக்கிரமா ட்ரஸ் பண்ணிட்டு வந்து டைனிங் டேபிள்ல உட்காருங்க. ரெண்டு பேரும் ஒண்ணா உட்கார்ந்து சாப்பிடலாம்.”

“ஜஸ்ட் 2 மினிட்ஸ்ல... ரெடியாயிடுவேன்.” சொன்ன பாஸ்கர் தன்னுடைய அறைக்குள் நுழைந்து, தனக்குப் பிடித்தமான சர்ட் பேண்ட்டுக்கு மாறி, கண்ணாடி முன் நின்று தலை சீவிக்கொண்டு, டைனிங் டேபிளுக்கு வந்தபோது, அட்சயா தட்டுகளோடு காத்திருந்தாள்.

“வாங்க... வாங்க... பசி உயிர் போகுது... நேத்து ராத்திரி வேற சரியா சாப்பிடலை.”

பாஸ்கர் அவளுக்குப் பக்கத்தில் வந்து உட்கார்ந்தான்.

“நான் ரெடி... அட்சயா! நேத்தே நான் சொன்ன மாதிரி..... நீ கன்சீவ் ஆயிருக்கிற விஷயத்தை செலிபரேட் பண்றதுக்காக ரெண்டு நாள் லீவு போட்டு இருக்கேன். நல்ல என்ஜாய் பண்ணப் போறோம்... இப்ப சாப்ட்டுட்டு எங்கே போலாம்ன்னு சொல்லு.”

அட்சயா, தட்டுகளில் ரவா இட்லிகளை வைத்துக்கொண்டு சொன்னாள்: “ம்ம்ம்... நேத்து இந்த விஷயத்துக்கு சோகமா இருந்தீங்க.. நடுவுல என்னாச்சுனு தெரியல... இன்னைக்கு செலிப்ரேட் பண்ணலாம்னு சொல்றீங்க... எது எப்பிடியோ எல்லாம் நல்லதுக்குனு நீங்க புரிஞ்சுகிட்டா சரி...! இப்ப சாய்ஸ். ஈஸ் யுவர்ஸ்... நீங்களே சொல்லுங்க...”

“மாற்றம் ஒன்றே மாறாததுனு சும்மாவா சொன்னாங்க... இப்ப என்னை நானே ரிகன்செயில் பண்ணிக்கிட்டேன். நீ அசர மாதிரி சின்னதா ஒரு லிஸ்ட்டே போட்டிருக்கேன். சரியா பத்து மணிக்கு வீட்டைவிட்டுக் கிளம்பறோம். மொதல்ல கோல்டன் ஸ்கொயர் மால். அங்க ரெண்டுமணி நேரம் உள்ளே சுத்தறோம். அப்புறம் உனக்குப் பிடிச்ச நான்-வெஜ் ஹோட்டலான சங்கைய்யா பிரியாணி கடைக்குப் போறோம். அப்பறம் ஹோட்டலுக்குப் பக்கத்துல இருக்கிற கேலக்ஸி மல்டி ஃப்ளக்ஸ் தியேட்டருக்குப் போய் ஏதாவது ஒரு தமிழ்ப்படம் பார்க்கறோம். அதுக்கு மேல என்ன பண்ணலாம்ன்னு நீதான் சொல்லணும்...!”

அட்சயா புன்முறுவல் பூத்தாள்.

“சொல்றேன்... முதல்ல ப்ரேக் ஃபாஸ்ட்டை சாப்பிட்டு முடிப்போம்...”

“அதுவும் சரிதான்.”

இருவரும் சாப்பிட ஆரம்பித்தார்கள். பாஸ்கர் பத்து நிமிடத்திற்குள் காலை உணவை முடித்துக் கொண்டு ப்ளாஸ்கில் இருந்த காப்பியை டம்ளரில் ஊற்றிக் கொண்டிருந்த போது அட்சயா கேட்டாள்: “நான் ரெண்டு நாள் லீவு கேட்டதுமே எங்க ஆபீஸ்ல குடுத்துட்டாங்க. ஆனா உங்க ஆபீஸ்ல அவ்வளவு சுலபத்துல லீவு தரமாட்டாங்களே... இப்ப எப்படி ரெண்டு நாள் லீவு கிடைச்சுது?”

எதிர்பாராத அந்தக் கேள்வியால் பாஸ்கர் லேசாய் முகம் மாறினான்.

“அது... அது வந்து... கேட்டுப் பார்த்தேன். டக்குனு ஒண்ணும் கேக்காம லீவு சாங்க்ஷன் பண்ணிட்டாங்க.”

“நம்பமுடியலையே... சரி, நான் இப்போ கேட்கப் போற கேள்விக்கு நீங்க உண்மையான பதிலைச் சொல்லணும்.”

“எ...எ... என்ன கேட்கப் போறே?”

“உங்க புலனாய்வுத்துறை டைரக்டரோட பேர் ஆதித் சர்மாதானே?”

“ஆமா...”

“அவருக்கும் உங்களுக்கும் என்ன பிரச்சினை?”

“பி... பி... பிரச்சினையா...? அப்படியொண்ணும் இல்லையே...”

பாஸ்கரைக் கையமர்த்தினாள் அட்சயா. ஆட்காட்டி விரலையும், தன் குரலையும் ஒரு சேர உயர்த்தினாள்.

“நீங்க பேச ஆரம்பிச்சிருக்கிற முதல் பொய் இது. இந்தப் பொய்யை இதோட நிறுத்திக்கிட்டு உண்மையைப் பேசறது நல்லது.”

4

பாஸ்கரின் இருதயப் பிரதேசத்தில் சின்னதாய் ஒரு கலவரம் மூண்டு, அது மெல்ல ரத்த ஓட்டத்தில் கலந்தது. இருந்தாலும் அந்தக் கலக்கத்தை முகத்தில் சிறிதளவுகூட காட்டாமல் அட்சயாவைப் பார்த்து இயல்பாய் புன்னகைத்தான்.

“நான் எதுக்காக உன்கிட்ட பொய் சொல்லணும்...? நீ நினைக்கிற மாதிரி எனக்கும், ஆதித் சர்மாவுக்கும் எந்த ஒரு பிரச்சினையும் இல்லை...”

“அப்படியா?” என்று கேலியாகக் கேட்டாள் அட்சயா.

“என்ன அப்படியா...? நான் சொல்றதை நீ நம்பலைன்னு நினைக்கிறேன்.”

“ஆமா... நம்ப முடியலைன்னுதான் சொல்றேன்... உங்களுக்கும் அவருக்கும் ஏதோ பிரச்சினை இருக்கு... அதனாலதான் நீங்க அவரைப் பார்த்து பயப்படறீங்க?”

பாஸ்கர் உறைந்துபோன விழிகளோடு அட்சயாவைப் பார்த்தான். “நான் அவரைப் பார்த்து பயப்படறேனா?”

“ஆமா... இல்லேன்னா நேத்து ராத்திரி நீங்க தூக்கத்துல நாலைஞ்சு தடவையாவது அவரோட பேரைச் சொல்லிக்கிட்டுப் புலம்புவீங்களா என்ன?”

பாஸ்கரின் திகைப்பு உச்சத்துக்குப் போயிற்று.

“நீ என்ன சொல்றேனு சுத்தமா புரியலே?”

அட்சயா அவனுக்கு முன்பாய் வந்து நின்றபடி சொன்னாள். "உண்மையைச் சொல்லிட்டிருக்கேன். நேத்து ராத்திரி நீங்க தூக்கத்துல புலம்புனதை ரிக்கார்ட் பண்ணி வெச்சிருக்கேன். கேக்கறீங்களா...?" சொன்ன அட்சயா தன்னுடைய செல்போனை எடுத்து அந்த வீடியோவை உயிர்ப்பிக்க, செல்போன் திரையில் பாஸ்கர், தூக்கக் கலக்கத்தில் புரண்டு படுத்தபடி அரற்றுவது பார்வைக்குக் கிடைத்தது. வால்யூமை உயர்த்தினாள் அட்சயா. செல்போனில், பாஸ்கரின் பயந்த குரல் காற்றில் சிதறியது.

"ஸார்... நீங்க இப்படிப் பேசறது சரியில்லை. வேற யாராவது பேசியிருந்தா என்னோட ரியாக்ஷன் வேற மாதிரி இருந்திருக்கும். ஒரு நல்ல செய்தியை எதிர்பார்த்துதான் வந்தேன். நீங்க சொன்னது ஒரு ஆபத்தான விஷயம்."

வீடியோவில் தொடர்ந்து சில விநாடிகள் மௌனமாய் இருந்த பாஸ்கர் மறுபடியும் **"ஆதித் சர்மா ஸார்......"** என்று சொல்லி ஏதோ சில வார்த்தைகளைச் சொல்லி குழறினான். பதற்றக் குரலில் புரியாத வார்த்தைகள் காற்றில் கலந்து கரைந்தது.

தொன்னூறு விநாடிகள் வீடியோ ஓடி முடிந்ததும் செல்போனை அணைத்த அட்சயா, பாஸ்கரை ஏறிட்டாள்.

"நான் ரிக்கார்ட் பண்ணியிருக்கிற வீடியோல இருக்குறது நீங்கதானே?"

"ஆ...ஆ...ஆமா..." தட்டுத் தடுமாறி ஸ்லோமோஷனில் தலை ஆட்டினான்.

"தூக்கக் கலக்கத்துல பேசினதும் நீங்கதானே?"

"ம்..." மௌனமாய் தலையை ஆட்டினான்.

"இப்ப சொல்லுங்க! என்ன பிரச்சினை?"

"அது... அது... வந்து அட்சயா... நேஷனல் இன்வெஸ்டிகேஷன் டிபார்ட்மெண்ட்ல இருந்து அடுத்த வாரம் இண்டலிஜென்ஸ் விங் ஆபீஸர் ஒருத்தர் எங்க ஆபீஸுக்கு வர்றார். அவரை சந்தோஷப்படுத்தறதுக்காக, சென்னையில இருக்கிற சில

இடங்களுக்குக் கூட்டிட்டுப் போகணுமாம். 'பார்'க்கு கூப்பிட்டா அவருக்குக் கம்பெனி கொடுக்கணுமாம். அவர் என்ன இஷ்டப்பட்டு கேட்டாலும் நான் ஏற்பாடு பண்ணித் தரணுமாம்... இது எல்லாம் என் கேரக்டருக்கே சூட் ஆகாது. இது எல்லாத்துக்கும் மேல நான் அவரை வேவு பார்க்கச் சொல்றாங்க. அவர் போன்ல யார்கிட்டயாவது பேசினா அதை நான் என்னோட செல்போன்ல இருந்து ஹேக் பண்ணி ஆதித் சர்மாவுக்கு தகவல் குடுத்துட்டே இருக்கச் சொல்றாரு. இது எவ்வளவு பெரிய விஷயம் தெரியுமா?" தட்டுத் தடுமாறாமல் சரளமாய் பொய்கள் அணிவகுத்துக் கோர்வையாய் அவன் உதடுகளில் இருந்து வந்தன.

அட்சயா சின்னப் புன்னகையோடு சொன்னாள்.

"ஆச்சர்யமாய் இருக்கு."

"என்ன ஆச்சர்யம்?"

"இது மாதிரியான அசைன்மென்ட்டெல்லாம் நீங்க இதுக்கு முன்னாடி ஹேண்டில் பண்ணியிருக்கீங்களே? இப்ப மட்டும் ஏன் பின்வாங்கறீங்க?"

"இப்ப வரப்போற ஆபீஸர் சாதாரணப்பட்ட ஆள் கிடையாது... எமகாதப் பேர்வழி. நான் அந்த ஆளை வேவு பார்க்கிற விஷயத்தை கண்டுபிடிச்சுட்டார்ன்னா... அடுத்த நிமிஷம் என்ன நடக்கும்னு சொல்ல முடியாது. என்னை தேவையில்லாத பிரச்சனைல இழுத்து விடறாங்க. இது ஃபெயில் ஆச்சுன்னா என் கையில சஸ்பென்ஷன் ஆர்டர் இருக்கும்..."

"ஓஹோ.. அப்ப ஆதித் சர்மாவுக்கும் உங்களுக்கும் இருக்கிற பிரச்சினை இதுதானா?"

"ஆமா...."

"அப்படீன்னா இந்தப் பிரச்சினையில என்னோட பேர் ஏன் அடிபடணும்?"

அட்சயா கேட்க, பாஸ்கர் திடுக்கிட்டான்.

"உன் பேரா?"

"ஆமா..."

பாஸ்கர் உள்ளுக்குள் உஷாரானான். 'அட்சயா எப்படியோ மோப்பம் பிடித்துவிட்டாள். என்ன சொல்லி சமாளிக்கலாம்?'

"என்ன...! எனக்கு எப்படி இதெல்லாம் தெரியும்ன்னு யோசனை பண்ணிட்டு இருக்கீங்களா? வெரி சிம்பிள். நேத்து ராத்திரி தூக்கத்துல நீங்க உளறிக் கொட்டினதும், ஆபீஸ்ல என்ன பிரச்சினைன்னு தெரிஞ்சுக்கிறதுக்காக உங்க செல்போனை எடுத்து வாட்ஸ்அப்பையும், மெசேஜ்ஜையும் ஒரு நோட்டம் விட்டேன். ஆதித் சர்மா நேத்து ராத்திரி உங்க வாட்ஸ்அப்புக்கு ஒரு மெசேஜ் அனுப்பியிருந்தார். அதுல நீங்க பார்த்ததுக்கு அடையாளமா 'ப்ளூ டிக்' விழுந்திருக்கு. அது என்னன்னு நீங்க சொல்றீங்களா... இல்ல நானே சொல்லட்டுமா?"

"அது... வந்து... வந்து..."

"சிரமப்படாதீங்க... அவர் மெசேஜ் பண்ணினதை நான் தமிழ்லேயே சொல்றேன்! 'உளவு பார்க்கும் விஷயத்தைப் பற்றி அட்சயாவிடம் பேசிவிட்டீர்களா...? இரண்டு நாட்களுக்குள் முடிவு தெரிந்தால் நல்லது...'"

உடம்பு குபீரென்று வியர்க்க, பாஸ்கர் நெற்றியைப் பிடித்துக் கொண்டு பக்கத்தில் இருந்த சோஃபாவில் தளர்ந்து போய் உட்கார்ந்தான். அட்சயா ஒரு கேலிப் புன்னகையுடன் கேட்டாள்.

"என்னாச்சு?"

"நானே உன்கிட்டே அந்த விஷயத்தைப் பத்தி பேசணும்னு நினைச்சேன்..." பாஸ்கர் ஈனஸ்வரக் குரலில் மெல்ல பேச்சை ஆரம்பித்தான்.

"என்கிட்ட பேச என்ன இருக்கு?"

"அட்சயா! நான் இப்போ சொல்லப் போற விஷயத்தைக் கேட்டு நீ அதிர்ச்சி அடையக்கூடாது. இப்படி வந்து என் பக்கத்துல உட்கார்."

அட்சயா தயக்கத்தோடும், குழப்பத்தோடும் பாஸ்கர் அருகே அமர்ந்து கொள்ள, அவன் சில விநாடிகள் மௌனமாய் இருந்துவிட்டு மீண்டும் மெல்ல பேச்சை ஆரம்பித்து நேற்றைய தினம் காலை ஆதித் சர்மா தன்னைக் கூப்பிட்டுப் பேசிய எல்லா விபரங்களையும் கோர்வையாய்ச் சொல்லி முடித்தான்.

முகத்தில் எந்தவித சலனமும் இல்லாமல் பாஸ்கரை ஏறிட்டாள் அட்சயா.

"அதாவது... நான் வேலை செய்யற நேகா கம்பெனியை உளவுபார்த்து தகவல்களை அனுப்பும்படி, ஆதித் சர்மா உங்களுக்கு ஒரு அசைன்மெண்ட் கொடுத்திருக்கார். அதுதானே இப்ப பிரச்சினை...?"

"ஆமா..."

"இதை நீங்க தப்புன்னு சொல்ல வர்றீங்களா?"

"தப்பில்லை ஆனா நீ அதை பண்ணனும்னு சொல்றாரு பாரு அதுதான் தப்பு.."

"இல்லை...! அவரோட பாய்ண்ட் ஆஃப் வ்யூவிலிருந்து பார்க்கும்போது அது சரிதான்னு என்னோட மனசுக்குப்படுது. எதிர்காலத்துல செயற்கை நுண்ணறிவு விஞ்ஞானம் மனிதர்களின் இயல்பான வாழ்க்கைமுறைக்கு பெரிய எதிரியாய் மாறப்போற பேராபத்தை உணர்ந்துதான் இந்த உளவு பார்க்கிற அசைன்மெண்ட்டை கையில எடுத்திருக்காருன்னு நான் நினைக்கிறேன்."

பாஸ்கரை ஆச்சரியம் அடித்துப் போட்டது.

"என்ன அட்சயா... விட்டா இந்த உளவுபார்க்கிற அசைன்மெண்ட்டுக்கு ஓ.கே சொல்லிடுவே போலிருக்கு."

"ஏன்... சொல்லக் கூடாதா...?"

"நீ...நீ...நீ புரிஞ்சு பேசறியா... புரியாமப் பேசறியா? உளவு பார்க்கிறது சாதாரண விஷயமில்லை. அதுவும் நீ

வேலை பார்க்கிற கம்பெனியில பார்க்கிறது கத்திமுனையில நடக்கிற மாதிரி! உன் மேல கொஞ்சம் சந்தேகம் வந்தாலும் நிர்வாகம் உன்னை வேலையிலிருந்து எடுத்துடும். வேலையில இருந்து எடுத்தாக் கூட பரவாயில்லை... உன்னோட உயிருக்கு ஆபத்து வரவும் வாய்ப்பிருக்கு."

"நீங்க சொல்றது உண்மைதான்... ஆனா எந்த ஒரு வேலையையும் புத்திசாலித்தனத்தோடும், முன் எச்சரிக்கையோடும் செஞ்சா அதை ஜெயிச்சுக் காட்டலாம்."

"அட்சயா...! நீ இப்படிப் பேசறது எனக்கு ஆச்சரியமாயிருக்கு. உன்கிட்ட இதைப்பத்தி எப்படிச் சொல்றதுன்னு ரொம்பவும் தயங்கிட்டு இருந்தேன். ஆனா நீயோ இந்தப் பிரச்சினையை இவ்வளவு சுலபமா எடுத்துக்குவேன்னு நான் கொஞ்சமும் நினைச்சுப் பார்க்கலை..."

அட்சயா ஒரு சிறு புன்னகையால் தன்னுடைய உதடுகளை விரித்தாள். "அதுக்கு ரெண்டே ரெண்டு காரணம்தான்."

"என்ன?"

"முதல் காரணம்... நான் வேலை செய்ற நேகா டெக்னாலஜிஸ் ஒரு நல்ல கம்பெனிதான். லேட்டஸ்ட் டெக்னாலஜி சம்மந்தப்பட்ட கருவிகளைக் கண்டுபிடிக்கக்கூடிய டேலண்ட்டட் டெக்னீஷியன்ஸ் நிறைய பேர் அங்கே வேலை பார்த்துட்டிருக்காங்க. இருந்தாலும் சமீபகாலமா ஒரு புது சிடிஓ பொறுப்புக்கு வந்த பின்னாடி அங்கே நிலைமை கொஞ்சம் சரியில்லை. வெளிநாடுகளைச் சேர்ந்த நபர்கள் அடிக்கடி வந்து கம்பெனிக்குச் சொந்தமான கெஸ்ட் ஹவுஸில் தங்கி மிட்நைட் மீட்டிங் நடத்தறது எம்மனசுக்கு நெருடலாவே பட்டுக்கிட்டு இருந்தது. உங்க டைரக்டர் எங்க கம்பெனி மேல சந்தேகப்பட்டதுல எந்தத் தப்பும் இல்லை..."

"சரி... ரெண்டாவது காரணம் ?"

"உங்களோட நீண்ட நாள் கனவான அடிஷனல் ஜாய்ண்ட் டைரக்டர் போஸ்டிங். அதை அடுத்த ஒரு வருஷத்துக்குள்ள உங்களுக்குத் தர்றதா ஆதித் சர்மா அஸ்யூர் பண்ணியிருக்கார். கேட்கும்போதே எவ்வளவு சந்தோஷமாயிருக்கு. இந்த ஒரு காரணத்துக்காகவே அவர் எனக்குத் தர்ற அசைன்மெண்டை ஏத்துக்கலாம். நேகா டெக்னாலஜிஸ் கம்பெனிக்கு யார் யார் வந்துட்டுப் போறாங்க. என்ன பர்ப்பஸுக்காக வர்றாங்கங்கிற விபரங்களை உங்க மூலமா ஆதித் சர்மாவுக்கு இன்ஃபார்ம் பண்ண நான் தயார். இதனால எனக்கு என்ன பிரச்சினை வந்தாலும் நான் பார்த்துக்கிறேன்."

பாஸ்கரின் உடம்பு முழுவதும் சந்தோஷ அதிர்வலைகள் பரவ, அட்சயாவைக் கட்டிப் பிடித்து நெற்றியில் முத்தமிட்டான்.

"அட்சயா...! நான் மலை போல நினைச்சிருந்த ஒரு விஷயம் பனி மாதிரி கரைஞ்சு, ஒரு சின்ன நதியாய் மாறி அது என்னோட காலை ஜில்லுனு நனைக்கிற மாதிரி இருக்கு... நான் இப்பவே ஆதித் சர்மாவுக்கு போன் பண்ணி, அசைன்மெண்ட்டுக்கு நீ ஒத்துக்கிட்ட விஷயத்தைச் சொல்லிடறேன்."

"அவசரப்படாதீங்க... ஒரு நிமிஷம்!" என்றாள் அட்சயா.

"என்ன?"

"நீங்க விஷயத்தைச் சொல்றதுக்கு முன்னாடி நான் அவர்கிட்ட கொஞ்சம் பேசணும்."

"என்ன பேசணும்?"

"நான் அவர்கிட்ட பேசும்போது அது உங்களுக்குப் புரியும். அதுக்கு மொதல்ல ஏற்பாடு பண்ணுங்க."

5

காலை பதினோரு மணி.

புலனாய்வுத்துறையின் ஒட்டுமொத்த கட்டிடமும் செயற்கையாய் உருவாக்கப்பட்ட நிசப்தத்தில் உறைந்து போயிருக்க, பாஸ்கர் மெல்லிய ஷு சப்தத்தோடு நீளமான க்ரானைட் வராந்தாவில் நடந்து, ஆதித் சர்மாவின் அறைக்கு முன்பாய் போய் நின்றான்.

'உள்ளே வரலாமா?' என்ற செயலி பொத்தானை அழுத்த, 'வரலாம்' என்பதற்கு அடையாளமாய் கதவின் ஓரமாய் இருந்த டிஜிட்டல் பச்சை விளக்கு ஒளிர்ந்தது.

பாஸ்கர் கதவைத் தள்ளிக்கொண்டு உள்ளே நுழைந்தான். நீள் செவ்வக கண்ணாடி டம்ளரில் நிரம்பியிருந்த மாதுளைப் பழச்சாற்றை தன் உதடுகளால் மெதுவாக உறிஞ்சிக் கொண்டிருந்த ஆதித் சர்மாவை ஒரு புன்னகையில் நனைத்தபடி சொன்னான்.

"குட் மார்னிங் ஸார்."

"வெரி குட்மார்னிங் பாஸ்கர்... உங்களுக்கும் ஜூஸ் கொண்டு வரச் சொல்லட்டுமா?"

"வேண்டாம் ஸார்... சிறிது நேரத்துக்கு முன்புதான் லெமன் டீ சாப்பிட்டேன்."

"தென் இட்ஸ் ஓ.கே.. பி ஸீட்டட்."

பாஸ்கர் உட்கார்ந்ததும், ஆதித் சர்மா ஆங்கிலத்தில் பேச்சைத் தொடர்ந்தார்.

“உங்களுக்கு இரண்டு நாட்கள் விடுமுறை கொடுத்திருந்தேன். ஆனால் இன்றைக்கே நீங்கள் அலுவலகம் திரும்பி விட்டீர்கள். காரணம் என்ன என்பதைத் தெரிந்து கொள்ளலாமா?”

“அட்சயா உளவு பார்த்து தகவல் கொடுக்க ஒப்புக் கொண்டு விட்டாள்.”

“ஃபென்டாஸ்டிக்...!!!” சாப்பிட்டுக் கொண்டிருந்த ஜூஸ் டம்ளரை மேஜையின் மீது வைத்த ஆதித் சர்மா, எழுந்து நின்று பாஸ்கர் கையைப் பிடித்துக் குலுக்கினார்.

“வாட் ஏ சர்ப்பரைஸ்...! இப்படியொரு பதிலை உங்களிடமிருந்து நான் இவ்வளவு விரைவில் எதிர்பார்க்கவில்லை. உங்கள் மனைவி ஒப்புக்கொள்ள மாட்டார் என்று நினைத்திருந்தேன். க்ரேட் நியூஸ் டூ மீ.”

“நானும் அப்படித்தான் நினைத்து பயந்து பயந்து பேச்சை ஆரம்பித்தேன். ஆனால், அட்சயா அதிரடியாய் தன் சம்மதத்தைச் சொல்லிவிட்டாள்.”

“இதனால் உங்களுக்குக் கிடைக்கப்போகும் சலுகைகளைப் பற்றி மனைவியிடம் சொன்னீர்களா?”

“எஸ் ஸார். ஷி ஈஸ் வெரி ஹேப்பி.”

“தட்ஸ் குட்... நாளையிலிருந்து நான் தகவல்களை எதிர்பார்க்கலாமா...?”

“ஆனால், அதில் ஒரு சின்ன சிக்கல்.” தயக்கமாய் குரலை இழுத்தவன், தொடர்ந்து பேசினான்.“இந்த ஸ்பை அசைன்மெண்ட்டை ஏற்றுக்கொள்வதற்கு முன்பாக அட்சயா உங்களோடு பேச வேண்டுமாம்.”

ஆதித் சர்மாவின் முகம் வியப்பு வரிகளுக்கு உட்பட்டு லேசாய் நிறம் தப்பியது.

“நீங்கள்தான் சொல்ல வேண்டியதையெல்லாம் சொல்லிவிட்ட பிறகு அட்சயாவிற்கு என்னிடம் பேச என்ன இருக்கிறது மிஸ்டர் பாஸ்கர்?”

“நானும் இதையேதான் கேட்டேன் ஸார். ஆனால், ‘இந்த அசைன்மெண்ட்டை ஆரம்பிப்பதற்கு முன்னால் உங்கள் டைரக்டரைப் பார்த்து நான் பேச வேண்டும். அதற்கு ஏற்பாடு செய்யுங்கள்’ என்று உறுதியான குரலில் சொல்லிவிட்டாள். ஷி ஈஸ் வெரி அடமண்ட் ஆன் திஸ். எனக்கு என்ன செய்வதென்று தெரியாமல்தான் உங்களிடம் வந்திருக்கிறேன்.”

ஆதித் சர்மா தன்னுடைய சதைப்பிடிப்பான மோவாயை தடவிக் கொண்டே சில விநாடிகள் யோசிப்பில் இருக்க, பாஸ்கர் கம்மிப்போன குரலில் சொன்னான்.

“வெரி ஸாரி... ஸார்! என்னுடைய மனைவி இப்படியொரு நிபந்தனையை விதித்ததில் எனக்கும் உடன்பாடில்லை. நான் மறுபடியும் அவளிடம் பேசிப் பார்க்கிறேன்.”

“வேண்டாம்...! காரணம் இல்லாமல் உங்கள் மனைவி என்னைச் சந்திக்கவேண்டும் என்று சொல்லியிருக்கமாட்டார். ஐ அக்சப்ட் ஹெர் கண்டிஷன்...”

“ஸார்.... ஐ ஃபீல் கில்டி.”

“நோ... நோ... பாஸ்கர்... இது சம்பந்தமாய் உங்களுக்கு எந்தவிதமான குற்ற உணர்ச்சியும் வேண்டாம். இது ஒரு முக்கியமான ஸ்பை அசைன்மெண்ட். சந்தேகங்கள் இருந்தால் பேசித் தீர்த்துக் கொள்வது நல்லதுதான். உங்கள் மனைவி மீது எந்தத் தவறும் இல்லை... சந்தித்துப் பேசுவோம்.”

“இந்தச் சந்திப்பை மிகவும் ரகசியமான முறையில் நடத்த வேண்டும். அது சாத்தியமா ஸார்?”

ஆதித் சர்மாவின் உதடுகளில் புன்னகையொன்று அரும்பியது.

“சந்திப்பு ரகசியமாக இருக்கவேண்டுமென்று நீங்கள் ஏன் நினைக்கிறீர்கள்?”

“கூடுதல் எச்சரிக்கைதான் ஸார்...! அட்சயா இதில் இருப்பதை யாராவது பார்த்துவிட்டால் வீண் சந்தேகங்கள்

ஏற்பட்டு அதன் காரணமாய் அவளுக்கு பிரச்சினைகள் ஏற்படலாமே?"

"சந்திப்பு ரகசியமாய் நடந்தால்தான் பிரச்சினைகள் வரும். யாருக்கும் எந்த சந்தேகமும் வரக்கூடாதென்றால் அந்தச் சந்திப்பு வெளிப்படையாக இருக்கவேண்டும்."

"எப்படி ஸார்...?"

"நமது இண்டலிஜென்ஸ் விங்கில் அஸிஸ்டண்ட் ஆபீஸராய் பணிபுரியும் சுஷ்மாவின் சகோதரி பிரதிபாவுக்கு நாளைக் கழித்து மறுநாள் திருமணம். அன்று மாலை ஹோட்டல் எவர்க்ரீனில் வரவேற்பு நிகழ்ச்சி. உங்களுக்கும் சுஷ்மா மூலமாக அழைப்பு வந்திருக்கும் என்று நினைக்கிறேன்."

"பத்து நாட்களுக்கு முன்பே வந்துவிட்டது ஸார்."

"அந்தத் திருமண வரவேற்பு நிகழ்ச்சிக்கு நீங்களும் உங்கள் மனைவியும் வருவீர்கள்தானே?"

"நிச்சயமாய் வருவோம்."

"அந்த வரவேற்பு நிகழ்ச்சிக்கு நானும் வருவேன்.அங்கே நம்முடைய பேச்சு வார்த்தையை வைத்துக் கொள்வோம்"

பாஸ்கர் அதிர்ந்து போனவனாய் கேட்டான்.

"ஸார்... அந்தத் திருமண வரவேற்புக்கு ஒரு பெரிய கூட்டமே வரும். அந்த இடத்தில் நாம் மூன்று பேரும் சந்தித்துப் பேசினால் மற்றவர்களுக்கு சந்தேகம் வராதா?"

"வராது."

"எப்படிச் சொல்கிறீர்கள் ஸார்?"

ஆதித் சர்மா தன் உதடுகளில் உறைந்து போயிருந்த புன்னகையைப் பெரிதாக்கிக் கொண்டே குரலைத் தாழ்த்தினார்.

"மிஸ்டர் பாஸ்கர்... நீங்கள் ஒரு விஷயத்தை நன்றாய்ப் புரிந்து கொள்ளவேண்டும். சுஷ்மா, நம் புலனாய்வுத்துறையில் பணிபுரிகிற ஒரு பெண் அதிகாரி. அந்த அதிகாரியின் வீட்டுத் திருமண வரவேற்பு நிகழ்ச்சிக்கு நீங்கள் உங்கள் மனைவியோடு வந்து கலந்து கொள்வது இயல்பான நிகழ்வுதானே?"

"ஆமாம்."

"நானும் அந்த நிகழ்ச்சிக்கு வரும்போது உங்களோடும், உங்கள் மனைவியோடும் பேசினால், யாரும் நம் மீது சந்தேகப்பட மாட்டார்கள். அங்கே கண்டிப்பாய் பஃபே பார்ட்டி இருக்கும். அவரவர்களுக்கு தேவைப்பட்டதை தட்டில் எடுத்து வைத்துக் கொண்டு, தனியாகவோ நண்பர்களோடோ சேர்ந்து உட்கார்ந்து, சாப்பிட்டுக் கொண்டே பேசுவார்கள். அதைப்போலவே நீங்கள், உங்கள் மனைவி, நான் மூன்று பேரும் தனியாய் உட்கார்ந்து சாப்பிட்டபடி, பேச வேண்டிய விஷயத்தைப் பேசி முடிப்போம்... இப்படிப் பேசினால் யாருக்கும் எந்த சந்தேகமும் வராது. நீங்கள் என்ன நினைக்கிறீர்கள்?"

"யூ ஆர் கரெக்ட் ஸார்... இப்படியொரு கோணத்தை நான் எதிர்பார்க்கவில்லை. இந்த ஏற்பாட்டுக்கு அட்சயாவும் ஒப்புக் கொள்வாள்."

"தென் வாட்... லெட் அஸ் ப்ரொஸீட்."

"தேங்க் யூ ஸார்..." பாஸ்கர் உற்சாகத்தோடு எழுந்து கொண்டான். அவனுடைய மனசுக்குள் இருந்த கனம் இப்போது காணாமல் போயிருந்தது.

கிழக்குக் கடற்கரைச் சாலையில் ஃப்ளோரஸண்ட் விளக்குகளின் வெளிச்சத்தில் குளித்துக் கொண்டிருந்த, எவர்க்ரீன் ஹோட்டலின் நுழைவாயிலுக்குள் காரைச் செலுத்தி, சதுரமான ஒரு பெரிய புல்வெளியைக் கடந்து பார்க்கிங் ஏரியாவில் வசதியான இடம் பார்த்து நிறுத்தினான் பாஸ்கர்.

பக்கத்தில் உட்கார்ந்திருந்த அட்சயா, காரின் முன்பக்கக் கண்ணாடி வழியே குனிந்து பார்த்துவிட்டு வியப்பில் விழிகளை விரித்தாள்.

"மேரேஜ் ரிசப்ஷனுக்கு ஒரு அற்புதமான ஹோட்டலை செலக்ட் பண்ணியிருக்காங்க."

"எல்லாம் சுஷ்மாவோட ஏற்பாடு."

காரைப் பார்க் செய்துவிட்டு இருவரும் இறங்கி, புல்வெளியில் நடந்து, ஹோட்டலின் வரவேற்பறைக்குள் நுழைந்தார்கள். பேரர் ஒருவர் சிவப்புநிற சீருடையில் எதிர்பட்டார்.

'குட் ஈவினிங்' சொல்லி புன்னகைத்துவிட்டு மென்மையான குரலில் கேட்டார்.

"ஸார்... மேரேஜ் ரிசப்ஷன்?"

"எஸ்."

"ரூஃப் கார்டன் ஃபிஃப்த் ஃப்ளோர்."

"தேங்க்ஸ்...."

இருவரும் சற்று தூரத்தில் வலது பக்கமாய் தெரிந்த லிஃப்ட்டை நோக்கி நடை போட்டார்கள். பாஸ்கர் குரலைத் தாழ்த்தினான்.

"அட்சயா..."

"சொல்லுங்க..."

"டைரக்டர் கிட்டே நீ என்ன பேசப் போறேங்கிறதை இப்பவாவது சொல்லலாமே?"

"ரெண்டு நாள் பொறுத்தீங்க... இன்னும் கொஞ்ச நேரம் பொறுமையா இருக்கக்கூடாதா...? நான் எதைப் பேசறதாய் இருந்தாலும் உங்க முன்னாடிதானே பேசப்போறேன்..."

"இதோ பார் அட்சயா... நீ அவர் கிட்ட பேசும்போது... பார்த்து பேசு.. எடக்குமுடக்கா பேசிறாதே.... பேசற தொனியில மரியாதை இருக்கட்டும்."

"பூர்ண கும்ப மரியாதையே தர்றேன் போதுமா?"

இருவரும் பேசிக்கொண்டே லிஃப்டில் உயர்ந்து, ஐந்தாவது மாடியில் இருந்த ரூஃப் கார்டனுக்குள் நுழைந்தார்கள். காம்பேக்ட் ஹாலோஜன் மற்றும் எல்.இ.டி பல்புகளால் அந்த டெரஸ் பகுதி முழுவதும் அலங்கரிக்கப்பட்டு, செயற்கையான செடி-கொடிகளால்

சூழப்பட்டு ஒரு நந்தவனம் போன்ற தோற்றத்தைக் கொடுத்தது. காதுகளை உறுத்தாத வயலின் இசை, காற்றில் இதமாய் கலந்து கரைந்து கொண்டிருந்தது.

ஹாலின் முகப்பில் ரோஜாப்பூக்கள் நிரம்பிய வெள்ளித் தட்டோடு நின்றிருந்த சுஷ்மா, பல்வரிசை அழகாகப் பளிச்சிட வரவேற்றாள்.

"வா... பாஸ்... எங்கே ஒய்ஃப்பை விட்டுட்டு நீ மட்டும் தனியா வந்திடுவியோன்னு நினைச்சேன். தம்பதி சமேதராய் வந்ததுக்கு உனக்கு ஒரு எக்ஸ்ட்ரா நன்றி."

அட்சயா, தட்டிலிருந்த ரோஜாப்பூக்களில் புஷ்டியாய் இருந்த பூ ஒன்றை எடுத்து, கூந்தலில் செருகிக் கொண்டே சுஷ்மாவை புன்னகை ததும்பப் பார்த்தாள்.

"அவர் என்னை விட்டுட்டு தனியா வந்துடுவாரா என்ன...?"

"கங்ராஜுலேஷன்ஸ் மேடம்..!!!" என்றாள் சுஷ்மா.

"எதுக்கு?"

"இன்னும் பத்து மாசத்துல நீங்க அம்மா, பாஸ் அப்பா. அதுக்குத்தான்."

"உனக்கு அதுக்குள்ளே நியூஸ் வந்தாச்சா?" அட்சயா சிரித்துக்கொண்டே நடக்க ஆரம்பித்துவிட... பாஸ்கர் பின்தொடர்ந்தான்.

ரிசப்ஷன் மேடையில், அதீதமான மேக்கப்பில் ஒரு ஜவுளிக்கடை பொம்மை மாதிரி மணப்பெண் தெரிய, அருகில் மணமகன் சாம்பல் நிற சூட்டில் மாநிறத்தோடு அந்நியமாய்த் தெரிந்தான்.

வரவேற்புக்கு வந்திருந்த அளவான கூட்டம், வட்டமான மேஜைகளைச் சுற்றிலும் போடப்பட்டிருந்த, குஷன் நாற்காலிகளில், சின்னச் சின்ன குழுக்களாய் உட்கார்ந்து, வெல்கம் ட்ரிங்ஸைக் குடித்தபடி சிரித்து பேசிக் கொண்டிருக்க, ட்ரோன் காமிரா தலைக்கு மேலே பறந்தது.

பாஸ்கரும், அட்சயாவும் வெறுமையாயிருந்த மேஜையொன்றை நெருங்கி ஆக்ரமித்து உட்கார்ந்தார்கள்.

அடுத்த சில விநாடிகளில் வெல்கம் ட்ரிங்ஸ் வர... ஆளுக்கொரு டம்ளரை எடுத்துக் கொண்டார்கள்.

அட்சயா, பாதி டம்ளரை காலி செய்திருந்தபோது அவளுக்கு எதிரே இருந்த காலியான நாற்காலியில் ஒரு இளம்பெண் மெதுவாய் நடந்து வந்து உட்கார்ந்தாள். இள நீலவண்ண சுடிதாரில் அழகாய் இருந்தவள், சுற்றும் முற்றும் ஒரு தடவை பார்த்துவிட்டு பாஸ்கரிடம் குரலைத் தாழ்த்தினாள்.

“நீங்க பாஸ்கர். இவங்க உங்க மனைவி அட்சயா. கரெக்ட்டா..?”

“ஆ....ஆ...ஆமா”

“ரெண்டு பேரும் ஆதித் சர்மாவைப் பார்க்க வந்திருக்கீங்க. கரெக்ட்டா..?”

6

அந்த இளம்பெண்ணை அதிர்ச்சியான பார்வையால் நனைத்தான் பாஸ்கர்.

"மொதல்ல நீ... யார்ன்னு சொல்லு...?"

அந்தப் பெண் தன் உதட்டில் அரும்பியிருந்த புன்னகை மொட்டை ஒரு சிரிப்பாக விரித்தாள்.

"இன்னும் என்னோட கேள்விக்கு நீங்க பதில் சொல்லலையே?"

அதுவரை எதுவும் பேசாமல் மௌனம் காத்துக் கொண்டிருந்த அட்சயா, குரலைத் தாழ்த்தி சீறினாள்.

"இதோ பார்... இது கல்யாண ரிசப்ஷன். நீ எதுக்காக இங்கே வந்தியோ அதுக்காகத்தான் நாங்களும் வந்திருக்கோம்."

"அப்படீன்னா நீங்க ஆதித் சர்மாவைப் பார்க்க வரலை?"

"நீ எதைப் பேசறதாய் இருந்தாலும் நேரிடையா பேசு. இந்த விடுகதை பேச்செல்லாம் வேண்டாம்."

"டென்ஷன் ஆகாதீங்க மேடம்... எனக்குக் கிடைச்ச தகவல்படி நீங்க ரெண்டு பேரும் இந்தக் கல்யாண வரவேற்பு நிகழ்ச்சிக்கு வந்ததே ஆதித் சர்மாவைப் பார்க்கத்தான்னு கேள்விப்பட்டேன்."

"சரி... அப்படியே வெச்சுக்க! அதுக்கென்ன இப்போ?"

"அவரை எதுக்காகப் பார்க்கப் போறீங்கன்னு நான் தெரிஞ்சுக்க ஆசைப்படறேன்."

பாஸ்கர் வெகுண்டு கோபமாய் ஏதோ பேச முயன்ற விநாடி, ஆதித் சர்மா பிஸ்கட் நிற சூட்டில், ஒரு பெரிய பூங்கொத்தோடு ரிசப்ஷன் ஹாலுக்குள் நுழைவது கண்ணில் பட்டது.

"அதோ... அவரே வர்றார். நான் யாருங்கிற சந்தேகத்தை அவர்கிட்டவே நீங்க கேட்டுக்கலாம்..." அலட்சியமாய் சொன்ன அந்தப் பெண், பதட்டப்படாமல்... அப்படியே உட்கார்ந்திருக்க, ஆதித் சர்மா ஒரு குறுஞ்சிரிப்போடு, கழுத்து டையை இறுக்கிக்கொண்டே பாஸ்கர், அட்சயா உட்கார்ந்திருந்த, மேஜையை நெருங்கினார். அவர்கள் இருவரும் எழுந்து நின்றபடி சொன்னார்கள்.

"குட் ஈவினிங் ஸார்."

"குட் ஈவினிங் போத் ஆஃப் யூ... ரெண்டு பேரும் வந்து ரொம்ப நேரமாயிடுச்சா?"

"இல்ல ஸார்... இப்பத்தான் ஒரு பத்து நிமிஷத்துக்கு முன்னாடி..."

"தட்ஸ் குட்!" என்றவர், காலியாய் இருந்த நாற்காலியில் உட்கார்ந்தார். பாஸ்கரையும், அட்சயாவையும் உட்காரச் சொல்லிவிட்டு தனக்குப் பக்கத்திலிருந்த அந்தப் பெண்ணை புன்னகையோடு பார்த்தபடி கேட்டார்.

"சமுத்ரா... நீ எப்பம்மா வந்தே...?"

"நானும் இப்பத்தான் வந்தேன் டாட்..."

"ஸ...ஸ... ஸார்... இவங்க உங்க பொண்ணா?"

பாஸ்கரும், அட்சயாவும் ஆச்சர்யத்தில் உறைந்து போக, ஆதித் சர்மா மையமாய் தலையை ஆட்டியபடி சிரித்தார்.

"எஸ்... ஷி ஈஸ் மை டாட்டர். யு.எஸ்ல படிப்பை முடிச்சுட்டு மூணு மாசத்துக்கு முந்திதான் இந்தியா

திரும்பினா. பேரு சமுத்ரா... கல்யாணப் பொண்ணு பிரதிபாவுக்கு க்ளோஸ் ஃப்ரண்ட். அதனாலதான் எனக்கு முன்னாடியே ரிசப்ஷனுக்கு புறப்பட்டு வந்துட்டா. பை த பை மூணு பேரும் என்ன பேசிட்டிருந்தீங்க?"

"உங்க டாட்டர்ன்னு தெரியாமே கொஞ்சம் கடுமையாய் பேசிட்டோம்...!"

"சமுத்ரா கொஞ்சம் ஓபன் டைப்... உங்களைக் கொஞ்சம் சீண்டிப் பார்த்திருப்பான்னு நினைக்கிறேன்."

"யூ ஆர் கரெக்ட் ஸார்... அதுதான் நடந்தது. நாம சந்திச்சுப் பேசப் போற விஷயம் வெளிநபர்கள் யார்க்கும் தெரியாதப்ப தடாலடியாய் சமுத்ரா அதைப் பத்தி பேசவும்... எங்களுக்கு பயங்கர ஷாக்."

"தப்பு என் பேர்லதான்! இந்த விஷயத்தை நான் முன்னாடியே உங்களுக்குச் சொல்லியிருக்கணும். நாம பேசப் போற விஷயத்தில் சமுத்ராவுக்கும் ஒரு பங்கு இருக்கு... அதனாலதான் உங்க ரெண்டு பேரையும் நான் இங்கே சந்திச்சுப் பேசப் போற விஷயத்தை வீட்ல இருக்கும் போதே சமுத்ராகிட்ட சொல்லிட்டேன். ஆனா, நான் இங்கே வர்றதுக்கு முன்னாடியே அவ இங்கே வந்துட்டதால தேவையில்லாமே பேசி, டென்ஷன் பண்ணியிருக்கா. ஐ அபாலஜைஸ் ஃபார் தட்..."

சமுத்ரா ஒரு சிநேகப் பார்வையோடு பாஸ்கரையும் அட்சயாவையும் ஏறிட்டாள்.

"ஐ'ம் எக்ஸ்ட்ரிமிலி ஸாரி... இப்படிப்பட்ட த்ரில்லிங் விளையாட்டெல்லாம் எனக்குப் பிடிக்கும். உங்ககிட்ட உண்மையைக் சொல்லிடலாம்ன்னு நினைச்சுட்டு இருக்கும்போதே அப்பா வந்துட்டார்."

"இட்ஸ் ஆல் ரைட்."

பாஸ்கரும், அட்சயாவும் இயல்புக்குத் திரும்ப, இரண்டு பேர்களின் முகங்களையும் மாறி மாறிப் பார்த்தபடி பேச ஆரம்பித்தார் ஆதித் சர்மா.

“நாம மூணு பேர் மட்டும் பேச வேண்டிய விஷயத்துல என்னோட டாட்டர் சமுத்ராவையும் நான் இன்வால்வ் பண்ணினதுக்கு என்ன காரணம்னு நீங்க யோசிக்கலாம். இன்னும் ஒருபடி மேல போய் சொல்லணும்ன்னா என் மேல உங்க ரெண்டு பேர்க்கும் சந்தேகம் கூட வரலாம்.”

பாஸ்கர் அவசரக்குரலில் இடைமறித்தான்.

“நோ ஸார்... நாட் அட் ஆல்.. கொஞ்சம் குழம்பிட்டோம் அவ்வளவுதான்.”

“தேங்க்ஸ் ஃபார் யுவர் குட் தாட். இந்த விஷயத்தில் சமுத்ராவையும் நான் லிங்க் பண்ணினதுக்குக் காரணம் அவ யு.எஸ். போய் படிச்ச ஏ.ஐ படிப்புதான். மின்னசோட்டா யுனிவர்சிட்டியில ‘ஆர்ட்டிஃபீஷியல் இண்டலிஜென்ஸ்’ சம்பந்தப்பட்ட படிப்பை படிச்சுட்டு வந்திருக்கா. எனக்கும் சரி, உங்களுக்கும் சரி... இந்த ஆர்ட்டிஃபீஷியல் இண்டலிஜென்ஸ் பத்தி ஓரளவுக்குத்தான் தெரியும். ஆனா சமுத்ராவுக்கு அவளோட பேருக்கு ஏத்த மாதிரி கடலளவு தெரியும். ஆனா இந்த ஸ்பை அசைன்மெண்ட்ல சமுத்ராவை இன்வால்வ் பண்ண வேண்டாம்ன்னு நீங்க நினைச்சா அவளை இந்த நிமிஷமே போகச் சொல்லிடலாம். என்ன சொல்றீங்க...?”

அட்சயா பாஸ்கரைப் பார்த்தாள்.

“ஸார் கேட்ட கேள்விக்கு நீங்க பதில் சொல்றீங்களா... இல்லை நான் சொல்லட்டுமா?”

“நீயே சொல்லு” என்றான் பாஸ்கர்.

அட்சயா, ஆதித் சர்மாவை ஏறிட்டாள்.

“ஸார்...! உங்க டாட்டர் இதுல தாராளமாய் இருக்கலாம். நீங்க ப்ளான் பண்ற ஒரு விஷயத்துல எது தப்பு எது சரினு உங்களுக்குதான் நல்லாத் தெரியும்... அதனால எங்களுக்கு எந்த ஆட்சேபனையும் இல்லை. நான் இங்கே பேச வந்த விஷயமே வேற... அதைப் பத்தி பேசலாமா ஸார்...?”

“தட்ஸ் ஃபைன்... ப்ளீஸ் கோ அஹெட்!”

“இது நிபந்தனை இல்லை... ஒரு கோரிக்கை. அதை நீங்க தப்பா நினைக்கக்கூடாது...”

ஆதித் சர்மா சிரித்தார்.

“அது தப்பாவே இருந்தாலும் நான் தப்பா நினைக்க மாட்டேன். தாராளமாய் சொல்லலாம்.”

“நான் இப்ப ஒரு நல்ல போஸ்ட்ல நேகா டெக்னாலஜிஸ் கம்பெனியில அஞ்சு வருஷமா வேலை பார்த்துட்டிருக்கேன். கம்பெனியோட சேர்மன் வெங்கடாத்ரி... ஹெட் ஆஃப் போர்ட் ஆஃப் டைரக்டர்ஸ். நான் கம்பெனிக்காக தனிப்பட்ட முறையில சப்மிட் பண்ற ப்ராஜெக்ட் வொர்க் எல்லாம் அவருக்கு ரொம்பவுமே பிடிக்கும். அதையெல்லாம் சரியான முறையில ஹைலைட் பண்ணி... நல்ல இன்சென்டிவ்ஸ் கொடுத்து பாராட்டுவார். ஆனா கடந்த சில மாசங்களா கம்பெனியோட நிர்வாகம் வேற திசைல போற மாதிரி இருக்கு. புதுசா வந்திருக்கிற சீஃப் டெக்னாலஜி ஆபீஸர் செயற்கை நுண்ணறிவு மூலமா ரோபோட்களை உருவாக்குற முயற்சியில ஈடுபட்டிருக்கார். அந்த முயற்சிகள் எதுவுமே வெளிப்படைத்தன்மையோட இல்லை. ஏதேதோ வெளிநாடுகளிலிருந்து தொழில்நுட்ப விஞ்ஞானிகள் வர்றதும் போறதுமாய் இருக்காங்க. இந்த விஷயங்கள் எல்லாம் என்னோட மனசுக்கு நெருடலாய் இருந்ததாலத்தான் இந்த ஸ்பை அசைன்மெண்ட் பத்தி அவர் சொன்னதும் நான் தயங்காமே ஓத்துக்கிட்டேன். காரணம், மனித குலத்துக்கு எதிராக தப்பான ஒரு செயற்கை நுண்ணறிவு விஷயம் நடந்துடக்கூடாதேங்கிற பதைபதைப்புதான்.”

“வெரி நைஸ்... நீங்க அந்தக் கம்பெனிக்கு ஒரு நல்ல எம்ப்ளாயியா இருக்கப் பிரியப்படறீங்க. அதே நேரத்துல வெல்விஷராய் தப்பு எதுவும் நடந்துடக் கூடாதுன்னு பயப்படறீங்க.”

"அதேதான் ஸார்."

"ஏதோ கோரிக்கைன்னு சொன்னீங்க... அது என்னன்னு தெரிஞ்சுக்கலாமா?"

அட்சயா, சில விநாடிகள் மௌனம் காத்துவிட்டு குரலைத் தாழ்த்தினாள்.

"ஸார்... நான் பார்க்கப் போற இந்த வேலைக்காக என்னோட கணவருக்கு ஜாய்ண்ட் டைரக்டர் போஸ்ட் தர்றதாய் சொல்லியிருக்கீங்க... இல்லையா?"

"ஆமா..."

"எப்ப கொடுப்பீங்க?"

"அசைன்மெண்ட் வெற்றிகரமா முடிஞ்சதும்."

"கண்டிப்பா கொடுத்துடுவீங்களா?"

"அதிலென்ன சந்தேகம்...? நான் ஏற்கெனவே இது விஷயமா மத்திய புலனாய்வுத்துறை இயக்குநர்கிட்ட பேசிட்டேன்."

"பேசிட்டா போதுமா?"

அட்சயாவின் பேச்சில் அதிர்ந்துபோன பாஸ்கர், அவளுடைய தோள்பட்டையைப் பதட்டத்தோடு பற்றினான்.

"அட்சயா... யார்கிட்ட என்ன பேசிட்டிருக்கே? அந்த ஜாய்ண்ட் டைரக்டர் போஸ்டிங்கை அவர் எப்படியும் எனக்கு வாங்கிக் கொடுத்துடுவார்."

"ஒரு வேளை வாங்கிக் கொடுக்கலைன்னா?"

"அட்சயா... இப்படியெல்லாம் நீ பேசுவேன்னு எனக்குத் தெரிஞ்சிருந்தா உன்னை இங்கே கூட்டிட்டே வந்திருக்கமாட்டேன்..."

கோபமாய் மேற்கொண்டு பேச முயன்ற பாஸ்கரை கையமர்த்திய ஆதித் சர்மா, அட்சயாவை ஒரு புன்முறுவலோடு பார்த்தார்.

"என் மேல உங்களுக்கு நம்பிக்கை இல்லையா?"

"உங்க மேல நம்பிக்கை இருக்கு ஸார். ஆனா உங்களுக்கு மேல இருக்கிற அதிகாரிகள் மேல நம்பிக்கை இல்லை."

"அப்படீன்னா நீங்க உளவு பார்க்க விரும்பலைன்னு சொல்ல வர்றீங்களா?"

"அப்படி நான் சொல்லலையே...? நீங்க கொடுத்திருக்கிற 'ஸ்பை அசைன்மெண்ட்'டுக்கு நான் 'எஸ்' சொல்லணும்ன்னா... என்னோட கோரிக்கைக்கு நீங்க ஓ.கே சொல்லணும். அதுக்கு முன்னாடி ஒரு ஏற்பாடு செய்யணும்."

"என்ன ஏற்பாடு...? நீங்க பேசறது எனக்குப் புரியலை."

"புரியும்படியாவே சொல்றேன் ஸார். எனக்கு... உங்க புலனாய்வுதுறையிலிருந்து ஒரு அக்ரிமெண்ட் வேணும்."

"அக்ரிமெண்டா...?"

"எஸ்...! ஸ்பை அசைன்மெண்ட் முடிஞ்சதும் கண்டிப்பா இவருக்கு அந்த பதவி கிடைக்கும்ங்கற உறுதிமொழியோடக்கூடிய ஒப்பந்தத்தைத் தர உங்க புலனாய்வுத்துறை முன்வந்தா மட்டுமே நான் ரிஸ்க் எடுத்து உளவு வேலை பார்க்கறதுல அர்த்தம் இருக்கும். என்ன ஸார் சொல்றீங்க?"

7

அட்சயா சொன்னதைக் கேட்டு ஆதித் சர்மா தன்னுடைய முகத்தில் எந்த ஒரு சலனத்தையும் காட்டிக் கொள்ளாமல், சுற்றும்முற்றும் பார்த்துவிட்டு மெல்லிய குரலில் பேச ஆரம்பித்தார்.

“மிஸஸ் அட்சயா... உங்க கணவர் பாஸ்கருக்கு நான் கொடுத்த வாக்குறுதியை கண்டிப்பா நிறைவேத்துவேன். ஏன்னா இந்த சென்னை மண்டல புலனாய்வுத்துறைக்கு நான்தான் டைரக்டர். ஒரு அரசியல் கட்சிக்கு நான் தலைவனில்லை... யூ கேன் ட்ரஸ்ட் மீ... நீங்க ஸ்பை அசைன்மென்ட்டுக்கு ஒப்புதல் கொடுத்து வெற்றிகரமா நிறைவேத்துனா நிச்சயமா அடிஷனல் ஜாய்ண்ட் டைரக்டர் போஸ்ட் பாஸ்கருக்குக் கிடைக்கும். நான் இதுவரை பொய்யான நம்பிக்கையை யாருக்குமே கொடுத்ததில்லை.”

அட்சயா அவருக்கு பதில் சொல்வதற்காக வாயைத் திறந்த விநாடி, சுஷ்மா வேகவேகமாக மேஜையை நோக்கி வருவதைப் பார்த்ததும் மௌனமானாள். ஆதித் சர்மாவை நெருங்கி பவ்யமாய் குனிந்தாள் சுஷ்மா.

“ஸார்... முதல் நிகழ்ச்சியாய் மணமக்களை வாழ்த்தி நீங்க ரெண்டு நிமிஷம் பேசணும். அதுக்கப்புறம் சாய் வைஷ்ணவியோட வீணைக் கச்சேரி ஆரம்பம். அது முடிஞ்சதும் ஒரு டான்ஸ் ப்ரோக்ராம். ஷேல் வீ ஸ்டார்ட்?”

“ஒரு அரை மணி நேரம் போகட்டுமேம்மா... ஹால் இன்னும் ஃபுல் ஆகவேயில்லை... எல்லாரும் வரட்டும்.

வந்தவங்கள்ல பாதிப்பேர் இப்பதான் வெல்கம் ட்ரிங்க்ஸையே குடிச்சிட்டிருக்காங்க."

"ஓ.கே ஸார்... இப்ப மணி ஆறரை... சரியா ஏழு மணிக்கு ஆரம்பிச்சுடலாமா?"

"தாராளமா..."

"தேங்க் யூ ஸார்." சுஷ்மா அங்கிருந்து நகர்ந்து போனதும் ஆதித் சர்மா அட்சயாவிடம் திரும்பினார்.

"என்னமோ சொல்ல வந்தீங்க... சொல்லுங்க... அட்சயா!"

"ஸார்... நீங்க பேசும்போது 'யூ கேன் ட்ரஸ்ட் மீ'ன்னு சொன்னீங்க. கண்டிப்பா நான் உங்களை நம்பறேன் ஸார். ஆனா உங்க டிபார்ட்மெண்ட் மேல நம்பிக்கை வரணும்ன்னா எனக்கு ஒரு பெட்டர் ஹோல்டிங் வேணும். அந்த ஒப்பந்தம் நமக்குள்ளே கண்டிப்பா இருக்கணும். அது இல்லாம ஸ்பை அசைன்மெண்ட் சாத்தியமில்லை ஸார்." உறுதியான குரலில் அட்சயா சொல்லச் சொல்ல... பாஸ்கர் பதட்டத்தோடு குறுக்கிட்டான்.

"ஸார்...! ஸாரி ஸார்... அட்சயா பேசறதை ஒரு பெரிய விஷயமா எடுத்துக்காதீங்க. நான் அவளை கன்வின்ஸ் பண்ணிட்டு நாளைக்கு காலையில உங்களுக்கொரு நல்ல முடிவா சொல்றேன்."

"இல்லை பாஸ்கர்! உங்க ஒய்ஃப் பேசறதும், அந்த அக்ரிமெண்ட்டைக் கேட்கிறதும் என்னோட மனசுக்குத் தப்பாப் படலை. அவங்க இப்படி எதார்த்தமா பேசறது எனக்குப் பிடிச்சிருக்கு. ஆனா..." என்று இழுத்த ஆதித் சர்மா, தனக்குப் பக்கத்தில் உட்கார்ந்திருந்த மகள் சமுத்ராவிடம் திரும்பினார்.

"சமுத்ரா..!"

"என்ன டாட்?"

தன்னுடைய காரின் சாவியை அவளிடம் நீட்டிக்கொண்டே சொன்னார். "என்னோட கார்ல ப்ரீப்கேஸ் வெச்சிருக்கேன். அதை எடுத்துட்டு வாம்மா!"

சாவியை வாங்கிக்கொண்டு எழுந்த சமுத்ரா லிஃப்ட்டை நோக்கி நடந்தாள். அடுத்த ஐந்தாவது நிமிடம் ஒரு கருப்பு நிற ப்ரீப்கேஸோடு வந்தாள். ஆதித் சர்மா அவளிடமிருந்து அதை வாங்கி, லாக்கரை விடுவித்து திறந்தார். உள்ளேயிருந்த பழுப்பு நிறக் கவரை எடுத்து அட்சயாவிடம் நீட்ட அவள் குழப்பத்தோடு கேட்டாள்.

"எ...எ...என்ன ஸார் இது?"

"கவரைப் பிரிச்சுப் படிச்சுப் பாருங்க."

அட்சயா கவரை வாங்கி அதன் இடது பக்கம் அச்சாகியிருந்த ஆங்கில வாசகங்களைப் பார்வையில் நனைத்தாள்.

ஃப்ரம்: நேஷனல் இன்வெஸ்டிகேஷன் ஏஜென்ஸி மினிஸ்ட்ரி ஆஃப் ஹோம் அஃப்பயர்ஸ், நியூ டெல்லி.

அட்சயா தன் பார்வையை நகர்த்தி, 'டூ' அட்ரஸ்க்குக் கொண்டு போனாள்.

மிஸ்டர். எஸ்.பாஸ்கர்,

சீனியர் இண்டலிஜென்ஸ் ஆபீஸர்,

ரீஜனல் இன்வெஸ்டிகேஷன் ஆபீஸ்,

சென்னை.

அட்சயா அந்தக் கவரை, திகைத்தப் பார்வையோடு பாஸ்கரிடம் கொடுத்தாள்.

"என்னங்க இது உங்க பேருக்கு டெல்லி என்.ஐ.ஏ ஆபீஸிலிருந்து கவர் வந்திருக்கு?"

பாஸ்கரும் அதை வாங்கிப் பார்த்துவிட்டு வியப்பில் தத்தளித்த விழிகளோடு ஆதித் சர்மாவை ஏறிட்டான்.

"ஸ...ஸ...ஸார்... இந்த கவர்ல எப்படி... என் பேரு...? இதுல என்ன இருக்கு...?" அவன் திணறலான குரலில் கேட்க, ஆதித் சர்மா ஒரு புன்னகையை சிதறடித்துக் கொண்டே சொன்னார்.

“கவரைப் பிரிச்சு உள்ளே இருக்கிற லெட்டரை எடுத்து படிங்க.”

பாஸ்கர், கவரின் வாயைப் பிளந்து உள்ளே மடித்து வைக்கப்பட்டிருந்த, கடிதத்தைப் பிரித்துப் பார்த்தான். கடிதம் பேசிய ஆங்கிலத்தை மனம் தமிழில் மொழி பெயர்த்தது.

புலனாய்வுத்துறையில் ஒரு சீனியர் இண்டலிஜென்ஸ் அதிகாரியாய் பணிபுரிந்து கொண்டிருக்கும் திரு. பாஸ்கர் அவர்களுக்கு, உங்கள் தகுதிக்கான பதவி உயர்வு பற்றி என்.ஐ.ஏ நிர்வாகம் ஒரு மகிழ்ச்சியான செய்தியை உங்களோடு பகிர்ந்துகொள்ள விரும்புகிறது. கடந்த சில வருடங்களாக நம்முடைய புலனாய்வுத்துறைக்காக நீங்கள் ஆற்றிய அரும்பணியையும், தங்களுடைய உண்மையான அர்ப்பணிப்பையும் தலைமை நிர்வாகம் கவனத்தில் எடுத்துக் கொண்டு, உங்களின் உழைப்பை அங்கீகரிக்கும் விதமாக ‘அடிஷனல் ஜாய்ண்ட் டைரக்டர்’ என்கிற பதவி உயர்வுக்கு அங்கீகரிக்கிறது. இந்தப் பதவி உயர்வுக்கு உட்பட்ட பொறுப்புகளும், அதிகாரங்களும் இந்த உத்தரவின் பிற படிவங்களில் தெளிவாக சொல்லப்பட்டு இருக்கிறது. இந்த புதிய பொறுப்பை ஏற்கப்போகும் நீங்கள் புலனாய்வுத்துறை நிர்வாகத்திற்காக சிறந்த சீரிய பணியை அளிப்பீர்கள் என்கிற நம்பிக்கை எங்களுக்குப் பெரிதும் இருக்கிறது. இந்தப் பதவி உயர்வு அடுத்த மாதம் அதாவது செப்டம்பர் முதல் தேதி முதல் அமலுக்கு வரும் என்பதை தெரியப்படுத்திக் கொள்கிறோம்.

//////////////////////

இப்படிக்கு

தலைமை நிர்வாகி

என்.ஐ.ஏ அமைப்பு

கடிதத்தைப் படித்து முடித்த பாஸ்கரும், அதைக் கேட்டுக் கொண்டிருந்த அட்சயாவும், அதிர்ச்சியில் மூச்சடைத்துப் போனவர்களாய், ஆதித் சர்மாவைப் பார்க்க, அவர் தன் உதட்டோரம் ஒரு புன்னகையை நெளிய விட்டார்.

“என்ன மிஸஸ் அட்சயா... நீங்க உங்க கணவரோட பதவி உயர்வு விஷயமா ஒரு அக்ரிமெண்ட் கேட்டீங்க. இப்ப நான் கொடுத்தது அதுக்கான ஆர்டர். அதை மறுபடியும் ஒரு தடவை படிச்சுப் பார்த்துட்டு, ஏதாவது சந்தேகம் இருந்தா கேளுங்க.”

அட்சயா உணர்ச்சி மேலிட பேசத் தடுமாறினாள்.

“ஸ...ஸ...ஸார்...! நான் இதை எதிர்பார்க்கலை...”

“அட்சயா, நீங்க என்னோட பேச விரும்பறதா பாஸ்கர் என்கிட்ட சொன்னதுமே என் மனசுக்குள்ளே சின்னதா ஒரு சந்தேகம் வந்தது. எப்பவுமே ஆண்களைக் காட்டிலும், பெண்களுக்கு நிறையவே சந்தேகங்கள் இருக்கும். அடிஷனல் ஜாய்ண்ட் டைரக்டர் பதவி தனக்கு எப்படியும் கிடைக்கும்ன்னு பாஸ்கர் நம்புனாலும் நீங்க நம்பமாட்டீங்கன்னு, என்னோட உள் மனசு சொன்னது. உடனடியாய் நான் டெல்லி தலைமை என்.ஐ.ஏ நிர்வாக டைரக்டர்கிட்ட பேசி, விபரம் சொன்னேன். அவரும் நான் சொன்னதுல இருக்கிற பிரச்சினையைப் புரிஞ்சுக்கிட்டு, துறை ரீதியான நடவடிக்கைகளை எடுத்து புரோமோஷன் ஆர்டரை முன் தேதியிட்டு அனுப்பிட்டார்.”

“ஸாரி ஸார்... நவ் ஐ ஃபீல் கில்டி. உங்ககிட்ட அவசரப்பட்டு அக்ரிமெண்ட் பத்தியெல்லாம் பேசிட்டேன். நான் அப்படி...” அட்சயா பதட்டப்பட, ஆதித் சர்மா சிரிப்போடு கையமர்த்தினார்.

“இட்ஸ் ஓ.கே. பாஸ்ட் ஈஸ் பாஸ்ட். இன்னிக்கு தேதி ஆகஸ்ட் பத்து. இன்னும் இருபது நாள் கழிச்சு செப்டம்பர் முதல் தேதியிலிருந்து உங்க கணவர் அடிஷனல்

ஜாய்ண்ட் டைரக்டர் போஸ்ட்ல உட்காரப் போறார். இனி அசைன்மெண்ட்டை ஒத்துக்கிறதுல உங்களுக்கு எந்த ஆட்சேபனையும் இல்லையே...?"

"இல்லை ஸார். இந்த நிமிஷத்திலிருந்து என்னை உங்க புலனாய்வுத்துறையில வேலை செய்யற ஒரு ஊழியராய் நினைச்சுக்கலாம். நேகா டெக்னாலஜியில இனிமேல நடக்கப்போற ஒவ்வொரு விஷயமும் என்னோட கணவர் மூலமாய் உங்களுக்கு வந்து சேரும்."

அதுவரை எதுவும் பேசாமல் மௌனம் காத்த சமுத்ரா, அட்சயாவிடம் திரும்பி, மென்மையான குரலில் பேச ஆரம்பித்தாள்.

"மிஸஸ் அட்சயா! நானும் இந்த டீம்ல இருக்கிறதால உங்ககிட்ட சில கேள்விகளைக் கேட்டுத் தெளிவுபடுத்திக்க விரும்பறேன்... கேட்கலாமா?"

"தாராளமா..."

"இப்ப உங்க கம்பெனியில புதுசா நியமனமாயிருக்கிற சீஃப் டெக்னாலஜி ஆபீஸரோட பேர் என்ன?"

"விகாஷ் பட்டேல்."

"பேர்ல வடநாட்டு வாசனை அடிக்குது...?"

"எஸ்... அவர் இந்தியாவில் பிறந்து வளர்ந்திருந்தாலும் படிச்சதெல்லாம் அமெரிக்காலதான். கம்ப்யூட்டர் அண்ட் இன்ஃபர்மேஷன் டெக்னாலஜி துறையில உச்சபட்ச டிகிரியான 'டாக்டோரல்' படிப்பில் கோல்டு மெடல் வாங்கினவர். எங்க கம்பெனியோட சேர்மன் வெங்கடாத்ரியாய் இருந்தாலும் சி.டி.ஓ விகாஷ் பட்டேல்தான் அங்கே டாமினேட் பண்ணிட்டிருக்கார்."

"எப்படி...?"

"பொதுவா எங்க கம்பெனியில கம்ப்யூட்டர் சம்பந்தப்பட்ட ஹார்ட்வேர் ப்ராடக்ட்ஸ் மட்டுமே தயாராயி

மார்க்கெட்டுக்குப் போயிட்டிருந்தது. இந்த விகாஷ் பட்டேல் சி.டி.ஓ பொறுப்புக்கு வந்த இந்த பத்து மாசத்துக்குள்ளே வழக்கமான ப்ராடக்ட்ஸ் தயாரிப்பையெல்லாம் தள்ளி வெச்சிட்டு ஆர்ட்டிஃபிஷியல் இண்டலிஜென்ஸ் மூலமாய் ரோபோட்ஸை உருவாக்குற முயற்சியில ஈடுபட்டிருக்கார்."

"அது எது மாதிரியான ரோபோட்ஸ்ன்னு உங்களுக்குத் தெரியுமா...?"

"ஓரளவுக்கு நான் கெஸ் பண்ணிட்டேன்."

"அது என்னன்னு சொல்லலாமே?"

அந்தத் திருமண வரவேற்பு ஹால் முழுவதும் இரைச்சலாய் இருந்தாலும் அட்சயா சுற்றும்முற்றும் பார்த்துவிட்டு குரலைத் தாழ்த்தினாள்.

"அந்த ரோபோட்ஸூக்கு பேரு 'டீப் ஃபேக்ஸ்'. இப்படிப்பட்ட ரோபோட்ஸை வெளிப்படைத்தன்மையோட உருவாக்காம ரகசியமா உருவாக்கவேண்டிய அவசியம் என்ன...? இந்த ஒரு கேள்விக்குத்தான் எனக்குப் பதில் தெரியலை."

சமுத்ரா, மென்மையாய் புன்னகைத்து விட்டு, "எனக்குத் தெரியும்..!" என்று சொல்லியவாறே, நாற்காலியை இழுத்துப் போட்டுக் கொண்டு பேச்சைத் தொடர்ந்தாள்.

"ஆர்ட்டிஃபிஷியல் இண்டலிஜென்ஸ் தொழில்நுட்பத்தில் இருக்கற மிக மிக மோசமான ஆபத்தான விஷயமே இந்த டீப் ஃபேக்ஸ்ன்னு சொல்லப்படற ரோபோட்ஸ்தான். இதனால ஏற்படப்போற விபரீதமான ஆபத்துக்களை ஒரு குட்டி பட்டியலே போடலாம். தானே ஒரு உண்மையான தகவலைப் பொய்யாய் மாத்தி, அதை எல்லாரும் நம்பற மாதிரி செய்யறது, நிஜம் மாதிரியே இருக்கக்கூடிய போலி புகைப்படங்களையும், வீடியோக்களையும் உருவாக்கறது, அப்புறம் புகழ், பணம்ன்னு சந்தோஷமா வாழ்ந்துட்டிருக்கிற நபர்களோட மன நிம்மதியைக் கெடுக்கறது, பொருளாதாரத்தில் பங்குச்சந்தை

மற்றும் நிதி நிலை ஏற்ற இறக்கங்களில் குளறுபடி செய்யறது, நல்ல லாபத்தில் இயங்கிக்கிட்டிருக்கிற ஒரு நிறுவனத்தை நஷ்டத்தில் வீழ்த்தி வேலை இழப்புகளை உண்டாக்கறது... இப்படி அட்டூழியங்களை அடுக்கிக்கிட்டே போலாம்."

சமுத்ரா சொல்லிக் கொண்டிருக்கும்போதே அட்சயாவின் கைப்பையில் இருந்த அவளுடைய செல்போன் வெளிச்சம் பிடித்துக்கொண்டு டயல் டோனை வெளியிட்டது.

அட்சயா எடுத்து அழைப்பது யாரென்று பார்த்தாள்.

செல்போனின் டிஸ்ப்ளே திரையில் சி.டி.ஓ. விகாஷ் பட்டேலின் பெயர் மெல்ல நகர்ந்து கொண்டிருக்க, அது ஒரு 'எமர்ஜென்ஸி கால்' என்பதற்கு அடையாளமாய் ஒரு சிவப்புப் புள்ளியும் விட்டு விட்டு எரிந்தது.

8

அட்சயா தன் செல்போனை உடனடியாக ஆன் செய்யாமல் ஆதித் சர்மாவை ஏறிட்டபடி சொன்னாள். குரலில் லேசாய் நடுக்கம்.

"ஸார்... சி.டி.ஓ விகாஷ் பட்டேல் எனக்குப் போன் பண்றார்."

"அவர் அடிக்கடி இப்படி உங்களுக்குப் போன் பண்ணுவாரா?"

"இல்ல ஸார்... இதுதான் முதல்தடவை. எதுக்காக எனக்கு இப்ப போன் பண்றார்ன்னு தெரியலை...? அதான் டென்ஷனாயிருக்கு."

"ஏதோ அவசரமான விஷயமா இருக்கும்னு நினைக்கிறேன்... அதான் உங்களுக்கே போன் பண்ணிட்டார். ஸ்பீக்கரை ஆன் பண்ணிட்டுப் பேசுங்க. குரல்ல டென்ஷனைக் காட்ட வேண்டாம்."

கலவரம் பரவிய விழிகளோடு அட்சயா தலையாட்டிவிட்டு, எகிறுகிற இதயத்தோடு செல்போனின் திரையில், ஒளிர்ந்து கொண்டிருந்த, பச்சை நிற டிக் மார்க்கைத் தேய்த்தாள். ஸ்பீக்கரை ஆன் செய்துவிட்டு மெதுவாய் குரல் கொடுத்தாள்.

"குட் ஈவினிங் ஸார்..."

செல்போனின் மறுமுனையில் இருந்த விகாஷ் பட்டேல் மெல்லிய குரலில் "குட் ஈவினிங்" சொல்லிவிட்டுக் கேட்டார்.

"அட்சயா... நீ இப்போ எங்கே இருக்கே...?"

“வெளியில ஸார். ஹஸ்பெண்ட்கூட ஒரு மேரேஜ் ரிசப்ஷன் வந்திருக்கேன்... எனிதிங் இம்பார்ட்டண்ட் ஸார்?”

“எஸ்...! நீ உன்னோட ஹஸ்பெண்ட்டைவிட்டுத் தள்ளி வந்து தனியாய்ப் பேச முடியுமா?”

“ஷ்யூர் ஸார்... அவர் இப்போ அவரோட ஃப்ரண்ட்ஸ்கிட்ட பேசிட்டிருக்கார். நான் உங்ககிட்ட பேசிட்டே ரிசப்ஷன் ஹாலை விட்டுத் தள்ளி வந்துட்டேன். இப்போ பேசலாம் ஸார்...”

விகாஷ் பட்டேல், சில விநாடிகள் நிசப்தம் காத்துவிட்டுப் பேச ஆரம்பித்தார்.

“அட்சயா... என்னோட செக்ரட்ரி எமிலிக்கு உடம்பு சரியில்லை. இப்ப ஹாஸ்பிடல்ல இருக்கா... சம் நியூரோ ப்ராப்ளம். அதனால நாளைக்கு அவ பண்ணவேண்டிய ஒரு வேலையை நீதான் பண்ணப்போறே. அதைப்பத்தி பேசத்தான் உனக்குப் போன் பண்ணினேன்.”

“சொல்லுங்க ஸார்...”

“இப்ப உனக்குப் பக்கத்துல யாரும் இல்லையே?”

“இல்ல ஸார்.”

“பின்ன ஏன் இவ்வளவு சத்தம் கேட்குது?”

“சொன்னேன் இல்லை ஸார்.. நான் மேரேஜ் ரிசப்ஷன்ல இருக்கிறேன்னு. நான் இப்ப நின்னு பேசிட்டிருக்கிற இடம்தான் கொஞ்சம் அமைதியாயிருக்கு. இஃப் யூ ஆர் ஓகே வித் திஸ்....நீங்க தாராளமா பேச வேண்டிய விஷயத்தைப் பேசலாம்.”

“தென் இட்ஸ் ஓ.கே பட் லிசன் கேர்ஃபுலி!” என்றவர் “அட்சயா... நீ நாளைக்கு காலையில ஆறு மணிக்கெல்லாம் ஏர்போர்ட்ல இருக்கணும். கனடாலிருந்து வரப்போற ரோபோட்டிக் என்ஜீனியரை ப்ராப்பரா ரிஸீவ் பண்ணி கோல்டன் ஸ்பார்க்கிள் ரிசார்ட்டுக்குக் கூட்டிட்டு போய்

அவங்க தங்கறதுக்குத் தேவையான எல்லா ஏற்பாடுகளையும் செஞ்சு கொடுக்கணும்."

"ஓ.கே ஸார்."

"அந்த ரோபோட்டிக் என்ஜீனியரோட பேர் மேக்னா. வயசு முப்பது. அட்சயா! நாளைக்கு நீ மீட் பண்ணப் போற மேக்னா சாதாரணப் பொண்ணு கிடையாது. ஏ.ஐ ரோபோட்டிக் சம்பந்தப்பட்ட படிப்பை ஒட்டாவா யூனிவர்ஸிடியில படிச்சு அங்கே டாப் ரேங்க்ல வந்து சாதனை படைச்ச மேக்னா இந்தியாவுக்கு வர்றது இதுதான் முதல்தடவை. ஸோ... எமிலி குணமாகி திரும்பி ஆபீஸ் வர்ற வரைக்கும் நீதான் மேக்னாவுக்கு ஒன் பாயிண்ட் காண்டாக்ட். அவங்களுக்கு தேவையான வசதிகளை செஞ்சு கொடுக்கணும்.அது உன்னோட பொறுப்பு."

"ஷ்யூர் ஸார்"

"நம்ம கம்பெனியில எவ்வளவோ பேர் இருந்தாலும் உன்னை மட்டும் இந்தப் பொறுப்பான வேலைக்கு செலக்ட் பண்ணக் காரணம் என்னன்னு தெரியுமா?"

"சொல்லுங்க ஸார்."

"நம்ம கம்பெனியோட சேர்மன் வெங்கடாத்ரி உன்மேல வெச்சிருக்கிற அபரிமிதமான நம்பிக்கைதான். உன்னை நம்பி எதையும் சொல்லலாம், என்ன வேலை வேணும்ன்னாலும் கொடுக்கலாம்ன்னு அவர்தான் என்கிட்டே சொன்னார். அதனாலதான் நான் உடனடியாய் உனக்குப் போன் பண்ணி பேசிட்டிருக்கேன்."

"தேங்க் யூ ஃபார் யுவர் ட்ரஸ்ட் இன் மீ ஸார்."

"அப்புறம்... இன்னொரு முக்கியமான விஷயம்"

"சொல்லுங்க ஸார்..."

"மேக்னா வர்ற விஷயம் நம்ம கம்பெனியில யாருக்கும் தெரியாது. தெரியவும் கூடாது. ஆல் திங்க்ஸ் ஷுட் பி இன் ஏ சீக்ரட் நட்ஷெல்..."

"எனக்குப் புரியுது ஸார்..."

"குட்... நாளைக்குக் காலையில ஆறு மணிக்கெல்லாம் நீ ஏர்போர்ட்ல இருக்கணும். ஒரே ஒரு விதிவிலக்கு...உன்னோட கணவருக்கு மட்டும் இந்த விஷயம் தெரியலாம். அதாவது நீ ஏர்போர்ட் போய் யாரையோ கம்பெனி விஷயமா ரிசீவ் பண்ணப்போறேங்கற வரைக்கும்."

"டோன்ட் வொர்ரி ஸார்... ஐ வில் டேக் கேர். ஏர்போர்ட்ல மேக்னாவை நான் எப்படி அடையாளம் கண்டுபிடிக்கிறது ஸார்? மேக்னாவோட பேர் எழுதின ப்ளக் கார்டை வெச்சுக்கிட்டு பிக்-அப் பாயிண்ட்ல நின்னாப் போதுமா...?"

"வேண்டாம். மேக்னாவோட போட்டோவை உனக்கு வாட்ஸ்அப் பண்றேன். ஏர்போர்ட்டிலிருந்து வெளியே வர்ற அவங்களை நீ ஈஸியா ஐடென்டிஃபை பண்ணிக்கலாம்..."

"ஸார்... ஒரு சந்தேகம்."

"என்ன சொல்லு?"

"ஒருவேளை ப்ளக் கார்ட் இல்லாம மேக்னாவை ரீச் பண்ண முடியலைன்னா அவங்களை ரிஸீவ் பண்றதுல பிரச்சினை ஆயிடுமே?"

"அப்படியெல்லாம் பிரச்சினையாக வாய்ப்பில்லை. மேக்னாவை உன்னால சுலபமாய் அடையாளம் கண்டுபிடிக்க முடியும். உன்னோட போட்டோவையும் மேக்னாவுக்கு அனுப்பியிருக்கேன். நீ கையில யெல்லோ கலர் ஃபிளவர் பொக்கே ஒண்ணை வெச்சிட்டு நில்லு... போதும். உன்னைத் தேடி அவங்களே வருவாங்க. அப்பறம் ஃப்ளைட் ஆறரை மணிக்கு லேண்ட் ஆகும். மேக்னா லக்கேஜ்ஜை கலெக்ட் பண்ணிட்டு பிக்-அப் பாயிண்ட்டுக்கு வர, எப்படியும் ஒரு பதினஞ்சு நிமிஷம் ஆயிடும்."

"நோட்டட்... ஸார்."

“நாளைக்குக் காலையில ஏர்போர்ட் போய்ச் சேர்ந்ததும் எனக்கு வாட்ஸப் பண்ணு. பிக் பண்ணதுக்கப்பறம் கால் பண்ணு. ஏம் ஐ க்ளியர்?”

“எஸ் ஸார்...”

மறுமுனையில் விகாஷ் பட்டேல் செல்போனின் இணைப்பைத் துண்டித்துவிட, அட்சயாவும் தன் செல்போனை மௌனமாக்கிவிட்டு, சுற்றிலும் உட்கார்ந்து தன்னையே பார்த்துக் கொண்டிருந்த ஆதித் சர்மா, சமுத்ரா, பாஸ்கரை ஒரு மௌனப் பெருமூச்சோடு ஏறிட்டாள்.

“என்னைக்குமே எனக்குப் போன் பண்ணிப் பேசாத விகாஷ் பட்டேல் இன்னிக்கு எனக்கு நேரிடையா போன் பண்ணி ஒரு வேலையைத் தர்றார். அதுவும் கரெக்ட்டா இந்த நேரத்துல.மனசு பூராவும் ‘திக் திக்’ன்னு இருக்கு.”

பாஸ்கர் அவளுடைய தோளைத் தொட்டான்.

“அவருக்கு உன்மேல சந்தேகம் வந்திருக்கும்னு நினைச்சுப் பயப்படறியா?”

“லேசா...”

“அதுக்கு வாய்ப்பேயில்லை... இது ஒரு கோஇன்சிடெண்ட். ஜஸ்ட் காக்கா உட்கார பனம்பழம் விழுந்த கதை.”

“நானும் அப்படித்தான் நினைக்கிறேன் மிஸஸ் அட்சயா. அந்த எமிலிக்குத் தரவேண்டிய வேலையை உங்களுக்கு கொடுத்திருக்கார் அவ்வளவுதான். வீணா மனசைப் போட்டுக் குழப்பிக்க வேண்டாம்.” சொன்ன ஆதித் சர்மா குழப்ப முகத்தோடு தனக்குப் பக்கத்தில் உட்கார்ந்திருந்த மகள் சமுத்ராவைப் பார்த்தார்.

“நீ என்னம்மா... எதுவுமே பேசாம ஏதோ யோசனை பண்ணிட்டிருக்கே?”

“டாட்.... நாம இப்போ பயப்படவேண்டியது விகாஷ் பட்டேலைப் பார்த்து இல்லை.”

"அப்புறம்?"

"கனடாலிருந்து வரப் போற அந்த மேக்னாவைப் பார்த்துதான்."

"நீ என்னம்மா சொல்றே?"

"டாட்! விகாஷ் பட்டேல் போன்ல பேசும் போது அட்சயாகிட்டே மேக்னாவைப் பத்தி என்ன சொன்னார்ங்கிறதை நீங்க கவனிச்சீங்களா?"

"ம்... கவனிச்சேன். ஏ.ஐ ரோபோட்டிக் சம்பந்தப்பட்ட படிப்புல அந்த மேக்னா பெரிய ஆள்னு சொன்னார்."

"கரெக்ட் டாட்! நான் இப்போ உங்களுக்கு ஒரு விஷயம் சொன்னா ஆச்சர்யமாய் இருக்கும். இன்னைக்கு சூழ்நிலையில ஆர்ட்டிஃபிஷியல் இண்டலிஜென்ஸ் அறிவு படைச்ச நபர்கள் அது ஆணா இருந்தாலும்சரி, பொண்ணா இருந்தாலும்சரி, அவங்க ஆபத்தானவங்க...! அவங்ககிட்டே ரொம்பவும் ஜாக்கிரதையாய் இருக்கணும்."

"என்னம்மா... ஒரேடியாய் பயமுறுத்தறே...?"

"இல்லை டாட். இது ஒரு எச்சரிக்கை."

அட்சயா குறுக்கிட்டுக் கேட்டாள்.

"அவங்களால எது மாதிரியான பிரச்சினை வரும்ன்னு சொல்ல முடியுமா?"

"அவங்க நம்மகிட்டே இயல்பா பேசற மாதிரி இருக்கும். கேட்கிற கேள்விகள் எல்லாம் சாதாரணமாய் இருக்கும். அந்தக் கேள்விகளுக்கு நாம சொல்லக்கூடிய பதில்களை வெச்சே நாம எப்படிப்பட்டவங்கங்கிற உண்மை அவங்களுக்குத் தெரிஞ்சிடும்..."

அட்சயா சின்னதாய் புன்னகைத்துவிட்டு சொன்னாள்.

"அந்த மேக்னாவை நான் எப்படி ஹேண்டில் பண்ணனுமோ அப்படி பண்ணிக்கிறேன். யாரும் கவலைப்படாதீங்க. அவ எதுக்காக எங்க கம்பெனிக்கு வர்றா... என்ன பண்ணப்

போறாங்கிறதை இந்த வாரத்துக்குள்ளே நான் கண்டுபிடிச்சுச் சொல்றேன்...”

“ஆல் த பெஸ்ட் அட்சயா !” என்று சொன்ன ஆதித் சர்மா, எழுந்து நின்று அட்சயாவின் கையைப் பற்றிக் குலுக்கினார்.

மீனம்பாக்கம் ஏர்போர்ட்.

மறுநாள் காலை சரியாய் ஆறுமணி.

சூரியன் இன்னமும் எட்டிப் பார்க்காத கிழக்குத் திசையில் சிவப்புக் கீறல்கள் மட்டும் தெரிய, ஏர்போர்ட்டின் பிக்அப் பாயிண்டில் மஞ்சள் ரோஜாக்கள் சிரித்த பெரிய பொக்கே ஒன்றை மார்போடு அணைத்தபடி காத்திருந்தாள் அட்சயா.

அந்த அதிகாலை வேளையில் நூற்றுக்கணக்கான பேர் ப்ளக் கார்டு அட்டைகளைக் காட்டியபடி ஸ்டீல் பேரிகார்டுக்குப் பின்னால், வரிசையாய் நின்று, லௌஞ்சிலிருந்து வெளியே வந்து கொண்டிருக்கும் பயணிகளை நோக்கிக் கை அசைத்துக் கொண்டிருக்க... விமான நிலைய வெளிப்புறம் காரிடர் ஓரமாய், வெளிச்சம் நிரம்பிய காஃபி ஸ்டால்களுக்கு முன்பாய் நின்றபடி சிலர் அட்டை டம்ளர்களில் நிரம்பியிருந்த சூடான காப்பியை வெகு ஜாக்கிரதையாக உறிஞ்சி உள்ளே அனுப்பிக் கொண்டிருந்தார்கள்.

அட்சயா என்னதான் இயல்பாய் இருக்க முயன்றாலும் அவளையும் மீறி இதயம் வேகமாய் துடிப்பதை அவளால் உணரமுடிந்தது.

‘இந்தக் கூட்டத்தில் மேக்னாவை அடையாளம் கண்டுபிடித்துவிட முடியுமா?’

மறுபடியும் அவளை ஒருதடவை நன்றாக அடையாளம் பார்த்துக் கொள்வதற்காக தன்னுடைய செல்போனை எடுத்து

வாட்ஸ்அப்க்குச் சென்று விகாஷ் பட்டேல் அனுப்பியிருந்த மேக்னாவின் போட்டோவைப் பார்த்தாள்.

அந்த வெள்ளைத்தோல் தேவதை மேக்னா ஒரு புல்வெளியில் நின்று காமிராவுக்கு போஸ் கொடுத்திருந்தாள். நல்ல உயரம், பொன்னிற முகம், பச்சையும் நீலமும் சரிவிகிதத்தில் கலந்த கண்கள், அழகான நாசி, மெலிதான பீட்ரூட் நிற காது மடல்கள்.

'அநியாயத்துக்கு அழகாக இருக்கிறாள்... சுலபமாய் அவளை அடையாளம் கண்டுபிடித்துவிடலாம்.'

மனசுக்குள் பரவிய நிம்மதியோடு, அட்சயா, மேக்னாவின் போட்டோவைப் பார்த்துக் கொண்டிருக்கும்போதே, போட்டோவில் இருந்த மேக்னாவின் உருவம் அசைந்தது. அந்தப் புல்வெளியில் மெதுவாய் நடக்க ஆரம்பித்த மேக்னா சில அடிகள் நடந்தபின் புன்னகையோடு திரும்பிப் பார்த்து "குட் மார்னிங் அட்சயா..." என்றாள்.

9

அட்சயா தன் உடம்பின் எல்லாப் பாகங்களிலும் அதிர்ந்து போனவளாய், செல்போனின் வாட்ஸ்அப்பில் தெரிந்த மேக்னாவையே பார்த்துக் கொண்டிருக்க, அவள் புன்னகை ததும்பும் முகத்தோடு பேச ஆரம்பித்தாள்.

"என்ன அட்சயா... நான் குட்மார்னிங் சொன்னேன். ஒரு கர்ட்டஸிக்காவது நீங்க குட்மார்னிங் சொல்லணுமா... வேண்டாமா?"

அட்சயா திகைப்பை ஜீரணித்துக் கொண்டு, "ஸாரி! வெரி குட்மார்னிங்... நான் இதை எதிர்பார்க்கலை."

"எதை...?"

"வாட்ஸ்அப்பில் இருக்குற உங்க போட்டோ இப்படி திடீர்ன்னு வீடியோ-ஆடியோ மோடுக்குப் போய் பேசும்ன்னு."

மேக்னா சிரித்துவிட்டு சொன்னாள். "இது ஒருவகையான ஆர்ட்டிஃபிஷியல் இண்டலிஜென்ஸ் மாயாஜாலம். அடுத்த ரெண்டு மூணு வருஷத்துக்குள்ளே எல்லாருடைய போன்லையும் இது மாதிரியான ஏ.ஐ ஆப் வந்திடும். இப்போதைக்கு என்னோட போன்ல மட்டும் இந்த ஆப் இருக்கு... இதை உபயோகப்படுத்தி யார் போன்ல என்னோட போட்டோ இமேஜ் இருந்தாலும் சரி, அந்தப் போட்டோவை லைவ் டெலிகாஸ்ட்டுக்குக் கொண்டு வந்து அதை ஒரு ஆடியோ-வீடியோவா மாத்த முடியும்... அதுல நான் எதைப்பத்தி வேணும்ன்னாலும் லைவ்வா பேச முடியும்."

“பிரமிப்பாயிருக்கு...”

மறுமுனையில் மேக்னா தன்னுடைய முகத்தை வெகு க்ளோஸப்பில் காட்டிச் சிரித்தாள்.

“ஏ.ஜல இது ஒரு கடுகு மாதிரியான மேட்டர். இந்தச் சின்ன விஷயத்துக்கே இப்படி ஆச்சரியப்பட்டா எப்படி...? போகப் போகத்தான் இதனோட பிரம்மாண்டம் தெரியும். இட்ஸ் ஓ.கே அட்சயா... இப்ப மணி 6.10. இன்னும் ஒரு இருபது நிமிஷத்துக்குள்ளே ஃப்ளைட் லேண்டாயிடும். நீங்க பிக்-அப் பாயிண்ட்லயே இருங்க... நான் பேக்கேஜை கலெக்ட் பண்ணிட்டு வந்துடறேன்.”

“ஓ.கே மேடம்...”

மேக்னா சிரித்தாள், “நீங்க... என்னை மேடம்ன்னு சொல்லாதீங்க. எனக்கும் உங்க வயசுதான். மேக்னான்னு பேர் சொல்லியே கூப்பிடலாம். அதுதான் எனக்கும் பிடிக்கும்.”

வரவழைத்துக்கொண்ட புன்னகையோடு அட்சயா ‘சரி’ என்கிற பாவனையில் தலையை ஆட்டிக் கொண்டிருக்கும்போதே, மேக்னாவின் வீடியோ காட்சி மறைந்து, பழையபடி போட்டோவாக மாறியது.

அட்சயாவுக்கு அந்தக் குளிரான காலை வேளையிலும் அவளுடைய அழகான நெற்றிப் பிரதேசத்தில் வியர்வைத் துளிகள் அரும்பி, இரு புருவங்களின் மேல் சரங்களாய் கோர்த்து மின்னியது. விமான நிலையத்தின் பிக்-அப் பாயிண்டில் இப்போது பயணிகளை வரவேற்பவர்களின் கூட்டம் அலைமோதிக் கொண்டிருக்க, எதிர்ச் சுவரில் பொருத்தப்பட்டிருந்த டிஜிட்டல் கடிகாரம் நேரம் 6.12 என்று காட்டிவிட்டு, பக்கத்துக் கட்டத்தில் விநாடிகளை எண்ணிக் கொண்டிருந்தது.

கனடா விமானம் தரையிறங்கி, மேக்னா பேக்கேஜ்களோடு வெளியே வர எப்படியும், நாற்பது நிமிடம் ஆகிவிடும் என்பதால், எங்கேயாவது உட்கார இடம் கிடைக்குமா என்று பார்வையைத் துரத்தினாள்.

சற்றுத் தொலைவில் ப்ரீ பெய்ட் டாக்ஸி ஸ்டாண்ட்க்கு முன்பாய் சில ஸ்டீல் ஒயர் மெஷ் நாற்காலிகள் காலியாய் தெரிய, அட்சயா அதை நோக்கி நடந்தாள். நடக்க நடக்கவே அவளுடைய செல்போன், கைப்பைக்குள் இருந்து வைப்ரேஷனில் உறுமியது. பொக்கேவை ஒரு கையில் பிடித்துக் கொண்டு, இன்னொரு கையில் செல்போனை எடுத்து 'அழைப்பது யார்' என்று பார்த்தாள். டிஸ்ப்ளேயில் கணவன் பாஸ்கர் பெயர் மெதுவாய் ஊர்ந்து கொண்டிருந்தது. ஓரமாய் ஒதுங்கி நின்று காதுக்கு ஹேண்ட்செட்டை ஒற்றி மெதுவாய் குரல் கொடுத்தாள்.

"சொல்லுங்க..!"

"என்ன அட்சயா... ஏர்போர்ட் போய்ச் சேர்ந்ததுமே போன் பண்ணுவேன்னு காத்திட்டிருக்கேன். நீ போன் பண்ணவே இல்லையே... ஏதாவது பிரச்சினையா?"

"ஒரு பிரச்சினையும் இல்லை. ஒரே டென்ஷனா இருந்தது."

"எதுக்கு டென்ஷன்?"

"அந்த மேக்னா என்கிட்ட பேசினா..."

"என்னது பேசினாளா... ஃப்ளைட் அதுக்குள்ளே லேண்ட் ஆயிடுச்சா...?"

"இல்லை..."

"அப்புறம் எப்படி மேக்னா உன்கிட்ட பேசினா?"

"எப்படின்னு வீட்டுக்கு வந்து சொல்றேன்... இங்கே ஏகப்பட்ட கூட்டம். யாரோ கட்சித் தலைவர் வர்றாரு போலிருக்கு. ஒரே சத்தமாயிருக்கு..."

"சரி... சரி... டேக் கேர்! ஏதாவது பிரச்சனைன்னா எனக்கு போன் பண்ணு. அந்த விகாஷ் பட்டேல் உன்கிட்ட ஏதாவது பேசினாரா?"

"இல்லை... மெசேஜ் மட்டும் பண்ணேன். மேக்னாவை ரிஸீவ் பண்ணின பின்னாடி நான்தான் அவருக்குப் போன் பண்ணனும்."

"சரி... போனை கட் பண்றேன்..." பாஸ்கர் மறுமுனையில் செல்போனை அணைத்துவிட, அட்சயா தன்னுடைய போனை அணைத்து கைப்பைக்குள் போட்டுக் கொண்டு ப்ரீபெய்ட் டாக்ஸி ஸ்டாண்ட்டை நெருங்கி, அங்கே இருந்த நாற்காலிகளில் ஒன்றை ஆக்கிரமித்தாள்.

விநாடிகள் கரைந்து நிமிஷங்கள் உருவாகி நேரம் 6.30-ஐத் தொட்டது. அட்சயா காத்திருக்கப் பொறுமையில்லாமல் எழுந்து ஏர்போர்ட் இன்ஃபர்மேஷன் டெஸ்க்கை நெருங்கி, அங்கே நீலநிற சீருடையில் இருந்த நபரைப் பார்த்து "எக்ஸ்க்யூஸ் மீ" என்றாள்.

அவர் புன்னகையுடன் "உங்களுக்கு என்ன தகவல் வேண்டும்?" கேட்டார்.

அட்சயா ஆங்கிலத்தில் கேட்டாள். "கனடா ஒட்டாவா டூ சென்னை விமானம் லேண்ட் ஆகிவிட்டதா இல்லையா என்பதைச் சொல்லமுடியுமா?"

"ஏர் கனடா ஃப்ளைட்தானே...?"

"ஆமாம்..."

"அந்த விமானம் ஆறு மணிக்கே லேண்ட் ஆகிவிட்டதே...? நீங்கள் அரைவல் போர்டை பார்க்கவில்லையா?"

அட்சயாவின் கண்களில் திகைப்பு தெறித்தது.

"என்ன சொல்கிறீர்கள்... அந்த ஃப்ளைட்டின் லேண்டிங் டைம் ஆறுமணி முப்பது நிமிடம்தானே?"

அவர் தன்னுடைய புன்னகையை பெரிதாக்கியபடி தலையாட்டினார்.

"நோ... நோ... உங்களுக்கு யாரோ தவறாக சொல்லியிருக்கிறார்கள். அந்த ஒட்டாவா-சென்னை விமானம் தரையிறங்கி அரைமணி நேரம் ஆகிறது."

"அந்த விமானத்தில் வந்த பயணிகள் எல்லோரும் விமான நிலையத்தை விட்டு வெளியே வந்துவிட்டார்களா?"

"அந்த விமானத்திற்கான பேக்கேஜ் கன்வேயர் பெல்ட் பாய்ண்ட்டில் இப்போது யாருமில்லை. பயணிகள் எல்லோரும் போய்விட்டார்கள். ஏன் உங்களுக்குத் தெரிந்தவர்கள் யாராவது அந்த விமானத்தில் வந்தார்களா?"

"ஆமாம்..."

"ஆணா... பெண்ணா?"

"பெண்."

"பெயர் என்ன?"

"மேக்னா."

"அந்த மேக்னா ஏர்போர்ட் லௌன்ஞ்சில் இன்னமும் இருக்க வாய்ப்பு இருக்கிறது. போன் செய்து பாருங்கள்."

"ஸாரி நெம்பர் தெரியாது..."

"தெரிந்தவர் என்று சொல்கிறீர்கள். போன் நெம்பர் தெரிந்து வைத்திருக்க வேண்டாமா?" அவர் கேலியான குரலில் கேட்டுவிட்டு, ஒரு நமட்டுச் சிரிப்பை உதிர்க்க, அவமானத்துடன் எரிச்சலும் கோபமுமாய் சேர்ந்துக் கொள்ள அங்கிருந்து சட்டென்று நகர்ந்து போய் கூட்டம் இல்லாத இடத்தில் நின்றுகொண்டு செல்போனை எடுத்து விகாஷ் பட்டேலைத் தொடர்பு கொண்டாள் அட்சயா.

"குட் மார்னிங் ஸார்..."

"வெரி குட்மார்னிங்... அட்சயா! ஏர்போர்ட்டிலிருந்துதான் பேசறியா?"

"ஆமா... ஸார்!"

"சொல்லு..."

"மேக்னாவோட ஃப்ளைட் ஆறரை மணிக்குத்தான் லேண்ட் ஆகும்ன்னு சொன்னீங்க... ஆனா..."

அட்சயா பேசப் பேச விகாஷ் பட்டேல் இடைமறித்துப் பேசினார். "அட்சயா... நீ என்ன சொல்லப் போறேன்னு எனக்குத் தெரியும். ஆனா போன்ல எதுவும் பேச வேண்டாம்..."

“ஸார்... அ...அ...அந்த மேக்னா?”

“போன்ல எதுவும் பேசாதேன்னு சொல்லிட்டேன். நீ உடனே ஏர்போர்ட்டிலிருந்து புறப்பட்டு ஆபீஸுக்கு வா...”

“ஸா...ஸ...ஸார் எனக்கு ஒண்ணும் புரியலை... இங்கே என்ன ஸார் நடக்குது..?” அட்சயா பதட்டமாய் கேட்டுக் கொண்டிருக்கும்போதே மறுமுனையில் விகாஷ் பட்டேல் செல்போன் இணைப்பைத் துண்டித்தார்.

அட்சயா விமான நிலையத்திலிருந்து புறப்பட்டு அலுவலகம் போய்ச் சேர்ந்தபோது நேரம் 7.45.

ஐ.டி கம்பெனியின் நுழைவாயிலில் தன்னுடைய பயோமெட்ரிக் வெரிஃபிகேஷனை முடித்துக்கொண்டு கான்ஃப்ரன்ஸ் ஹாலை ஒட்டியிருந்த க்ரானைட் கற்கள் பதித்த காரிடாரில் நடந்து அந்த லிஃப்ட்டை நெருங்கினாள்.

அலுவலக நேரம் ஆரம்பிப்பது ஒன்பது மணிக்கு மேல் என்பதால், கட்டிடத்தின் எல்லாப் பக்கங்களிலும் நிசப்தம் உறைந்து போயிருந்தது.

தடதடக்கும் இதயத்தோடு அட்சயா லிஃப்ட்டில் பயணித்து நான்காவது மாடியில் இருந்த, விகாஷ் பட்டேலின் அறைக் கதவுக்கு முன்பாய் நின்று, உள்ளே போவதற்காக சுவரின் இடது பக்கம் இருந்த பட்டனை அழுத்தினாள்.

கதவின் நெற்றியில் பொருத்தப்பட்டிருந்த அந்த சிறிய டிஜிடல் போர்டு உள்ளே வரலாம் என்பதற்கு அடையாளமாய் பச்சை விளக்கை ஒளிர வைக்க அட்சயா கதவைத் தள்ளிக் கொண்டு நுழைந்தாள்.

உள்ளே வெங்கடாத்ரியும் விகாஷ் பட்டேலும், பரந்த சதுரமான கண்ணாடி மேஜைக்குப் பின்னால் உட்கார்ந்திருந்தார்கள். இருவரின் கைகளிலும் இருந்த பீங்கான் கோப்பைகளில் காப்பி மூச்சு விட்டுக் கொண்டிருக்க, எதிரில் இருந்த கம்ப்யூட்டர் திரை வெளிச்சமாய் தெரிந்தது. அட்சயா முன்னால் போய் நின்று “குட்மார்னிங் ஸார்!” என்றாள்.

வெங்கடாத்ரி, காப்பியை ஒரு வாய் உறிஞ்சியபடி எதிரில் இருந்த நாற்காலியைக் காட்டினார்.

"உட்கார்ம்மா..."

தயக்கமாய் உட்கார்ந்தாள். சில வினாடிகள் அமைதிக்குப் பிறகு விகாஷ் பட்டேல் மெல்ல பேச்சை ஆரம்பித்தார்.

"இப்போ உன்னோட மனசுக்குள்ளே ஒரு கேள்வி இருக்கும். மேக்னா விஷயத்தில் நான் எதுக்காக ஃப்ளைட் லேண்டிங் நேரத்தை மாத்திச் சொல்லணும்... அதுதானே?"

"ஆமா ஸார்..."

"அட்சயா... நம்ம கம்பெனியிலேயே சேர்மனுக்கும், எனக்கும் உன்மேல மட்டும்தான் கூடுதலான நம்பிக்கை. அதனாலதான் மேக்னா விஷயத்தில் உன்னை செலக்ட் பண்ணி ஏர்போர்ட்டுக்கு அனுப்பி ரிஸீவ் பண்ற மாதிரி ஒரு நாடகத்தை நடத்தினோம்."

"நாடகமா?"

"எஸ்... நேத்து ராத்திரி பத்தரை மணி ஃப்ளைட்டிலேயே மேக்னா சென்னை வந்து சேர்ந்தாச்சு. காஞ்சிபுரத்துக்கு பக்கத்தில் இருக்கிற ஒரு ரிசார்ட்டில் பாதுகாப்பாய் தங்க வெச்சுட்டோம்."

"எதுக்காக ஸார் இப்படியெல்லாம்?"

"காரணம் இல்லாம செய்வோமா...? நம்ம கம்பெனியை உளவு பார்க்க வெளியே சில சதிகள் நடக்கிறதா கேள்விப்பட்டோம். அது உண்மையா பொய்யான்னு தெரிஞ்சுக்கிறதுக்காக நடத்தப்பட்ட முதல் சோதனைதான் இது..."

அட்சயாவின் இமைகளும் இதயமும் ஒரு கணம் ஒரு சேரத் துடிக்க மறந்தன.

10

அட்சயாவின் இதயம் ஒரு சில விநாடிகள் ஸ்தம்பித்து பிறகு, இயல்பான நிலைமைக்கு மெதுவாய் மீண்டது. தன்னுடைய முகத்தில் சிறிதளவும் சலனத்தைக் காட்டாமல் விகாஷ் பட்டேலை ஏறிட்டபடி நிதானமான குரலில் பேசினாள்.

“ஸார்... நம்ம கம்பெனி ஒரு எஸ்டாஃபிளிஷ்ட் அண்ட் ரெப்யூட்டட் கம்பெனி. நம்மள உளவு பார்க்கிற அளவுக்கு சட்டவிரோதமான செயல்பாடுகள் எதுவும் நடக்கற மாதிரி எனக்குத் தெரியலையே?”

விகாஷ்பட்டேல் தன்னுடைய உதட்டின் ஓரம் ஒரு புன்னகையை நெளியவிட்டபடி சொன்னார்.

“அட்சயா...! வெளியே இருந்து உளவு பார்க்க நம்ம கம்பெனியில சட்ட விரோதமான செயல்கள்தான் நடக்கணும்ங்கிற விதி ஏதாவது இருக்கா என்ன...? மக்களோட ஆரோக்கியத்தை மேம்படுத்தற நல்ல செயல்பாடுகளாக கூட இருக்கலாமே... அதை அவங்க உளவு பார்க்க வாய்ப்பு இருக்கே...”

“ஸார்... நீங்க என்ன சொல்ல வர்றீங்கன்னு எனக்குப் புரியலை.”

“புரியும்படியாவே சொல்றேன். நம்ம கம்பெனி கடந்த வருஷம் வரைக்கும் லேப்டாப், பர்சனல் கம்ப்யூட்டர், மைக்ரோ கம்ப்யூட்டர் மாதிரியான ஹைடெக் உபகரணங்களை

மட்டும் தயார் பண்ணி, இகாமர்ஸ் தளங்கள் மூலமா விற்பனை பண்ணிட்டு வந்தது. ஆனா, சீனாவோட அடாவடி ஆதிக்கம் காரணமா நம்ம பிசினஸ் ரெவின்யூ அண்ட் பிராஃபிட் கிராப்ல ஒரு சின்ன சறுக்கல். இந்தச் சறுக்கலை நாம உடனடியாய் சரி பண்ணாத பட்சத்தில், அது ஒரு பிசினஸ் ரிஸ்க்கா மாற அதிக வாய்ப்பிருக்குன்னு கம்பெனி போர்ட் ஆஃப் டைரக்டர்ஸ் சொல்லிட்டாங்க. அதனால, இனிமேல ஆர்ட்டிஃபிஷியல் இண்டலிஜென்ஸ் உதவியோட ரோபாட்டிக்ஸ் தொழில்நுட்பத்தையும் வெச்சு மனித உடலின் ஆரோக்கியத்துக்குத் தேவையான உபகரணங்களை நாம தயாரிக்கப் போறோம். அதுக்கான முன்னேற்பாடுகள் எல்லாமே ரகசியமான முறையில் செய்யப்பட்டு, டெமான்ஸ்ட்ரேஷன் ஸ்டேஜுக்கு வந்துட்டோம். நாம இப்படி ஒரு முயற்சியில ஈடுபட்டிருக்கிற விஷயத்தை, எப்படியோ தெரிஞ்சுகிட்ட, நமக்கு எதிரான போட்டி கம்பெனிகள், வேற வேற ரூபத்துல நம்மள உளவு பார்க்கற வேலையைத் தொடங்கியிருக்காங்க. நம்ம கம்பெனியில முக்கியமான பதவிகள்ல இருக்கிற ஒரு சில அதிகாரிங்க, அந்தப் போட்டிக் கம்பெனிகளுக்காக உதவி பண்றதாகவும் தகவல்.”

விகாஷ் பட்டேல் பேசப் பேச அட்சயாவின் இருதயம் தாறுமாறான துடிப்புக்குப் போயிற்று. உணர்ச்சிகளைக் கட்டுப்படுத்திக் கொண்டு அப்படியே அசையாமல் உட்கார்ந்திருக்க, கம்பெனியின் சேர்மன் வெங்கடாத்ரி இப்போது மெல்லிய குரலில் பேச ஆரம்பித்தார்.

“அட்சயா...! நானும் விகாஷ் பட்டேலும் உன்கிட்ட மட்டும் இவ்வளவு உரிமை எடுத்துக்கிட்டு, எல்லா விஷயங்களையும் சொல்றதுக்குக் காரணம், இத்தனை வருஷமா நீ இந்த கம்பெனிக்காக உணர்வுபூர்வமாய் உழைக்கிறதுதான். மூணு மாசத்துக்கு முன்னாடி நியூ ஃப்யூச்சர் டெக்னாலஜி சம்பந்தமாய், நீ எழுதின ஒரு ப்ராஜக்ட் ஆர்ட்டிகள் யூனிவர்ஸிடி ஆஃப் ஓலோங்கால

பரிசீலனைக்காகத் தேர்ந்தெடுக்கப்பட்டு இருக்கறதா, எங்களுக்கு போன வாரமே தகவல் வந்தது. நேத்து காலையில அது அதிகாரப்பூர்வமா என்னோட மெயிலுக்கு வந்திருக்கு. ரியலி ஐ ஃபெல்ட் வெரி ஹேப்பி.”

சற்றுப் பதற்றம் குறைந்து அட்சயாவின் உடல் முழுவதும் சந்தோஷம் ததும்பியது.

“ஸ...ஸ...ஸார்... நீங்க சொல்றது உண்மையா?”

வெங்கடாத்ரி சிரித்துக் கொண்டே தன்னுடைய லேப்டாப்பை அவள் பக்கமாய் நகர்த்தினார்.

“இதோ... என்னோட மெயிலை ஓப்பன் பண்ணித்தான் வெச்சிருக்கேன். நீயே பாரு.”

அட்சயா, வெங்கடாத்ரியின் மெயிலில் வந்திருந்த அந்தக் கடிதத்தைப் படித்துவிட்டு மகிழ்ச்சி தத்தளிக்கும் பார்வையோடு நிமிர்ந்தாள்.

“ஸார்... என்னால இதை நம்பவே முடியலை.”

“எனக்கு உன்னைப்பத்தி தெரியும் அட்சயா... திறமை யார்கிட்டே இருந்தாலும் சரி, அது ரொம்ப நாளைக்கு தூங்கிட்டு இருக்காது. சரியான நேரத்துல தன்னை வெளிப்படுத்திக்கிட்டு இந்த உலகத்தையே பிரமிக்க வைக்கும்ன்னு சொல்லுவாங்க. இப்போ உன்னோட விஷயத்திலும் அதுதான் நடந்திருக்கு. அந்த புது புராஜக்ட் சம்பந்தமா கூடிய சீக்கிரம் அமெரிக்காவுக்கும் நீ போக வேண்டியிருக்கும்.”

“ஸார்... இந்தக் கம்பெனியில நான் ஒரு சாதாரண பதவியில் இருந்தாலும், நீங்க எனக்கு முழு சுதந்திரத்தைக் கொடுத்து என்னை ஊக்கப்படுத்திக்கிட்டே இருந்தீங்க. நான் இந்த புராஜக்ட்டில் இவ்வளவு பெரிய உயரத்தைத் தொட நீங்கதான் ஸார் காரணம். இதுக்காக ஒரு நாள் பூராவும் நன்றி சொல்லிக்கிட்டே இருந்தாலும் தகும்.”

விகாஷ் பட்டேல் மெலிதாய் புன்முறுவல் பூத்தபடி அட்சயாவை ஏறிட்டார். "இந்த நன்றியுணர்வு உனக்கு உண்மையிலேயே இருந்தா நாங்க உனக்குத் தரப்போற ஒரு வேலைக்கு நீ மறுக்காமே சம்மதம் சொல்லணும்... சொல்லுவியா?"

அட்சயாவின் முகத்தில் அதுவரைக்கும் பரவியிருந்த சந்தோஷத்தின் சாயம் லேசாய் கரைந்தது.

"என்ன வேலை ஸார்?"

"அதை வேலைன்னு சொல்றதைவிட ஒரு முக்கியமான அசைன்மெண்ட்ன்னு சொல்லலாம்."

அட்சயா குழப்பமாய் விகாஷ் பட்டேலைப் பார்க்க, அவர் தொடர்ந்து பேசினார். "நம்ம கம்பெனியில இனிமேல தொடர்ந்து ஏ.ஐ சம்பந்தப்பட்ட ஆராய்ச்சிகள் நடக்கப் போறதால, சில திரைமறைவு வேலைகளைச் செய்ய வேண்டி வரலாம். நாம எவ்வளவுதான் ஜாக்கிரதையா செயல்பட்டாலும் போட்டி ஐ.டி கம்பெனிகள் சும்மா இருக்கமாட்டாங்க. நம்ம கம்பெனியை உளவு பார்க்க முயற்சிப்பாங்க. அந்த முயற்சிகளை நாம முறியடிக்கணும். இதுக்காக வெளியாட்களை நம்பி அந்தப் பொறுப்பை ஒப்படைக்க முடியாது. நீதான் அதை செஞ்சு முடிக்கணும்..."

அட்சயாவின் விழிகள் மிரட்சியில் விரிந்தன.

"என்னால அது எப்படி ஸார் முடியும்...?"

"முடியும்... உன்னோட கணவர் பாஸ்கர், உளவுத்துறையிலதானே வேலை பார்க்கிறார்...?"

"ஆமா ஸார்..."

"அவர்கிட்ட யோசனை கேளு... உளவு பார்க்கிற சக்திகளை எப்படி ஸ்மெல் பண்ணி அவங்களை வெளிச்சத்துக்குக் கொண்டு வந்து நிறுத்தலாம்ங்கிற யுக்தி அவருக்கு நல்லாவே தெரிஞ்சிருக்கும்."

அட்சயா தன் அடிவயிற்றில் கத்திக்குத்து விழுந்த மாதிரியான உணர்வில் நிமிர்ந்து உட்கார்ந்தாள்.

"ஸா...ஸார்... இது... இது?"

"கொஞ்சம் ரிஸ்க்கான விஷயம்தான். ஆனாலும் உன்னை மாதிரியான திறமைசாலிகளுக்கு சாதாரண விஷயம். நம்ம கம்பெனியில ஐநூறுக்கும் மேற்பட்டவங்க பல்வேறு டெஸிக்னேஷன்ல வேலை செய்யறாங்க. இதுல 176 பேர் பெண்கள். இத்தனைப் பேர் இருந்தாலும் நீ மட்டும்தான் நம்ம கம்பெனியோட வளர்ச்சிக்குத் தேவையான விஷயங்களை யோசிக்கிறே... அதை ஒரு ப்ராஜக்டாவும் டெவலப் பண்றே. அதனால உன்னால எதுவும் முடியும்ங்கிற நம்பிக்கை எங்களுக்கு இருக்கு."

"ஸா...ஸார்.... இந்த உளவு பார்க்கிற விஷயத்தில் எனக்கு என்ன சொல்றதுன்னே தெரியலை."

"இதோ பார் அட்சயா... இப்போதைக்கு நீ எதுவும் சொல்ல வேண்டாம். யோசனை பண்ண ரெண்டு நாள் டைம் எடுத்துக்க. உன்னை நாங்க கம்பெல் பண்ணமாட்டோம். நீ 'நோ'ன்னு சொல்லிட்டா நாங்க வேற ஒருத்தரைப் பார்த்து அந்தப் பொறுப்பை ஒப்படைக்க வேண்டியிருக்கும். அவ்வளவுதான். நவ் யூ கேன் கோ."

அட்சயா தளர்வாய் எழுந்து கொண்டாள்.

சாந்தோம் பீச் அந்த சாயந்தர வேளையில் சூரிய வெளிச்சத்தைக் கொஞ்சம் கொஞ்சமாய் சாப்பிட்டு, இருட்டை ஜீரணித்துக் கொண்டிருக்க... பாஸ்கரும், அட்சயாவும் சமுத்திரத்தைப் பார்த்தபடி நெருக்கமாய் உட்கார்ந்து பேசிக் கொண்டிருந்தார்கள்.

"இப்படியொரு சிக்கல் வரும்ன்னு நான் கொஞ்சமும் எதிர்பார்க்கலை அட்சயா. நீ ரெண்டு பக்கமும் உளவு பார்க்கிறது எவ்வளவு பெரிய ஆபத்தான விஷயம் தெரியுமா?" பாஸ்கர் பெருமூச்சொன்றை விட்டபடி

சொல்ல, மணலில் ஆட்காட்டி விரலால் கோலம் போட்டுக் கொண்டிருந்த அட்சயா நிமிர்ந்தாள்.

"என்ன பண்ணலாம் சொல்லுங்க?"

"என்னோட மனசுல இருக்கிறதைச் சொல்லட்டுமா?"

"தாராளமா..."

"உனக்கு இந்த உளவு பார்க்கிற விவகாரமே வேண்டாம். நாளைக்குக் காலையில நான் ஆபீஸுக்குப் போனதும் முதல் வேலையா ஆதித் சர்மாவைப் பார்த்துச் சொல்லிடறேன். அதேமாதிரி நீயும் உன்னோட கம்பெனி சேர்மன் வெங்கடாத்ரியைப் பார்த்து ஸ்பை அசைன்மெண்ட் வேண்டாம்ன்னு சொல்லிரு."

"என்ன பேசறீங்க? இனிமே அப்படிச் சொல்ல முடியாது."

"ஏன் முடியாது?"

"ஆதித் சர்மாவுக்கு வாக்குக் கொடுத்துட்டோம். உங்களுக்கு ஜாய்ண்ட் அடிஷனல் டைரக்டர் போஸ்ட்டுக்கு, அவர் சிபாரிசு பண்ணி, அதுக்கான கன்ஃபர்மேஷன் லெட்டரும் டெல்லியிலிருந்து வந்தாச்சு. இனிமே இதிலிருந்து நாம பின்வாங்கினா நமக்குத்தான் அசிங்கங்க! அதுக்கப்புறம் நீங்களும் சரி, நானும் சரி, ஆபீஸ்ல நிம்மதியா வேலை பார்க்க முடியாது."

"நீ சொல்றது சரிதான் அட்சயா. இருந்தாலும் இரண்டு பக்கமும் உளவு பார்க்கறது சாதாரண விஷயமில்லையே... கொஞ்சம் கவனக் குறைவா செயல்பட்டாலும் மாட்டிக்க வேண்டி வரலாம். எந்த நேரத்துல யார் எப்படி மாறுவாங்கனு தெரியாது. ஏன்னா... இது ஒரு நன்றி கெட்ட வேலை. பிரச்சனைன்னா கையைக் கழுவிட்டு போய்ட்டே இருப்பாங்க."

"உயிருக்கு ஆபத்து வரலாம்ன்னு சொல்ல வர்றீங்க?"

"அதேதான்...!"

“கவனக்குறைவா செயல்பட்டாதானே அந்தப் பிரச்சினையெல்லாம்?”

“அப்படீன்னா ரெண்டு பக்கமும் உளவு பார்க்க முடியும்ங்கிற நம்பிக்கை உனக்கு இருக்கு?”

“ஆமா... எனக்கு அது ஒரு விதத்துல நல்லது பண்ணும்னு நினைக்கிறேன்.”

“அட்சயா... அவசரப்படாதே...! நீ இப்போ கன்சீவ்டா வேற இருக்கே....?”

“நான் கன்சீவ்டா இருக்கிறதுக்கும், பார்க்கப் போற இந்த வேலைக்கும் என்னங்க சம்பந்தம்...? நாளைக்கு ஆபீஸ் போனதும் வெங்கடாத்ரியையும், விகாஷ் பட்டேலையும் பார்த்து ‘ஓ.கே’ சொல்லிடப் போறேன். இனிமே நீங்க என்னை டிஸ்கரேஜ் பண்ற மாதிரி பேச வேண்டாம். கிளம்புங்க வீட்டுக்குப் போலாம்...”

அட்சயா சொல்லிக் கொண்டே எழ முயன்ற விநாடி அந்தச் சிறுவன் வேக வேகமாய் அவர்களுக்கு முன்பாய் வந்து நின்றான். தோளில் ஒரு பை. கையில் பித்தளைப் பாத்திரத் தூக்கு.

“அக்கா...! சுண்டல், பட்டாணி...”

“ஒண்ணும் வேண்டாம்.”

“சூடா இருக்கு அக்கா...”

“எப்படியிருந்தாலும் வேண்டாம்.”

“அப்படீன்னா இதையாவது வாங்கிக்கீங்க அக்கா” சொன்ன அந்தச் சிறுவன் தன்னுடைய அரை ட்ராயரின் பாக்கெட்டில் கையை விட்டு கசங்கிய ஒரு காகித உருண்டையை எடுத்துக் கொடுத்தான்.

“என்ன இது...?”

“பிரிச்சுப் பாருங்கக்கா... தெரியும்.”

அட்சயா திகைப்பும் குழப்பமும் மண்டிய முகத்தோடு அந்தக் காகித உருண்டையை வாங்கினாள். மெல்லப் பிரித்தாள். காகிதக் கசங்கலை நீவி சரிப்படுத்த... அது ஒரு வெள்ளைத்தாளாய் மாறியது.

தாளில் மங்கலான தமிழ் எழுத்துக்கள்.

“ஏதோ லெட்டர் மாதிரி தெரியுது. இதை உனக்குக் கொடுத்தது யாரு... தம்பி?” அட்சயா கேட்டுக்கொண்டே நிமிர்ந்தாள்.

சிறுவன் நின்றிருந்த இடம் வெறுமையாய் இருந்தது.

பாஸ்கரும் அட்சயாவும் திடுக்கிட்டுப் போய் சுற்றும் முற்றும் பார்த்தார்கள். இருள் கவிழ்ந்து கொண்டிருந்த கடற்கரையின் எந்தத் திசையிலும் அவன் தட்டுப்படவில்லை.

11

வெங்கடாத்ரி, தனக்கு முன்பாய் பதட்டத்தோடு உட்கார்ந்து பேசிக் கொண்டிருந்த அட்சயாவைத் திகைப்போடு பார்த்தார்.

"நீ என்னம்மா சொல்ற... பீச்ல சுண்டல் விக்கிற பையன் உன் கையில ஒரு கசங்கின காகிதத்தைக் கொடுத்துட்டு கண்ணிமைக்கிற நேரத்துல மறைஞ்சிட்டானா?"

"ஆமா ஸார்..."

"அது எப்படி சாத்தியம்? அந்தப் பையன் உனக்கும் உன்னோட கணவர்க்கு முன்னாடியும்தானே நின்னுட்டிருந்தான்...? அவ்வளவு சீக்கிரத்துல அவன் எப்படி உங்க ரெண்டு பேரோட பார்வையிலிருந்தும் மறைஞ்சு போயிருக்க முடியும்?"

"அதுதான் ஸார்... எங்களுக்கு ஆச்சர்யம். அவன் கொடுத்த அந்தக் கசங்கின காகிதத்தைப் பிரிச்சு, உள்ளே என்ன இருக்குன்னு பார்த்தோம். அது ஒரு கசங்குன ஏ ஃபோர் ஒயிட் சீட். அந்தச் சீட்ல எழுதப்பட்டிருந்த எழுத்துக்கள் ரொம்ப மங்கலா இருந்தது. அது என்னன்னு தெரிஞ்சுக்கிறதுக்காக உத்துப் பார்த்துட்டிருந்தோம். ஏன்னா அந்த சமயத்தில பீச் கிட்டத்தட்ட இருட்டுல இருந்தது. அந்த இருட்டைப் பயன்படுத்திக்கிட்டுதான் அவன் எங்களோட பார்வையிலிருந்து தப்பிச்சுட்டான். அப்படியும் ஒரு அரை மணி நேரம், நானும் அவரும் பீச்ல ஆளுக்கொரு

பக்கமாய்ப் போய் தேடிப் பார்த்தோம். பார்வைக்கு அவன் தட்டுப்படவேயில்லை... யாரோ திட்டம் போட்டுக் கொடுத்துதான் இவன் வந்திருக்கான் ஸார்...”

“சரி, அந்தக் கசங்கின பேப்பர்ல அப்படி என்ன எழுதியிருந்தது?”

“ நீங்களும் அதைப் படிச்சு பாருங்க ஸார்.”

அட்சயா தன் கையில் வைத்திருந்த அந்தத் தாளை வெங்கடாத்ரியிடம் நீட்ட, அவர் அதை வாங்கிப் பார்த்தார்.

பால்பாய்ண்ட் பேனாவால் எழுதப்பட்ட எழுத்துக்கள் கோணல் மாணலாகத் தெரிய, வாய்விட்டுப் படித்தார்.

‘மெதுவாக வரும் அலைகளை நம்பி

கடலில் கால் வைக்காதே!

பெரிய அலை வரும்போது

காணாமல் போய்விடுவாய்.

கடலில் கப்பலாய் இருப்பதை விட

குளத்தில் மரக்கட்டையாய் மிதப்பது உத்தமம்’

வெங்கடாத்ரி படிப்பதை நிறுத்திவிட்டு லேசாய் கலவரப் பார்வையோடு அட்சயாவை ஏறிட்டார்.

“வார்னிங் வேர்ட்ஸ் மாதிரித் தெரியுதே?”

“அதேதான்... ஸார். இன்னும் அதுல சில வாக்கியங்கள் இருக்கு. படிங்க ஸார்...”

அவர் மறுபடியும் தன்னுடைய பார்வையை அந்தக் காகிதத்துக்குக் கொண்டு போனார். வாக்கியங்கள் பார்வைக்குக் கிடைத்தன..

‘அவரவர் வேலைகளில்

கவனம் செலுத்தினால்

புதுப்புது சாதனைகள் புரியலாம்.

அடுத்தவர் வேலைகளில்

கவனம் செலுத்தினால்

புதுப்புது வேதனைகள் அடையலாம்’

வெங்கடாத்ரியின் முகம் வெகுவாய் மாறிப் போயிருந்தது. குரலில் கவலை பிசிறடிக்கப் பேசினார்.

“அட்சயா... நீ நம்ம கம்பெனிக்கு வேவு பார்க்கப் போற விஷயம் யாருக்கோ தெரிஞ்சிருக்கு. அது அவங்களுக்குப் பிடிக்கலை. உன்ன பயமுறுத்தத்தான் இந்த லெட்டர்...”

“எனக்கும் அது புரியுது ஸார்.”

“சரி இப்ப நீ என்னம்மா நினைக்கிறே? இந்த லெட்டரை ஒரு பொருட்டாய் எடுத்துக்கலாமா... வேண்டாமா?”

“வீ கேன் ஜஸ்ட் இக்னோர் திஸ் ஒன் ஸார்.”

“நோ... நோ... அப்படி அலட்சியமா நினைக்காதேம்மா. கொஞ்சம் யோசனை பண்ண வேண்டிய விஷயம் இது.”

“ஸார்... என்னோட கணவர்கிட்ட நான் இதைப்பத்தி நிறைய பேசிட்டேன். அவரும் இந்த சம்பவத்தை ஒரு பெரிய விஷயமாய் எடுத்துக்கலை. ‘உன்னோட கம்பெனி நன்மைக்காக நீ உளவு பார்க்கிறது தப்பில்லை’ன்னு சொல்லிட்டார். நேத்து பீச்ல நடந்த விஷயத்தை உங்ககிட்ட மறைக்கக் கூடாதுங்கிற ஒரே ஒரு காரணத்துக்காகத்தான் இப்ப எல்லாத்தையும் சொல்லிட்டிருக்கேன்”

அட்சயாவும் வெங்கடாத்ரியும் பேசிக் கொண்டிருக்கும் போதே, அந்த அறையின் மூலையில் இருந்த ஒரு சிறிய கதவு திறக்கப்பட்டு, உள்ளேயிருந்து விகாஷ் பட்டேல் கைகளை மெதுவாய்த் தட்டியபடி, சிரித்துக் கொண்டே வெளிப்பட்டார்.

“கங்க்ராட்ஸ் அட்சயா...”

அந்த நேரத்தில் அவரைச் சற்றும் எதிர்பார்க்காத அட்சயா திடுக்கிட்டு. பிறகு சுதாரித்துக் கொண்டு கேட்டாள்.

“எதுக்கு ஸார் கங்க்ராட்ஸ்?”

"நான் இவ்வளவு நேரம் பக்கத்து ரூமுக்குள்ள இருந்து நீ பேசறதையெல்லாம் கேட்டுக்கிட்டுதான் இருந்தேன். உன்னை மாதிரியான மனோ தைரியம்மிக்க பெண் நம்ம கம்பெனியில வேலை பார்க்கிறது எங்களுக்கெல்லாம் ரொம்பப் பெருமையா இருக்கு..."

"ஸார்... நான் கிராமத்துல வளர்ந்த பொண்ணு. அப்பா அடிக்கடி வெளியூர் போயிடுவார். அம்மாவும் நானும் மட்டும்தான் வீட்ல தனியா இருப்போம். தோப்புக்கு நடுவுல வீடு. சாயந்திரம் ஆறு மணியானாலே இருட்டாயிடும். அக்கம் பக்கத்துல வீடுகளும் இருக்காது. ஆனாலும் அம்மா தைரியமாயிருப்பாங்க. அம்மாவைப் பார்த்துதான் நானும் தைரியத்தை கத்துக்கிட்டேன்."

"தட்ஸ் குட்..." என்று சொன்ன விகாஷ் பட்டேல், ஒரு நாற்காலியை இழுத்துப் போட்டுக் கொண்டு அட்சயாவின் பக்கத்தில் உட்கார்ந்தபடியே வெங்கடாத்ரியை புன்னகையோடு ஏறிட்டபடி மெல்லிய குரலில் கேட்டார்.

"என்ன... ஸார்... உண்மையைச் சொல்லிடலாமா?"

அவர் சிரித்தார்.

"நீங்களே சொல்லிடுங்க விகாஷ்."

அட்சயா குழப்பமாய் இருவரையும் மாறி மாறிப் பார்த்தாள்.

"என்ன ஸார் உண்மை?"

"சொல்றேம்மா... அதுக்கு முன்னாடி நாங்க ரெண்டு பேரும் உன்கிட்ட ஸாரி கேட்டுக்கிறோம்."

"எ...எ...எதுக்கு ஸாரி?"

"அந்த சுண்டல்காரப் பையன் கசங்கின பேப்பரைக் கொண்டு வந்து கொடுத்தானே... அவனை அனுப்பி வெச்சதே நாங்கதான்."

அட்சயாவின் பெரிய கண்கள் ஆச்சரியத்தில் மேலும் விரிந்து அகலமாயிற்று.

"ஸ...ஸார்...?"

"தப்பா நினைச்சுக்காதேம்மா... இந்த மாதிரியான ஒரு பிரச்சனை வந்தா உன்னோட ரியாக்சன் எப்படியிருக்கும்னு தெரிஞ்சுக்க நானும் ஸாரும் ஆசைப்பட்டோம். அந்த லெட்டரைப் பார்த்துட்டு நீ இந்த அசைன்மெண்ட்டை வேண்டாம்னு சொல்லலாம்ன்னு நாங்க நினைச்சோம். ஆனா நாங்க நினைச்சது தப்புன்னு நீ நிரூபிச்சுக் காட்டிட்டே."

அட்சயாவின் கண்களில் லேசாய் கோபம் தெரிந்தது.

"இது ஒரு தேவையில்லாத வேலை ஸார்... நீங்க இப்படி என்னை அண்டர்எஸ்டிமேட் பண்ணுவீங்கன்னு கொஞ்சமும் நினைக்கலை.."

"ஒன்ஸ் அகெயன் ஸாரிம்மா... உன்மேல நாங்க சந்தேகப்படலை. ஒரு மிரட்டல் கடிதம் வந்தா, பொதுவா சில பேர் பயந்து ஸ்பை அசைன்மெண்ட்டிலிருந்து விலகிடுவாங்க. ஆனா, நீ அந்த லெட்டரை இக்னோர் பண்ணிட்டதா சொன்னப்ப நாங்க ரொம்பவுமே சந்தோஷப்பட்டோம்..."

அட்சயாவின் கண்களில் இருந்த கோபம் இப்போது காணாமல் போய், உதட்டில் ஒரு சிறு சிரிப்பு முளைத்தது.

"ஓ.கே ஸார்...! நீங்க வெச்ச டெஸ்ட்ல நான் பாஸ் பண்ணிட்டேன். இந்த அசைன்மெண்ட்ல நீங்க எனக்குக் கொடுக்கப் போற முக்கியமான முதல் வேலை பத்தி நான் தெரிஞ்சுக்கலாமா?"

"அந்த வேலையைக் கொடுக்கப் போறது நாங்க இல்ல அட்சயா..."

"அப்புறம்?"

"மேக்னா."

"மேக்னாவைத்தான் நான் இன்னமும் பார்க்கவே இல்லையே?"

"இன்னிக்கு நீ பார்க்கப் போறே... பேசப்போறே. அடுத்த அரை மணி நேரத்துக்குள்ள உன்னோட வேலைகளையெல்லாம் முடிச்சுட்டு ரெடியாய் இரு. பதினோரு மணிக்கெல்லாம் நீ பயணம் செய்ய வேண்டிய கார் நம்ம கம்பெனிக்குப் பின்னாடி இருக்கிற ரெண்டாவது கேட்ல நின்னுட்டு இருக்கும். ஹூண்டாய் க்ரீடா கார். ட்ரைவர் கிடையாது. காரை நீதான் ட்ரைவ் பண்ணனும்."

அட்சயா அவசரக் குரலோடு குறுக்கிட்டாள்.

"என்ன ஸார் சொல்றீங்க...? மேக்னா காஞ்சிபுரத்துக்குப் பக்கத்துல இருக்கிற ஏதோ ஒரு ரிசார்ட்ல தங்கியிருக்கிறதா நேத்து நீங்க சொன்னீங்க. அவ்வளவு தூரமெல்லாம் ட்ரைவ் பண்ணிட்டுப் போனதில்ல ஸார்."

விகாஷ் பட்டேல் சிரித்தார்.

"நான் ஒரு விஷயத்தைச் சொல்லி முடிக்கிறதுக்குள்ளே நீ ஏன் இவ்வளவு அவசரப்படறே...? அது நேத்து ராத்திரி வரைக்கும். ஆனா இன்னிக்கு மேக்னா இருக்கிற இடம் ஈ.ஸி.ஆர் ரோட்ல இருக்கிற 'ஹனி ட்யூ' ரிசார்ட்ஸ்ல. ஸ்ரீபெரும்புதூரைத் தாண்டிட்டா அடுத்த இருபது நிமிஷத்துக்குள்ள நீ அங்கே போயிடலாம்."

"தென் நோ ப்ராப்ளம் ஸார்... நான் கிளம்பறேன்."

அட்சயா எழுந்து கொள்ள... வெங்கடாத்ரி சொன்னார்.

"நீ காரை ட்ரைவ் பண்ணும்போது, காரை யாராவது ஃபாலோ பண்றாங்களான்னு கவனிக்க வேண்டியது முக்கியம். அப்படி யாராவது ஃபாலோ பண்ற மாதிரி ஒரு சின்ன சந்தேகம் வந்தாலும்கூட காரை திருப்பிக்கிட்டு ஆபீஸுக்கு வந்துரும்மா..."

அட்சயா புன்னகையோடு தலையசைத்தாள். "ஸார், ஐ வில் பி வெரி காஷியஸ் ஆன் திஸ் ஸார்..."

"குட்..." விகாஷ் பட்டேல், வெங்கடாத்ரி இருவரும் ஒரே குரலில் சொல்ல, அட்சயா அவர்களிடம் விடை பெற்றுக் கொண்டு அந்த அறையில் இருந்து வெளிப்பட்டாள்.

நீள வராந்தாவில் நடந்து லிஃப்ட்டில் பயணித்து, கீழே இறங்கி, தன்னுடைய அறையை நோக்கி நடக்கும் வழியில் இருந்த ரெஸ்ட் ரூம் பார்வைக்குத் தட்டுப்பட, சுற்றும் முற்றும் பார்த்துவிட்டு உள்ளே நுழைந்தாள்.

அதி நவீனமாய் தெரிந்த டாய்லெட் அறை, சென்டட் நாப்தலின் பால்ஸ் உதவியால் காற்றில் வாசனையை நிரப்பி வைத்திருக்க, அட்சயா கதவைச் சாத்தித் தாழிட்டுக் கொண்டு கிரானைட் சுவரில் சாய்ந்து நின்றாள். பிறகு தன் கைப்பையில் வைத்திருந்த செல்போனை எடுத்து அதன் முதுகு பாகத்தை நிதானமாய் பிரித்தாள்.

அதன் உள்ளே பதுங்கியிருந்த சிம் கார்டை சுண்டு விரலின் கூர்மையான நகத்தின் உதவியால் எடுத்துவிட்டு அதற்குப் பதிலாக ஒன் டைம் யூஸ் சிம்கார்டு ஒன்றை எடுத்துச் சரியாய் அதில் பொருத்தி, செல்போனின் முதுகை மூடிவிட்டு, கணவன் பாஸ்கர் செல்போன் எண்ணைத் தொடர்பு கொண்டாள்.

மறுமுனையில் ரிங் போய் பத்து விநாடிகளுக்குப் பிறகு குரல் கேட்டது.

"எஸ்..."

"என்னங்க எஸ்...? நான்தான் அட்சயா பேசறேன்."

"அட்சயாவா?"

"ஆமாங்க... நான்தான்...... என்னங்க என்னோட குரல் கூடவா உங்களுக்குத் தெரியலை?"

"ஸாரி! ராங் நெம்பர்..." மறுமுனையில் தொடர்பு துண்டிக்கப்பட்டு செல்போன் நிசப்தமானது.

12

அட்சயா அதிர்ந்து போன இதயத்தோடு தான் தொடர்பு கொண்ட செல்போன் எண்ணை சரி பார்த்தாள்.

அது அவளுடைய கணவன் பாஸ்கரின் எண்தான் என்று 'ரீசண்ட் கால்ஸ்' ஆப்ஷனுக்குரிய டிஸ்ப்ளே சத்தியம் செய்தது.

'ராங் கால் போக வாய்ப்பில்லையே?'

'அந்த ஒன்டைம் யூஸ் சிம்கார்டை எடுத்துவிட்டு பழைய சிம்மை உபயோகப்படுத்திப் பார்த்தால் பிரச்சினை என்ன என்பது தெரிய வரலாம்!'

'அதுதான் சரி...'

சில விநாடி யோசனைக்குப்பின் அட்சயா மீண்டும் தன்னுடைய செல்போனை பழைய சிம் மூலம் உயிர்ப்புக்குக் கொண்டு வந்து, தொடர்பு கொள்ள முயன்ற அதே விநாடி அது டயல் டோனை வெளியிட்டது.

பதட்டத்தோடு, 'அழைப்பது யார்' என்று பார்த்தாள். பாஸ்கரின் பெயர் வெளிச்சமான பச்சையில் ஒளிர்ந்தது. செல்போனின் திரையைத் தேய்த்துவிட்டு அவசர அவசரமாய் காதுக்கு ஒற்றினாள்.

"எ...எ...என்னங்க?"

"சொல்லு அட்சயா... உன்னோட குரல்ல ஏன் இவ்வளவு பதட்டம். ஏதாவது பிரச்சினையா?"

"சொல்றேன்... நீங்க இப்ப எதுக்காக எனக்குப் போன் பண்ணீங்க?"

"வெங்கடாத்ரியைப் பார்த்து பேசிட்டியான்னு கேட்கிறதுக்காகத்தான் போன் பண்ணேன்... ஏன் என்ன விஷயம்?"

"ஒரு ரெண்டு நிமிஷத்துக்கு முன்னாடி என்கிட்ட இருந்த ஒன்டைம் சிம்கார்டை யூஸ் பண்ணி உங்களைக் கூப்பிட்டேன். ஆனா அந்த போன்கால் வேற யார்க்கோ போய், அவங்க ராங் நெம்பர்னு சொல்லி லைனை கட் பண்ணிட்டாங்க. பிரச்சினை என்னன்னு தெரியலை."

"ஒன்டைம் யூஸ் சிம் கார்டை உன்னோட போன்ல போட்டுப் பேசினியா?"

"ஆமா!"

"இனிமே பேசாதே!"

"ஏன்?"

"இப்ப மார்க்கெட்ல இருக்கிற முக்கால்வாசி இந்த மாதிரியான ஒன்டைம் யூஸ் சிம்கார்டு எல்லாம் போலியான தயாரிப்பு. பெரும்பாலும் சைனீஸ் ப்ராடக்ட். நீ அந்த கார்டை யூஸ் பண்ணி ஒரு குறிப்பிட நபர்க்குப் பேச விரும்பினா, அவர்க்கு அந்தக் கால் போகாம வேற யார்க்காவது போகும். 'ராங் நெம்பர்'ங்கிற பதில்தான் கிடைக்கும். இப்படிப்பட்ட ஏமாத்துவேலை ரொம்ப நாளாவே நடந்துட்டிருக்கு."

"நாம பேசற விஷயங்களை யாராவது மானிட்டர் பண்ணிடுவாங்களோங்கிற பயத்துலதான் ஒன்டைம் சிம் கார்டை என் போன்ல போட்டுப் பேசினேன்."

"இதோ பார்... அட்சயா! நீ துணிஞ்சு ஒரு காரியத்துல இறங்கிட்டே... இனிமே பயப்படக்கூடாது. நீ நேத்து சொன்னமாதிரி ரெண்டு பக்க அசைன்மெண்டையும் நீ சரியா ஹேண்டில் பண்ணிட்டா யார்க்கும் உம்மேல சந்தேகம் வராது.

சரி... இப்ப அங்க நிலைமை என்ன...? கம்பெனி சேர்மன் வெங்கடாத்ரியைப் பார்த்துப் பேசிட்டியா... இல்லையா?"

"ம்.... பேசிட்டேன்."

"நேத்து பீச்ல நடந்த எல்லாத்தையும் சொன்னியா?"

"ம்... சொன்னேன். நான் அப்படிச் சொல்லும்போது விகாஷ் பட்டேலும் பக்கத்துல இருந்தார்..."

"என்ன சொன்னாங்க ?"

"ம்... ரெண்டு பேரும் லெட்டரைப் பார்த்து படிச்சுட்டு ஷாக் ஆனமாதிரி பாவ்லா பண்ணிட்டு, அப்புறம் என்கிட்ட ஸாரி கேட்டாங்க."

"ஸாரி கேட்டாங்களா... எதுக்கு?"

"சுண்டல் விக்கிற பையன்கிட்ட அந்த லெட்டரைக் கொடுத்துவிட்டதே அவங்கதானாம்"

"நீ..... என்ன சொல்றே?"

"என்னை டெஸ்ட் பண்ணினாங்களாம். ஒரு மிரட்டல் கடிதம் வந்தா சில பேர் பயந்து ஸ்பை அசைன்மெண்டிலிருந்து விலகிடுவாங்களாம். நான் எப்படின்னு தெரிஞ்சுக்கிறதுக்காக இப்படி ஒரு வேலை பண்ணியிருக்காங்க."

"அட்சயா! அவங்க உன்னை இப்படி டெஸ்ட் பண்ணது எனக்குக் கொஞ்சமும் பிடிக்கலை. இவங்களை எந்த அளவுக்கு நம்பறதுன்னு தெரியலே. எனக்கு என்னமோ இவங்க பண்றதை எல்லாம் பார்த்தா குழப்பமா இருக்கு. சம்திங் ஈஸ் ராங் வித் தெம். நீ இப்போ கன்சீவ்டா இருக்கிற ஒரு காரணத்தைக் காட்டி இந்த ஸ்பை அசைன்மெண்டிலிருந்து விலகிட்டா என்ன?"

அட்சயா ஒரு கேலிச் சிரிப்பு சிரித்தாள்.

"என்னங்க இது... நீங்க இந்திய புலனாய்வுத்துறையில ஒரு முக்கியமான போஸ்ட்ல இருக்கீங்க... இப்படி பயப்படறீங்க?"

“இது பயமில்லை...”

“அப்புறம்?”

“ஒரு முன்னெச்சரிக்கை நடவடிக்கை...”

“இனிமேல இதிலிருந்து நான் பின்வாங்கினாத்தான் பிரச்சினை. நீங்க மனசைப் போட்டுக் குழப்பிக்காமே தைரியமா இருங்க. நீங்க சொன்ன மாதிரி எல்லா விஷயத்தையும் சரியாப் பண்ணா எந்த பிரச்சனையும் இல்லை... விடுங்க... நான் டீல் பண்ணிக்கறேன்.”

“அட்சயா... நல்லா யோசனை பண்ணு!”

“நல்லா யோசனை பண்ணிட்டுதானே இறங்கியிருக்கோம். வெங்கடாத்ரியும், விகாஷ் பட்டேலும் எனக்கு இன்னிக்கு ஒரு முக்கியமான வேலையைக் கொடுத்திருக்காங்க. அடுத்த அரைமணி நேரத்துக்குள்ள நான் அதுக்கு ரெடியாகனும்.”

“என்ன வேலை?”

“மேக்னாவைப் போய் பார்க்கச் சொல்லியிருக்காங்க.”

“கனடாவிலிருந்து வந்த பொண்ணையா?”

“ஆமா... அவளைத்தான். ஈ.சி.ஆர் ரோட்ல இருக்கிற ஹனி ட்யூ ரிசார்ட்ஸ்ல ஸ்டே பண்ணியிருக்காளாம்.”

“எதுக்காக அவளைப் பார்க்க போறே?”

“தெரியலே... போய்ப் பார்த்து பேசினாத்தான் என்ன விஷயம்னு தெரியும்.”

“சரி உன்கூட யார் வர்றாங்க?”

“யாருமில்லை. நான் மட்டும்தான் போகணும்னு சொல்லிட்டாங்க. காரை நான்தான் ட்ரைவ் பண்ணப்போறேன்.”

“எனக்கு ‘திக் திக்’குன்னு இருக்கு, அட்சயா. புதுஇடத்துக்குப் தனியாப் போகப் போறே... உனக்கு அறிமுகம் இல்லாத மேக்னா உன்கிட்ட எப்படி நடந்துக்குவானு தெரியாது... என்னப் பண்ணச் சொல்லுவானு தெரியாது. பி காஷியஸ் அண்ட் கேர்ஃபுல்.”

“மறுபடியும் பயமுறுத்த ஆரம்பிச்சுட்டீங்களா? அவ என்ன என்னைக் கடிச்சு திங்கவா போறா..?”

அட்சயா சிரித்தபடி செல்போனின் இணைப்பைத் துண்டித்துவிட்டு ரெஸ்ட்ரூம் சுவரில் பதித்திருந்த செவ்வக நீள் கண்ணாடியில் முகம் பார்த்து, தலையின் முன்பக்கம் கலைந்திருந்த கேசத்தை சரிப்படுத்திக் கொண்டு வெளியே வந்தாள். யோசனையோடு நடைபோட்டாள்.

பாஸ்கரிடம் செல்போனில் பேசும்போது தைரியத்தோடு இருந்த அவளுடைய இதயம் இப்போது லேசாய் பயத்தை உணர ஆரம்பித்து, தன்னுடையத் துடிப்பை அதிகரித்தது. என்னதான் இயல்பாய் இருக்க முயன்றாலும் நெற்றி வியர்த்து உதடுகள் வறண்டன. மூளையின் நியூரான்கள் குழப்பத்தில் உழன்று கலக்கமாய் யோசித்தது.

‘அந்த மேக்னா என்னிடம் எதைப் பற்றி பேசப் போகிறாள்?’

காலை சரியாய் 11.45 மணி.

வெளியே சென்னை வெயிலில் வறுபட்டுக் கொண்டிருந்தாலும், ‘ஹுண்டாய் க்ரீடா’ கார் ஏஸிக் காற்றை சீராக சிதறடித்து காரின் உட்புறத்தை பனிப் பிரதேசமாய் மாற்றியிருந்தது.

அட்சயா காரை மிதமான வேகத்தில் ஓட்டிக் கொண்டிருந்தாள். ஈ.ஸி.ஆர் ரோட்டில் ஹனி ட்யூ ரிசார்ட்ஸ் எந்த இடத்தில் இருக்கிறது, எப்படிப் போக வேண்டும் என்பதை கூகுள் மேப் பெண் இனிமையான குரலில் சொல்லிக் கொண்டே வந்தாள். பயண நேரம் இன்னமும் பதினைந்து நிமிடம் இருக்கிறது என்பதைச் சுட்டிக் காட்டிவிட்டு, காரின் வேகத்துக்கு ஏற்றபடி நிமிஷங்களை குறைத்துக் கொண்டே வந்தது கூகுள் மேப்.

“கோ... ஸ்ட்ரெய்ட். ஆஃப்டர் ஹண்ட்ரட் மீட்டர்ஸ் டேக் லெஃப்ட். தென்...” கூகுள் பெண் சொன்ன வார்த்தைகளுக்குக் கட்டுப்பட்டு அட்சயா காரைச் செலுத்த,

அடுத்த பதினைந்தாவது நிமிடம் 'ஹனி ட்யூ ரிசார்ட்ஸ்' பெயர் பலகை வெண்கல உலோக எழுத்துக்களில் ஆங்கிலத்திலும், தமிழிலும் ஒரு புல்வெளிக்கு நடுவே மெதுவாய் எட்டிப் பார்த்து... 'நான் இங்கே இருக்கிறேன்' என்று சொல்ல... கார் வேகம் குறைந்து நின்றது.

காம்பௌண்ட் கேட் அருகே நின்றிருந்த செக்யூரிட்டி வேக நடையில் வந்து, கார் அருகே குனிந்து அட்சயாவிடம் ஆங்கிலத்தில் கேட்டார்.

"காட்டேஜ் புக் செய்திருக்கிறீர்களா?"

"இல்லை... இங்கே தங்கியிருக்கும் ஒருவரைப் பார்க்க வந்திருக்கிறேன்."

"பெயர்...?"

"மேக்னா!"

"ஒரு நிமிடம்" என்றவர் தன் கையில் வைத்திருந்த வாக்கி டாக்கியில் யாரிடமோ பேசிவிட்டு பவ்யமாய் கார் அருகே குனிந்து சொன்னார்.

"மேடம்... நீங்கள் பார்க்க வந்திருக்கும் மேக்னா பிரஸிடென்ஷியல் சூட்டில் தங்கியிருக்கிறார். இந்தப் புல்வெளியைத் தாண்டியதும் எலைட் க்ரீன் நிறத்தில் ஒரு பங்களா வரும். அதுதான் பிரஸிடென்ஷியல் சூட். உங்கள் பெயரையும், செல்போன் எண்ணையும் இந்தப் பதிவேட்டில் எழுதி, உள்ளே போகிற நேரத்தையும் குறிப்பிட்டு விடுங்கள்... ப்ளீஸ்"

சொன்னவர் வெல்வெட் துணியால் பைண்டு செய்யப்பட்ட அந்தக் கனமான புத்தகத்தை நீட்ட, அட்சயா அதை வாங்கி செக்யூரிட்டி சொன்ன எல்லா விவரங்களையும் பதிவு செய்து கொடுத்துவிட்டு காரை நகர்த்தினாள். காம்பௌண்ட் கேட் விலகியது.

சுத்தமான கான்க்ரீட் பாதையின் இரண்டு பக்கமும் ஒரே மாதிரியான உயரத்தில் அசோகா மரங்கள் வளர்ந்து நிழலைப்

பரப்பி வைத்திருந்தன. கோல்ஃப் விளையாடுவதற்காக உருவாக்கப்பட்ட புல்வெளியைக் கடந்ததும் அந்த எலைட் க்ரீன் பங்களா அட்சயாவின் பார்வைக்கு கம்பீரமாய் கிடைத்தது.

காரின் வேகத்தைப் படிப்படியாகக் குறைத்து பிரஸிடென்ஷியல் சூட்டுக்கு முன்பாய் இருந்த பார்க்கிங் ஏரியாவில் காரை நிறுத்திவிட்டு கீழே இறங்கினாள்.

வெயில் பிடரியில் உறைத்தது.

பத்தடி நடந்திருப்பாள்.

"வெல்கம்... அட்சயா...!" பக்கவாட்டில் இருந்து வந்த குரல் கேட்டு அட்சயா திரும்பிப் பார்த்தாள். மெலிதான பீட்ரூட் நிற முகத்தோடு, அந்த வெளிநாட்டு இளைஞன் ஃபுல்சூட் அணிந்து, பழுப்பு தலைமுடி காற்றில் பறக்க புன்னகை தவழும் முகத்தோடு நின்றிருந்தான்.

"அயாம்... ரெக்ஸ் வாலஸ்! நீங்கள் மேக்னாவைப் பார்க்கத்தானே வந்திருக்கிறீர்கள்?"

"ஆமாம்..."

"என்னோடு வாருங்கள்..."

அட்சயா தயக்கத்தோடு கேட்டாள், "நீங்கள் யார் என்பதை நான் தெரிந்து கொள்ளலாமா?"

"அதை இங்கேயே இப்போதே சொல்ல வேண்டும் என்கிற கட்டாயம் ஏதாவது இருக்கிறதா?"

"இ...இ...இல்லை..."

"அப்படியென்றால் என் பின்னால் வாருங்கள்" ரெக்ஸ் வாலஸ் புன்னகை மாறாமல் சொல்லிவிட்டு, பங்களாவை நோக்கி நடக்க ஆரம்பித்தான்.

ஐம்பதடி தூரம் நடந்த பின்புதான் அட்சயா கவனித்தாள்.

ரெக்ஸ் வாலஸ் அணிந்திருந்த கோட்டின் வலதுபக்க பாக்கெட்டில் ஒரு ரிவால்வரின் தலை எட்டிப்பார்த்துக் கொண்டிருந்தது.

13

அட்சயாவின் இதயம் பயத்தைத் தடவிக்கொண்டு லேசாய் நொண்டியடிக்க, அதை வெளிப்படுத்திக் கொள்ளாமல், ரெக்ஸ் வாலஸோடு இணைந்து நடைப் போட்டாள்.

ரிசார்ட்டின் பிரசிடென்ஸியல் சூட், அந்தப் பெயருக்கு ஏற்றபடி ஒவ்வொரு அங்குலத்தையும் பளபளப்பாய்க் காட்டியது. பணம் இருந்தால் எல்லாமே சாத்தியம் என்றது.

நடந்து கொண்டிருந்த ரெக்ஸ் வாலஸ் மெல்லிய குரலில் அட்சயாவிடம் கேட்டான். "மேக்னாவை நீங்கள் இப்போதுதான் முதல் தடவையாய் சந்தித்துப் பேசப் போகிறீர்கள் இல்லையா?"

"ஆமாம்."

"பேசும்போது ஒரு விஷயத்தில் நீங்கள் ஜாக்கிரதையாக இருக்க வேண்டும்."

"எந்த விஷயத்தில்?"

"மேக்னாவிடம் உண்மையை மட்டுமே பேச வேண்டும்."

"எனக்குப் பொய் பேசிப் பழக்கமில்லை. அப்படிப் பொய் பேசுபவர்களை எனக்கும் பிடிக்காது."

"குட்" சொன்ன ரெக்ஸ் வாலஸ், சட்டென்று ஒரு அறைக்கு முன்பாய் நின்று கதவைத் தள்ளினான். அது பாதியளவே திறந்து வழிகாட்டியது.

“நீங்கள் உள்ளே போகலாம்.”

அட்சயா தயக்கத்தோடு அந்த அறைக்குள் நுழைந்த அடுத்த விநாடியே கதவு ஸ்லோமோஷனில் தன்னைத்தானே சாத்திக் கொண்டது.

டிஜிட்டல் விளக்குகள் உமிழ்ந்த, அந்தப் பளீரென்ற வெளிச்சமான அறையில் ராயல் டீக் ஃபேப்ரிக் சோஃபாவுக்கு சாய்ந்து உட்கார்ந்து புத்தகமொன்றை படித்துக் கொண்டிருந்தாள் மேக்னா.

இருபத்தைந்து வயது இருக்கலாம். துணிக்கடை ஷோரூமில் நின்று கொண்டிருக்கும் பெண் பொம்மை போன்ற உடல்வாகு. சுண்டினால் ரத்தம் தெறித்துவிடுமோ என்று பயப்படுகிற அளவுக்கு நிறம். சதைப்பற்றான கன்னங்கள் உண்மையாகவே மின்னின. தங்க நிற முடியை நேர்த்தியாய் சீவி, அதன் அடர்த்தியை கொண்டையாக மாற்றியிருந்தாள்.

“வெல்கம் அட்சயா...!” என்று அவள் சொன்னபோது செர்ரி பழ உதடுகள் லேசாய் பிளந்து அவளுடைய சீரான பல்வரிசையைக் காட்டியது.

அட்சயா விழிகளை இமைக்க மறந்து மேக்னாவையே பார்க்க, அவள் தலையைச் சாய்த்து ஒரு சிறு சிரிப்போடு கேட்டாள். அவளுடைய அதரங்களிலிருந்து ஆங்கிலம் அழகாகச் சிதறியது.

“என்ன அட்சயா... என்னை வைத்த கண் எடுக்காமல் அப்படிப் பார்க்கிறீர்கள்?”

“உங்களுடைய அழகு என்னைப் பிரமிக்க வைக்கிறது.”

“நீங்களும் அழகாக இருக்கிறீர்கள். பொதுவாகவே இந்தியப் பெண்கள் இயற்கையிலேயே அழகானவர்கள். அதுவும் ஒப்பனை இல்லாமலேயே.”

“உங்கள் பாராட்டுக்கு நன்றி மேக்னா.”

“முதலில் உட்காருங்கள்...” மேக்னா தனக்கு முன்பாய் இருந்த சோஃபாவைக் காட்ட அட்சயா உட்கார்ந்தாள்.

“ஏதாவது சாப்பிடுகிறீர்களா?”

“ஒன்றும் வேண்டாம்... நாம் என்ன பேச வேண்டுமோ அதைப் பேச ஆரம்பித்துவிடுவோம்.”

மேக்னா சிரித்தாள்.

“எதற்காக இந்த அவசரம்?” என்று சொன்ன மேக்னா, திரும்பிப் பார்த்து குரல் கொடுத்தாள்.

“ரெக்ஸ்...!!!”

அடுத்த விநாடியே அறையின் கோடியில் இருந்து ஒரு கதவைத் திறந்து கொண்டு ரெக்ஸ் வாலஸ் வெளிப்பட்டான். புன்னகையோடு கேட்டான்.

“குடிக்க என்ன கொண்டு வரட்டும் மேக்னா?”

“ஸ்விஸ் ஆப்பிள் ஜுஸ் வித்தவுட் ஐஸ்.”

“குட் சாய்ஸ்” ரெக்ஸ் வாலஸ் தலை மறைந்ததும் மேக்னா அட்சயாவை ஏறிட்டபடி கேட்டாள்.

“ரெக்ஸ் வாலஸ் யார் என்று உங்களுக்குத் தெரியுமா?”

“தெரியாது. காரை விட்டு இறங்கும்போதே ரெக்ஸிடம் ‘நீங்கள் யார் என்பதைத் தெரிந்து கொள்ளலாமா?’ என்று கேட்டேன்.”

“அதற்கு ரெக்ஸ் சொன்ன பதில் என்ன?”

“‘அதை இங்கேயே இப்போதே சொல்ல வேண்டுமென்கிற கட்டாயம் ஏதாவது இருக்கிறதா?’ என்று கேட்டார்.”

“ரெக்ஸ் எப்போதுமே அப்படித்தான் பேசுவான் நீங்கள் தவறாக நினைத்துக் கொள்ள வேண்டாம்.”

“இதில் தவறாக நினைத்துக் கொள்ள என்ன இருக்கிறது. ஒவ்வொரு மனிதருக்குள்ளும் ஒவ்வொரு விதமான சுபாவம்.”

அட்சயா சொல்லிக் கொண்டிருக்கும்போதே ரெக்ஸ் வாலஸ் சில்வர் ட்ரேயில் நீள் செவ்வகக் கண்ணாடி

டம்ளர்களில் நிரம்பிய ஸ்விஸ் ஆப்பிள் ஜூஸோடு வந்தான். டீபாயின் மேல் வைத்துவிட்டு நகர முயன்றான்.

மேக்னா குரல் கொடுத்தாள்.

"ரெக்ஸ்..."

அவன், 'என்ன?' என்பது போல் பார்த்தான்

"நீயும் உட்கார்... நாங்கள் பேசுவதைக் குறிப்பெடு."

"ஓ.கே மேக்னா" என்று சொன்ன ரெக்ஸ், மெல்ல நடந்துபோய் அட்சயாவுக்குப் பக்கத்தில்... அவளுடைய தோளை உரசிக்கொண்டு உட்கார்ந்தான்.

திடுக்கிட்டுப்போன அட்சயா சற்றே நகர்ந்து உட்கார, அவனும் சிரித்துக் கொண்டே அவள் பக்கமாய் நகர்ந்தான்.

முகம் மாறிய மேக்னா கோபமாய் குரல் கொடுத்தாள்

"ரெக்ஸ்... திஸ் ஈஸ் டூ மச். ஒரு பெண்ணிடம் இப்படியா நடந்து கொள்வது...? எழுந்து போய் அந்த நாற்காலியில் தனியாக உட்கார்..."

அவன் அசையாமல் ஒரு புன்னகை பூத்தபடியே உட்கார்ந்திருந்தான்.

"ரெக்ஸ்... நான் சொன்னது உன்னுடைய காதுகளில் விழவில்லையா?"

"விழுந்தது... எனக்கு அட்சயாவுக்குப் பக்கத்தில் உட்கார்ந்து பேசத்தான் பிடித்திருக்கிறது."

"நீ இப்போது எழப்போகிறாயா இல்லையா?"

"இல்லை... முடியாது."

ரெக்ஸ் விடாப்பிடியாக புன்னகைத்தபடியே அடம்பிடிக்க, மேக்னா எழுந்து போய் சுவரோர ஷோகேஸில் இருந்த ரிமோட் கண்ட்ரோல் போன்ற ஒரு கருவியை எடுத்துக்கொண்டு வந்து, அவனுடைய முகத்திற்கு நேராக வைத்து பட்டனைத் தட்ட, அடுத்த விநாடியே ரெக்ஸின் உடம்பு ஒரு விறைப்பு நிலைக்கு உட்பட்டு

இயந்திரத்தனமாய் நிமிர்ந்து உட்கார்ந்தது. அதன்பிறகு ரெக்ஸிடமிருந்து எந்த அசைவும் இல்லை. கண்கள் ஒரே திசையைப் பார்த்தபடி உறைந்து போயிருந்தன.

அதிர்ச்சியில் அட்சயா நிலைக்குத்திப் போன விழிகளோடு வியப்பாய்ப் பார்த்துக் கொண்டிருக்க, மேக்னா அவளை ஏறிட்டாள்.

“ஸாரி அட்சயா! ரெக்ஸ் சில சமயங்களில் இப்படித்தான் எல்லை மீறி நடந்து கொள்வான்.”

“மே.... மேக்னா... இது... இது...”

மேக்னா இதழ்கள் பிரியாமல் சிரித்தாள்.

“உன்னுடைய யூகம் சரிதான். ரெக்ஸ், ஏ.ஐ பவர்ட் ஹ்யூமனாய்டு ரோபோ. அல்ட்ரா சோனிக் சென்சார்களைப் பயன்படுத்தி கிட்டத்தட்ட ஒரு மனிதனைப் போலவே உருவாக்கியது நான்தான். ரெக்ஸை ஒரு மெய்க்காப்பாளனாய்ப் போல் நடத்தியிருக்க வேண்டும். என்னுடைய நண்பனைப் போல் நடத்தியது தவறு. இனி அவனுடைய காம்பனன்ட்ஸ் எல்லாவற்றையும் மாற்றி அமைத்து, கட்டளைகளுக்கு கீழ்படும் மெய்காப்பாளனாக மட்டுமே நடத்த வேண்டும்.”

அட்சயா இன்னமும் அதிர்ச்சி விலகாமல், ஒரே திசையை விறைப்பாய்ப் பார்த்துக் கொண்டிருந்த ரெக்ஸை மெல்லத் தொட்டுப் பார்த்தாள். மனித உடல் போலவே மென்மை.

“மேக்னா... இன்னமும் என்னால் நம்ப முடியவில்லை. ரெக்ஸ் உண்மையாகவே ஒரு அமெரிக்க இளைஞன் போலவே தத்ரூபமாய் இருந்தான். வெகு இயல்பாய் நடந்தான். பேசினான். என்னால் ஒரு சதவிகிதம் கூட சந்தேகப்பட முடியவில்லை. ரியலி யூ ஆர் க்ரேட்...”

“இன்றைக்கு இருக்கிற ஆர்ட்டிஃபிஷியல் இன்டலிஜென்ஸ் விஞ்ஞானத்தில் இது சாதாரணம். இனிமேல் வரப்போகிற காலங்களில் உண்மையான மனிதர்கள் யார், ஏ.ஐ ரோபோக்கள் யார் என்பதைக் கண்டுபிடிக்க அன்றைக்கு வாழப் போகிற

மக்கள் மிகவும் கஷ்டப்படப் போகிறார்கள். சரி, இனி நாம் ரெக்ஸை மறந்துவிட்டு பேச வேண்டியதைப் பேசுவோம்."

அட்சயா தயக்கமான குரலோடு மேக்னாவை ஏறிட்டாள்.

"மேக்னா... நீங்கள் தவறாக நினைக்கவில்லையென்றால் நான் ஒரு சந்தேகத்தைக் கேட்கலாமா?"

"தாராளமாய்..."

"கனடாவிலிருந்து நீங்களும், ரெக்ஸூம் சென்னைக்கு விமானத்தில் வந்தபொழுது, விமான நிலையத்தில் நடத்தப்பட்ட சோதனைகளில் ரெக்ஸ் ஒரு ஆர்ட்டிஃபிஷியல் இன்டலிஜென்ஸ் ரோபோ என்பதை விமான அதிகாரிகளால் கண்டுபிடிக்க முடியவில்லையா?"

மேக்னா சிரித்துவிட்டு சொன்னாள்.

"விமானத்தில் வந்திருந்தால்தானே அந்தப் பிரச்சினை."

"அப்படியென்றால் சென்னைக்கு எப்படி வந்தீர்கள்?"

"உங்களுடைய கம்பெனி சேர்மன் வெங்கடாத்ரியும், விகாஷ் பட்டேலும் உங்களிடம் சொல்லாத ஒரு விஷயத்தை இப்போது சொல்லப் போகிறேன். கேட்டு அதிர்ச்சி அடைந்துவிடக் கூடாது."

"கடந்த இரண்டு நாட்களாய் பல அதிர்ச்சிகளை விழுங்கி ஜீரணம் செய்து விட்டேன். எதுவாக இருந்தாலும் பரவாயில்லை... சொல்லுங்கள்."

"நான் கடந்த ஒரு மாத காலமாக இந்தியாவில் இதே ரிசார்ட்டில்தான் இருக்கிறேன்.ரெக்ஸ்ஸை இங்கேதான் உருவாக்கினேன்."

அட்சயா 'திடும்' என்று நிமிர்ந்து உட்கார்ந்து மேக்னாவையே பார்த்துக் கொண்டிருக்க, அவள் மெல்ல எழுந்து வந்து அட்சயாவின் தோள்மீது கையை வைத்தாள்.

"நான் கனடாவிலிருந்து நேற்றைக்குத்தான் சென்னைக்கு வந்தேன் என்று வெங்கடாத்ரியும், விகாஷ் பட்டேலும் உங்களிடம் சொல்லியிருப்பார்கள். அப்படி பொய்

சொல்லச் சொன்னது நான்தான். காரணம் ஒரு சிலரை முழுமையாய் நம்புவதற்கு முன்னால் சில பொய்களை பேச வேண்டியிருக்கிறது.”

“இப்பொழுதாவது நீங்கள் என்னை நம்புகிறீர்களா? இல்லை... இன்னமும் பொய்கள் பாக்கியிருக்கிறதா...?”

“இனி எந்தப் பொய்யும் இல்லை... உங்கள் மேல் முழுமையான நம்பிக்கை வந்தபிறகுதான் என்னை வந்து பார்ப்பதற்கு அனுமதி கொடுத்தேன்.”

“என் மீது நம்பிக்கை வைத்ததற்கு நன்றி மேக்னா.”

“நன்றி வார்த்தைகளில் இருக்கக்கூடாது. செயலில் காட்டப்பட வேண்டும் அட்சயா. இன்றைக்கு நாம் பல விஷயங்களைப் பற்றிப் பேசப் போகிறோம். அதற்கு முன்பாய் ஒரு வார்த்தை...”

“என்ன?”

“நீங்கள் வேவு பார்க்கப் போவது இந்திய புலனாய்வுத் துறையை என்பதை ஞாபகம் வைத்துக் கொள்ளுங்கள். உங்கள் கணவர் பாஸ்கர் அங்கே ஓர் அதிகாரியாய் இருப்பதால் வேவு பார்ப்பது உங்களுக்கு எளிதாக இருக்கும்.எனக்கு ஒன்றே ஒன்றுதான் உங்களிடமிருந்து வேண்டும். அது... நான் கேட்கிற தகவல்களை எல்லாம் நீங்கள் எனக்குத் தர வேண்டும். அப்படி நீங்கள் தரும் தகவல்கள் பொய்யானதாக இருந்தாலோ அல்லது என்னை ஏமாற்ற வேண்டும் என்கிற எண்ணத்தில் தவறான தகவல்களைக் கொடுத்தாலோ...”

பேசிக்கொண்டே போன மேக்னா சில விநாடிகள் பேச்சை நிறுத்திவிட்டு குரலைத் தாழ்த்தினாள்.

“அந்த நிமிஷமே நீங்களும் உங்களுடைய கணவரும் உயிரோடு இருக்க மாட்டீர்கள்.”

14

மேக்னா சொன்னதைக் கேட்டு மெலிதான புன்னகையொன்றை அவள் மேல் படரவிட்ட அட்சயா, குரலைத் தாழ்த்தியபடி,

"தேங்க் யூ ஸோ மச்!" என்றாள்.

மிக நேர்த்தியாய் ட்ரிம் செய்யப்பட்டிருந்த மேக்னாவின் புருவங்கள் வியப்பில் சற்றே மேலேறின.

"உங்களுக்கு நான் அப்படிச் சொன்னதைக் கேட்டு பயம் வரவில்லையா?"

"எதற்குப் பயப்பட வேண்டும்...? நீங்கள் சொன்னது சரிதான். நாம் செய்கிற ஒரு தொழிலில்... அது திருட்டுத் தொழிலாக இருந்தாலும் சரி, அதைத் திருத்தமாய் செய்ய வேண்டும் என்று நினைப்பவள் நான். என் பக்கம் எந்த ஒரு தவறும் நடக்காமல் நான் பார்த்துக் கொள்கிறேன். அதேபோல் உங்கள் பக்கமும் அந்த உணர்வு இருக்க வேண்டும். அப்படி நீங்கள் இல்லாவிட்டால் எனக்கும் அதே கோபம் வரும். அதனால் உங்களுக்கும் நீங்கள் சொன்ன அதே பிரச்சனைகள் வரலாம்."

சில வினாடிகள் மேக்னா உறைந்துவிட்டு தன்னுடைய பிங்க் நிற ஈறுகள் தெரிய சிரித்துவிட்டுச் சொன்னாள்.

"ஒரு இந்தியப் பெண், அதிலும் குடும்பப் பெண் இவ்வளவு தைரியத்தோடு இருப்பது எனக்கு ஆச்சரியமாக உள்ளது!"

“இப்படி ஆச்சரியப்பட்டுக் கொண்டேயிருந்தால் நேரம் கரைந்து கொண்டே போய்விடும். என்னை எதற்காக இங்கே அழைத்தீர்கள் என்பதை நான் தெரிந்து கொள்ளலாமா?”

மேக்னா எழுந்தாள்.

“அதற்கான நேரம் வந்துவிட்டது. வாருங்கள்.”

அட்சயாவும் எழுந்தபடி தனக்கு அருகில் சாய்ந்து ஒரு சின்ன அசைவு கூட இல்லாமல் உட்கார்ந்திருந்த ரெக்ஸ் வாலஸைப் பார்க்க, மேக்னா சிரித்தாள்.

“ஆண்கள், ரோபோவாக இருந்தாலும் சரி உண்மையிலேயே மனிதர்களாய் இருந்தாலும் சரி, ஒரு பெண்ணை விரும்பிவிட்டால் போதும், அவர்கள் மனோநிலையே மாறிவிடுகிறது. என்ன செய்வது அது அவர்களின் சுபாவம்...” மேக்னா சொல்லிக்கொண்டே அறையின் பக்கவாட்டில் தெரிந்த, ஒரு மரக்கதவைத் திறந்து கொண்டு உள்ளே போக, அட்சயா பின்தொடர்ந்தாள். மனசுக்குள் பிரமிப்பு வழிந்தது.

பிரகாசமான வெளிச்சத்தில் இருந்த, அந்த சதுரமான பெரிய அறை ஒரு சிறிய மின்னணு தொழிற்சாலை போல் தெரிந்தது. சுவர்களில் பொருத்தப்பட்டிருந்த கண்ணாடி அலமாரிகளில் ஒரு ரோபோவை உருவாக்குவதற்குத் தேவையான மேனிபுலேட்டர்ஸ், எண்ட் எஃபெக்டர்ஸ், ஃபீட் பேக் டிவைசஸ், கண்ட்ரோலர்ஸ், லோகோமோட்டீவ் டிவைசஸ் என்று பெயர் வைக்கப்பட்டு பகுதி பகுதியாக அடையாளப்படுத்தப்பட்டு தெளிவாய்த் தெரிந்தன.

மேக்னா மெல்லச் சிரித்தபடி அட்சயாவின் தோளைத் தட்டினாள்

“என்ன அட்சயா... என்னுடைய பேச்சு, நடத்தை, இங்கே நீங்கள் பார்க்கிற விஷயங்கள் எல்லாமே உங்களுக்கு ஆச்சரியமாய் இருக்கும் இல்லையா?”

"மிக மிக ஆச்சரியமாய் இருக்கிறது. அதிலும் இது தனியார் ஒருவருக்குச் சொந்தமான ரிசார்ட். இப்படிப்பட்ட ஒரு இடத்தில் ரோபோட்ஸ், செயற்கை நுண்ணறிவு சம்மந்தப்பட்ட கருவிகளோடு ஒரு என்ஜினீயரிங் லேப் இருப்பது எப்படி சாத்தியம் என்பதை என்னால் யோசித்துப் பார்க்கக்கூட முடியவில்லை."

"எல்லாமே சாத்தியம்தான். ரோபோட்டிக் என்ஜினீயரிங் லேப்பை இந்த ரிசார்ட்டில் நான் நிறுவியதற்கு முக்கியமான காரணம் யார் தெரியுமா?"

"யார்...?"

"வெங்கடாத்ரி."

"அது எனக்குத் தெரிந்ததுதானே."

"ஆனால் இன்னொரு விஷயம் உங்களுக்குத் தெரிந்திருக்க வாய்ப்பில்லை."

'என்ன?' என்பது போல் அட்சயா ஒரு கேள்விக்குறியோடு மேக்னாவைப் பார்க்க... அவள் தொடர்ந்தாள்.

"இந்த ரிசார்ட் யாருக்கு உரிமையானது என்று உங்களுக்குத் தெரியுமா?"

"தெரியாது."

"இது வெங்கடாத்ரிக்கு சொந்தமான ரிசார்ட்."

அட்சயாவை திகைப்பு விழுங்கியது.

"என்ன சொல்கிறீர்கள்...?"

"வெங்கடாத்ரிக்கு முன்பு இந்த ரிசார்ட் ஸ்டீபன் ரோஜர் என்கிற ஒரு அமெரிக்க கோடீஸ்வரருக்கு சொந்தமாக இருந்தது. அவர் இந்த ரிசார்ட்டை விற்க முயன்றபோது, 1500 கோடி ரூபாய் விலைக்கு வெங்கடாத்ரி வாங்கிக் கொண்டார். இது வெளியுலகுக்குத் தெரியாத ஒரு உண்மை. அப்படியே இந்த உண்மை வெளியே தெரிந்தாலும் என்னைப் போன்ற ஒரு சிலருக்கு மட்டுமே தெரியும். வெங்கடாத்ரிக்கு

இந்த ரிசார்ட் சொந்தமாக இருந்த காரணத்தால்தான், மாதக்கணக்கில் என்னால் இங்கே தங்க முடிகிறது. அதோடு ரோபோட்ஸ் சம்பந்தப்பட்ட என்ஜினீயரிங் லேஃபை நிர்மாணித்து ஆய்வு செய்ய முடிகிறது."

"இப்போது எனக்கு எல்லாமே புரிகிறது."

"சரி நான் இனி நான் உங்களுக்கு கொடுக்கப் போகும் வேலை பற்றிப் பேசலாமா?" மேக்னா அருகிலிருந்த நாற்காலியைக் காட்டிவிட்டு தானும் உட்கார்ந்தாள். பத்து விநாடிகள் மௌனம் காத்துவிட்டுக் கேட்டாள்.

"அட்சயா... இதற்கு முன்பு நீங்கள் எந்த ஐ.டி நிறுவனத்தில் வேலை பார்த்துக் கொண்டிருந்தீர்கள்?"

"ஃப்யூச்சர் ஷேஃப்."

"அங்கே உங்களுக்கு எது மாதிரியான வேலை அதாவது ப்ராஜெக்ட் கொடுத்தார்கள்...?"

"நான் அங்கே மூன்று வருடங்கள் வேலைப் பார்த்தேன். அந்தக் காலகட்டத்தில் அங்கே ஆறு ப்ராஜெக்ட்களை திறம்பட நிர்வகித்தேன்."

"அது எது மாதிரியானது என்று சொல்ல முடியுமா?"

அட்சயா யோசனையான பார்வையோடு மெதுவான குரலில் சொல்ல ஆரம்பித்தாள்.

"மேன் அண்ட் ரோபோ, நேச்சுரல் இண்டலிஜென்ஸ், டுமாரோ இஸ் டுடே, கார்டியோ ஆடிபோ, த்ரில்லர் ப்ரோடோகால்ஸ், க்ரேட் வார்."

"இந்த ஆறு ப்ராஜெக்ட்களில் எதை அறிவுப்பூர்வமானது என்று நினைக்கிறீர்கள்?"

"டுமாரோ இஸ் டுடே!"

"ஏன்?"

"இன்றைய எதிர்பார்ப்புகள் நாளை நிஜங்கள் ஆகலாம் என்கிற நம்பிக்கையை விதைக்கிற விதமாய் அந்த ப்ராஜெக்ட் இருந்தது."

“அந்த ப்ராஜெக்ட்டின் வெற்றி சதவீதம் என்ன?”

“எழுபது சதவீதம்...”

“ஸோ... அது ஒரு வெற்றிகரமான ப்ராஜெக்ட் என்று நம்பலாமா?”

“தாராளமாக...”

“சரி... அந்தக் கம்பெனியில் வெற்றிகரமான ப்ராஜக்ட்களை கையாண்ட பிறகு.... அந்த வேலையை ராஜினாமா செய்துவிட்டு நேகா டெக்னாலஜிஸ் கம்பெனிக்கு நீங்கள் வர என்ன காரணம்?”

“காரணம் வெரி சிம்பிள்... அங்கு நான் எதிர்பார்த்த பதவி உயர்வும் சம்பள உயர்வும் எனக்குக் கிடைக்கவில்லை. அந்த நேரத்தில்தான் நேகா டெக்னாலஜிஸ்க்கு என்னுடைய ரெஸ்யூமை அனுப்பி வைத்திருந்தேன். இண்டர்வியூக்கு அழைத்தார்கள். போனேன். சேர்மன் வெங்கடாத்ரியே இன்டர்வியூ பேனலில் இருந்தார்.. அவரே ஐ.டி சம்பந்தமாய் என்னிடம் பத்து கேள்விகள் கேட்டார். எல்லாக் கேள்விகளுக்கும் நான் சரியான பதில்களைச் சொன்னதால், நான் எதிர்பார்க்காத ஒரு சம்பளத்தை, எனக்கு நிர்ணயம் செய்து ப்ராஜக்ட் ஹெட் போஸ்டிங் கொடுத்தார். ஹியர் அயாம் வெரி ஹேப்பி நவ்.”

மேக்னா ஒரு சிறிய சிரிப்பொன்றை உதிர்த்துவிட்டுச் சொன்னாள்.

“இன்றைக்கு நீங்கள் அந்த ஃப்யூச்சர் ஷேஃப் கம்பெனியில் அதே வேலையில் தொடர்ந்து இருந்திருந்தால் உங்களுடைய சம்பளம் இங்கே இப்போது நீங்கள் வாங்கும் சம்பளத்தைக் காட்டிலும் மூன்று மடங்கு அதிகமாக இருந்திருக்கும், தெரியுமா?”

“எ...எ...என்ன சொல்கிறீர்கள்?”

“இது நம்ப முடியாத உண்மைதான்... ஆனால், நம்பித்தான் ஆக வேண்டும். அந்த ஃப்யூச்சர் ஷேஃப் கம்பெனியின் பங்கு மார்க்கெட் நிலவரம் இன்றைக்கு எவரெஸ்ட் உயரத்தைத் தொட்டு, மற்ற கம்பெனிகளை

மலைக்க வைத்து, மண்டி போட வைத்து இருக்கிறது. அங்கே இப்போது வேலை பார்க்கிற அடி மட்ட ஊழியர்கள் முதல் மிகப்பெரிய பதவிகளில் உள்ள டெக்னீஷியன்கள் வரை, முன்பு வாங்கியதைவிட பல மடங்குகளில் சம்பளம் வாங்கிக் கொண்டு இருக்கிறார்கள். அந்தக் கம்பெனியின் அபரிமிதமான வளர்ச்சிக்குக் காரணம், அவர்கள் விஞ்ஞான தொழில்நுட்பத்தில் தொட்ட இடம் அப்படிப்பட்ட ஒன்று..."

"எது...?"

"ஆர்ட்டிஃபிஷியல் இண்டலிஜென்ஸ்!"

"நாமும் இப்போது அதைத்தானே தொடப்போகிறோம்."

"உண்மை... ஆனால் அவர்கள் அந்தத் துறையில் தொட்ட இடம் வேறு. நாம் தொட்ட இடம் வேறு."

"மேக்னா... நீங்கள் சொல்வது எனக்குப் புரியவில்லை."

"புரியும்படியாகவே சொல்கிறேன். அவர்கள் 'தங்கம் எங்கே கிடைக்கும்' என்பதைத் துல்லியமாகத் தெரிந்து கொண்டு தோண்டிவிட்டார்கள். நாம் இன்னமும் அந்த இடத்தைத் தேடிக்கொண்டே இருக்கிறோம்."

"அதாவது அவர்கள் ஆர்ட்டிஃபிஷியல் இண்டலிஜென்ஸ் விஷயத்தில் நம்மைவிட முன்னே சென்று விட்டார்கள் என்று சூசகமாக சொல்ல வருகிறீர்கள் இல்லையா?"

"அதேதான்... சரியாகப் புரிந்து கொண்டீர்கள்."

"சரி... இந்த விஷயத்தில் இனிமேல் நாம் என்ன செய்யப் போகிறோம்?"

"செய்யப்போவது நீங்கள்தான்."

"நானா?"

"ஆமாம்..."

"என்ன செய்ய வேண்டும்?"

"ஆர்ட்டிஃபிஷியல் இண்டலிஜென்ஸ் விஷயத்தில் அவர்களுக்கு ஒரு நல்ல ப்ராஜெக்ட் கிடைத்திருக்கிறது. அது

எது மாதிரியான ப்ராஜெக்ட் என்பதை நம்மால் கண்டுபிடிக்க முடிந்தால் நாம் ஒரு தங்கச் சுரங்கத்தையே கண்டுபிடித்து தோண்டி எடுத்துவிடலாம்."

"எ...எ...எப்படி?"

"ஃப்யூச்சர் ஷேஃப் கம்பெனியில் நீங்கள் வேலை பார்த்துக் கொண்டு இருக்கும்போது உங்களோடு வேலை பார்த்தவர்களில் இன்னமும் சில பேர் அங்கே இருப்பார்கள் இல்லையா?"

"ஆமாம்... இருக்கிறார்கள். வருடத்திற்கு ஒரு முறை பேசினாலும் இன்னமும் நட்பில் இருக்கிறார்கள்."

"அவர்களில் யார் உங்களுக்கு நெருக்கமானவர்கள்?"

"ரேவதி நாயர். பி.டெக் படித்தவள். இண்டியன் இன்ஸ்ட்யூட் ஆஃப் டெக்னாலஜியில் வேலை பார்த்துவிட்டு, டேட்டா சயின்ஸ் ரிசர்ச் ஸ்காலர் போஸ்ட்டுக்கு வந்தவள். ஹைலி டேலண்ட்டட் வுமன்."

"அந்த ரேவதி நாயரை நாளைக்கு நீங்கள் அந்தக் கம்பெனியில் போய் சந்திக்க வேண்டும்."

அட்சயா குறுக்கிட்டாள்.

"எதற்கு...? இந்த ஆர்ட்டிஃபிஷியல் இண்டலிஜென்ஸ் பற்றி அவளுக்கு எதுவும் தெரிய வாய்ப்பில்லை. அவள் அந்தத் துறை சார்ந்தவள் இல்லை."

"தெரியாவிட்டால் பரவாயில்லை..." என்று சொன்ன மேக்னா மெல்ல நடந்து போய் மேஜையின் மேலிருந்த கண்ணாடியிலான ஒரு குடுவையைத் திறந்து,உள்ளே கருப்பு நிறத்தில் கோலிக்குண்டு சைஸில் இருந்த ஒரு பொருளை எடுத்தாள்.

"உங்கள் கையை நீட்டுங்கள்..."

அட்சயா கையை நீட்ட, அவளுடைய உள்ளங்கையில் அந்தக் கருப்பான கோலிக்குண்டை வைத்தாள் மேக்னா.

“எ…எ…என்ன இது?”

“உற்றுப்பாருங்கள்.”

அட்சயா பார்வையை கூர்மையாக்கினாள்.

உன்னிப்பாய் பார்த்துக் கொண்டிருக்கும் போதே… அந்த கருப்பு கோலிக்குண்டு மெல்ல அசைந்தது. நகர்ந்தது. பிறகு ‘ஸ்ஸ்ஸ்’ என்ற சத்தத்தோடு சிறகுகளை விரித்தபடி ஒரு வண்டாய் மாறி மேலெழுந்து பறந்தது.

15

அட்சயா பிரமித்துப் போனவளாய், பறந்து கொண்டிருந்த அந்தச் சிறிய வண்டையே சில விநாடிகள் வரை கண் இமைக்காமல் பார்த்துவிட்டு, மேக்னாவிடம் திரும்பினாள். உதடுகள் ஈரமின்றி உலர்ந்து போயிருக்க... கம்மிப்போன குரலில் கேட்டாள்.

"நாம் பேசிக்கொண்டிருக்கிற விஷயத்திற்கும் இந்த வண்டுக்கும் என்ன சம்பந்தம்ன்னு தெரியலையே?"

மேக்னாவின் லிப்ஸ்டிக் பூசிய உதடுகள் ஒரு சிறிய புன்னகையில் விரிந்தது.

"அட்சயா! நீங்கள் நினைப்பது போல் இது வண்டு இல்லை. வண்டைப் போல வடிவமைக்கப்பட்ட ஒரு மினி ட்ரோன்."

"ட்ரோனா...?"

"ட்ரோனேதான்... இது ஆர்ட்டிஃபிஷியல் இன்டலிஜென்ஸ் தொழில்நுட்பத்தால் நான் உருவாக்கிய இன்செக்ட் ட்ரோன்."

"வாவ்....நம்ப முடியவில்லை...!!!"

"ஒரு நிஜமான வண்டு நாம் சொன்னபடி எல்லாம் கேட்காது. இந்த வண்டு கேட்கும். காரணம், இது ஒரு ஏ.ஐ பவர்ட் ட்ரோன். இதற்குள் இருப்பது எல்லாமே தெர்மல் இமேஜிங் சென்ஸார்ஸ் என்பதால் நாம் சொன்னபடியெல்லாம் கேட்கும்.வெளியில் நடப்பவற்றை கிரகித்து நமக்கு வேண்டிய விஷயங்களை மட்டும் துல்லியமாகத் தரும். இப்போது பாருங்கள்..." என்று சொன்ன மேக்னா, மேஜையின்

ஓரத்தில் இருந்த ரிமோட் கண்ட்ரோல் டிவைஸை எடுத்து ஒரு சிறிய பட்டனை அழுத்த, பறந்து கொண்டிருந்த அந்த மினி இன்செக்ட் ட்ரோன் சட்டென்று உயரம் தாழ்ந்து பறக்கும் வேகத்தை குறைத்துக் கொண்டு தன்னுடைய உலோகக் கால்களை விரித்தபடி மேஜையின் மீது வந்து அமர்ந்து அடுத்த சில விநாடிகளில் அமைதியானது.

அட்சயா ஆச்சர்யம் அகலாத விழிகளோடு மேக்னாவை ஏறிட்டாள்.

"நான் இங்கே வந்த விநாடி முதல், இந்த விநாடி வரை நம்ப முடியாத பல விஷயங்கள் நடந்து கொண்டே இருக்கின்றன. இன்னும் என்ன பாக்கி வைத்திருக்கிறீர்கள் மேக்னா?"

"அவ்வளவுதான்... இனி நம் விஷயத்திற்கு வருவோம்..." சொன்ன மேக்னா மேஜையின் மீதிருந்த அந்த இன்செக்ட் ட்ரோனை எடுத்து அட்சயாவிடம் கொடுத்தாள்.

"இதை வைத்துக் கொள்ளுங்கள்."

"எனக்கெதற்கு?"

"நாளைக்கு ஃப்யூச்சர் ஷேஃப்புக்குச் சென்று ரேவதி நாயரைப் பார்க்கப் போகிறீர்கள் இல்லையா...?"

"ஆமாம்!"

"அப்போது இந்த இன்செக்ட் ட்ரோனை யாருடைய பார்வையும் படாத ஒரு இடத்தில் மறைத்து வைக்க வேண்டும். முக்கியமாக கம்பெனியின் நிர்வாக அறைக்கு அருகில், ஏதாவது ஒரு இடத்தில் மறைத்து வைப்பது நல்லது."

அட்சயாவின் முதுகுத் தண்டுவடத்தில் ஒரு சில விநாடிகள் குளிர் அடித்த மாதிரியான உணர்வு.

"எதற்காக இந்த வேலை?"

"நம்மால் அந்தக் கம்பெனிக்குள் நுழைந்து செய்ய முடியாத உளவு வேலையை இந்த இன்செக்ட் ட்ரோன் வெற்றிகரமாய் செய்து, அங்கே நடக்கும் நிகழ்வுகளை உடனுக்குடன்

என்னுடைய லேப்டாப்புக்கு புகைப்படங்களோடு அனுப்பி வைக்கும்.”

“அங்கே இந்த ட்ரோன் பறக்கும்போது யாராவது பார்த்துவிட்டால்...?”

மேக்னா சிரித்தாள்.

“ஒரு கோலிக்குண்டைக் காட்டிலும் சிறிய அளவில் இருக்கும் இந்த ட்ரோன் பறக்கும்போது ஒரு வண்டைப் போலவே தெரியும். தாழ்வாகப் பறந்து எல்லா அறைகளுக்கும் சீரான இடைவெளிகளில் சென்று, அங்கே எதுமாதிரியான நிகழ்வுகள் நடந்தாலும், அதை ஆடியோவாகவும், வீடியோவாகவும் பதிவு செய்யும்... அடுத்த சில விநாடிகளில் எல்லாப் பதிவுகளுமே என்னுடைய லேப்டாப்புக்கு வந்துவிடும்.”

அட்சயா மிரண்டுபோன பார்வையோடு கேட்டாள்.

“இந்த ட்ரோனை நான் எடுத்துக் கொண்டு அந்தக் கம்பெனிக்குள் போகும்போது செக்யூரிட்டி ஃபோர்ஸ் டிடெக்டர் மூலம் கண்டு பிடித்துவிட மாட்டார்களா?”

“வாய்ப்பே இல்லை.”

“எப்படிச் சொல்கிறீர்கள்?”

“இந்த ட்ரோனின் உள்ளே இருக்கும் அன் ஐடெண்டிஃபைடு சென்சார்கள், டிடெக்டரிலிருந்து வெளிப்படும் கதிர்களை அந்த விநாடியே அழித்துவிடும். உங்களுக்கு நம்பிக்கை வர வேண்டுமானால் அதை டெமோ செய்து காட்டுகிறேன்.”

சொன்ன மேக்னா எழுந்து போய் டிவைஸ் சேம்பருக்குள் நுழைந்து, அந்த நவீன டீப் சென்ஸிடிவ் டிடெக்டரை எடுத்து வந்தாள்.

“அட்சயா... அந்த ட்ரோனை எடுத்து உங்களுடைய அடர்த்தியான தலைமுடியின், மையப்பகுதியில் ஒரு ஹேர் பின்னைப்போல், சொருகிக் கொள்ளுங்கள். நாளைக்கு நீங்கள்

அந்தக் கம்பெனிக்குப் போகும்போதுகூட இந்த ட்ரோனை அப்படித்தான் மறைத்து வைத்துக்கொள்ள வேண்டும்.”

அட்சயா சில விநாடிகள் தயங்கிவிட்டு, அந்த ட்ரோனை எடுத்து, மேக்னா சொன்னது போலவே மறைத்துக்கொள்ள... அவள் டிடெக்டரை உயிர்ப்பு நிலைக்கு கொண்டு வந்து, அட்சயாவின் ஒட்டுமொத்த உடம்பையும் அங்குலம் அங்குலமாகத் தடவினாள், முக்கியமாக தலைப்பகுதியை.

முழுதாய் ஒரு நிமிட நேரம்.

டிடெக்டர் பிடிவாதமாய் மௌனம் சாதித்தது. அதனிடம் இருந்து சின்னதாய் ஒரு முனகல் சத்தம்கூட இல்லை.

“பார்த்தீர்களா அட்சயா... என் கையில் இருப்பது அண்மைக்கால கண்டுபிடிப்பான டீப் சென்ஸிடீவ் டிடெக்டர். ஒருவருடைய உடம்பில் எதுமாதிரியான தொழில்நுட்பக் கருவி இருந்தாலும் சரி, இது காட்டுக் கத்தலாய் அலறிக் காட்டிக் கொடுத்துவிடும். உங்களுடைய தலையில் ஒரு ஹேர் க்ளிப்பைப் போல் ஒளிந்திருக்கும் ட்ரோனை இந்த டிடெக்டரால் கண்டுபிடிக்க முடியவில்லை.”

“இருந்தாலும்...”

“என்ன இருந்தாலும்?”

“ஃப்யூச்சர் ஷேஃப் கம்பெனியில் உள்ள செக்யூரிட்டியின் கையில் எதுமாதிரியான டிடெக்டர் இருக்குமோ என்கிற பயம் லேசாய் எட்டிப் பார்க்கிறது. ஒருவேளை அவர்கள் கண்டுபிடித்துவிட்டால்...?”

“அப்சல்யூட்லி... நோ சான்ஸ். அந்தக் கம்பெனியின் செக்யூரிட்டி கையில், இதைவிட அதிநவீன டிடெக்டர் இருக்க வாய்ப்பில்லை. நீங்கள் தைரியமாய் பதட்டப்படாமல் இருந்தாலே போதும்!”

மேக்னா சொல்லிக் கொண்டிருக்கும்போதே அவளுடைய செல்போன் டயல்டோனை வெளியிட்டது.

எடுத்துப் பார்த்தாள்.

மறுமுனையில விகாஷ் பட்டேல் அழைத்துக் கொண்டிருந்தார்.

செல்போனை தன்னுடைய இடது காதுக்கு ஒற்றி, சிரிப்போடு குரல் கொடுத்தாள்.

“சொல்லுங்கள் மிஸ்டர் விகாஷ்!”

மறுமுனையில் விகாஷ் பட்டேல் உற்சாகமாய்ப் பேசினார்.

“மேக்னா... அட்சயாவுக்கு அந்த ட்ரோன் அசைன்மெண்டைக் கொடுத்து விட்டீர்களா?”

“கொடுத்து விட்டேன்.”

“குட் ஜாப்!”

“நாளை காலையிலிருந்து ஃப்யூச்சர் ஷேஃப் கம்பெனியின் ஒவ்வொரு அங்குலத்தையும் நாம் பார்க்கப் போகிறோம். அட்சயாவிடம் ட்ரோனைக் கொடுத்து அதை எப்படி, எங்கே வைக்க வேண்டும் என்பதையும் சொல்லிவிட்டேன். அட்சயாவும் அந்தப் பணியைச் செய்து முடிக்க ஒப்புக் கொண்டுவிட்டார்.”

“ஸோ... எல்லாம் நல்லபடியாய் போய்க் கொண்டிருக்கிறது என்று நினைக்கிறேன்”

“நிச்சயமாக...”

“பக்கத்தில் அட்சயா இருந்தால் போனை அவளிடம் கொடுங்கள்.”

“ஒரு நிமிஷம்” என்றவள் செல்போனை அட்சயாவிடம் நீட்டினாள். அவள் வாங்கி, தயக்கமான குரலில் “ஸார்...” என்றாள்.

“ஆல் த பெஸ்ட் அட்சயா!”

“ஸார்... நான் மேக்னாகிட்ட இருந்து இதை கொஞ்சமும் எதிர்பார்க்கலை... பதட்டமா இருக்கு.”

“என்ன பதட்டம்?”

“மாட்டிக்கிட்டா பெரிய பிரச்சினை ஆகிடும் ஸார்... ஃப்யூச்சர் ஷேஃப் கம்பெனியும் ஐ.டி ஃபீல்ட்ல வெல் எஸ்டாபிளிஷ்ட் கம்பெனி. ட்ரோனோட நான் உள்ளே போறது கொஞ்சம் உதறலாயிருக்கு.”

“இதோ பார் அட்சயா... மேக்னா தன்னோட க்ரியேட்டிவ் தொழில்நுட்ப அறிவைப் பயன்படுத்தி தயாரிக்கிற ஒவ்வொரு பொருளும் அதிசயமானது. அந்தப் பொருளை ஜெயிக்க யாராலயும் முடியாது. நீ தைரியமா உன்னோட பழைய கம்பெனிக்கு போய் மேக்னா சொன்னமாதிரி ட்ரோனை வெச்சிட்டு வந்துடு. நீ இந்த ஒரு வேலையைப் பண்ணினாலே போதும்... நமக்கு பாதி வெற்றி கிடைச்ச மாதிரி...”

“புரியுது ஸார்.”

“தட்ஸ் குட்... நாளைக்குக் காலையில எத்தனை மணிக்கு ஃப்யூச்சர் ஷேஃப் கம்பெனிக்குப் போறே?”

“சரியா பத்து மணிக்கு அங்கே இருப்பேன் ஸார்.”

“ஒன்ஸ் அகெய்ன்... ஆல் த பெஸ்ட்!” செல்போனின் இணைப்பைத் துண்டித்தார் விகாஷ் பட்டேல்.

மறுநாள் காலை ஒன்பது மணி.

சமையலறையில் காலை உணவு தயாரிப்பில் அட்சயா மும்முரமாய் இருக்க, பாஸ்கர் குளித்து முடித்து ஈரத் தலையை துவட்டிக் கொண்டே உள்ளே நுழைந்தான்.

“அட்சயா...”

“ஒரு அஞ்சு நிமிஷம் பொறுங்க. ப்ரேக் ஃபாஸ்ட் ரெடியாயிடும்.”

“ப்ரேக் ஃபாஸ்ட் இருக்கட்டும்... நீ என்ன முடிவு பண்ணியிருக்கே? அதை முதல்ல சொல்லு.”

“எதைச் சொல்லச் சொல்றீங்க?”

“அந்த ட்ரோனை உன்னோட பழைய கம்பெனிக்குக் கொண்டு போறதைப் பத்தி?”

“மேக்னா கொடுத்த அசைன்மென்ட்டை செய்ய முடியாதுன்னு சொல்ல முடியுமா...? சாப்டுட்டுக் கிளம்ப வேண்டியதுதான்.”

“நல்லா யோசனை பண்ணிட்டு இதுல இறங்கு அட்சயா. இது ஒரு ரிஸ்க்கான அசைன்மென்ட். செக்யூரிட்டீஸ்கிட்ட மாட்டிக்கிட்டா அதுக்கப்புறம் என்ன நடக்கும்னு தெரியாது.”

காஸ் ஸ்டவ்வை அணைத்துவிட்டு, சூடான கிச்சடி நிரம்பியிருந்த வாணலியை கீழே இறக்கி வைத்தாள் அட்சயா.

“எதுலதான் ரிஸ்க் இல்லை... ஒரு வேலையில துணிஞ்சு இறங்கிட்டோம்னா அதை முடிக்கிற வரைக்கும் எல்லாத்தையும் மறந்துடனும். மேக்னா சாமான்யப்பட்டவ கிடையாது. கெட்டிக்காரி. அவளோட தயாரிப்பில உருவான ட்ரோன் அது. எந்த ஒரு டிடெக்டரை யூஸ் பண்ணினாலும் அது ஊமையாய்தான் இருக்கும். என்னோட தலைமுடிக்குள்ள ஒரு ஹேர் க்ளிப் மாதிரி ஒளிஞ்சுட்டிருக்கிற இன்செக்ட் ட்ரோனை யாராலேயும் கண்டுபிடிக்க முடியாதுங்கிற நம்பிக்கை எனக்கு இருக்கு. அதுவும் இல்லாம அங்கே என்ன நடக்குதுனு உங்க டிபார்ட்மெண்ட்க்கும் தெரியணும் இல்லை?”

“அதுக்காக...? அட்சயா...! எதுக்கும் ரெண்டு நாள் யோசனை பண்ணிட்டு முடிவு எடு.”

“நீங்க முதல்ல சாப்பிட வாங்க... எனக்குப் பசிக்குது. நான் சாப்பிட்டு உடனே கிளம்பணும். ஒன்பதே கால் மணிக்காவது புறப்பட்டாத்தான் பத்து மணிக்குள்ளே ஃப்யூச்சர் ஷேஃப்க்குப் போய்ச் சேர முடியும்.”

அட்சயா படபடப்பாய் பேசிக் கொண்டிருக்கும்போதே அவளுடைய செல்போன் வெளிச்சமாய் ஒளிர்ந்து டயல் டோனை சிதறடித்தது. வேகமாய் எடுத்து, அழைப்பது யாரென்று பார்த்தாள்.

மேக்னா!

16

மேக்னாவின் பெயரை செல்போனின் டிஸ்ப்ளே திரையில் பார்த்ததுமே அட்சயா முகம் மாறினாள். அதைக் கவனித்துவிட்ட பாஸ்கர் கேட்டான்.

"போன்ல யாரு?"

"மேக்னா."

"ஸ்பீக்கரை ஆன் பண்ணிட்டு பேசு"

அட்சயா, செல்போனை ஸ்பீக்கரில் போட்டுவிட்டு, ஹேண்ட் செட்டை இடது கையில் வைத்துக் கொண்டு, வலுக்கட்டாயமாக வரவழைத்துக் கொண்ட உற்சாகக் குரலில் பேசினாள்.

"குட் மார்னிங் மேக்னா!"

"வெரி குட் மார்னிங்... அட்சயா."

"என்ன வீட்டை விட்டுக் கிளம்பிவிட்டீர்களா, இல்லையா?"

"கிளம்பிக் கொண்டேயிருக்கிறேன்."

"விஷயம் உங்கள் கணவருக்குத் தெரியக்கூடாது என்று சொல்லியிருந்தேன். அதை கடைப்பிடித்து இருப்பீர்கள் என நம்புகிறேன்."

"நான் சொல்லவில்லை. இனி மேலும் சொல்லமாட்டேன்."

"அது அனைவருக்கும் நல்லது..." என்று சொன்ன மேக்னா சில விநாடிகள் மௌனமாய் இருந்துவிட்டுப் பேசினாள்.

"அட்சயா... நேராக உங்கள் தோழி ரேவதி நாயரைத்தானே பார்க்கப் போகிறீர்கள்?"

"ஆமாம்."

"ரேவதி நாயரிடம் என்ன பேசப் போகிறீர்கள்?"

"சரியான காரணம் வைத்திருக்கிறேன்."

"என்னவென்று சொல்லுங்கள்."

"நான் இப்போது கர்ப்பமாய் இருக்கிறேன்.அது சம்பந்தமான மருத்துவ ஆலோசனைக்காக ரேவதி நாயருக்குத் தெரிந்த ஒரு பெண் கைனகலாஜிஸ்ட் டாக்டரைப் பற்றி அவளிடம் கேட்கப் போகிறேன்."

"நீங்கள் சொல்லும் காரணம் அவள் நம்புவது போல் இருக்கிறதா?"

"இதில் சந்தேகப்பட ஒன்றுமில்லை. ரேவதி நாயர் தன்னுடைய செல்போன் எண்ணை மாற்றிவிட்டதால், அவளைப் போனில் தொடர்புகொள்ள முடியவில்லை. அதனால்தான் நேரில் வந்தேன் என்று அவளிடம் சொல்லப் போகிறேன்."

"உங்களுடைய பேச்சும், நடவடிக்கையும் இயல்பாய் இருக்கட்டும். சிறிது சந்தேகம் ஏற்பட்டாலும் திட்டம் பாழாகிவிடும்."

"மேக்னா! நீங்கள் அதைப்பற்றிக் கவலைப்பட வேண்டாம். நான் பார்த்துக் கொள்கிறேன்."

"ஓ.கே... பிறகு, ஒரு முக்கியமான விஷயம். அதை உங்களிடம் சொல்வதற்காகத்தான் இப்போது அழைத்தேன்."

"சொல்லுங்கள்..."

"அந்த இன்செக்ட் ட்ரோனை நிர்வாக அறைக்குப் பக்கத்தில் ஏதாவது ஒரு இடத்தில் மறைவாய் வைக்கச் சொன்னேன் அல்லவா?"

"ஆமாம்."

"அங்கே வைக்க வேண்டாம்."

“பிறகு... எங்கே?”

“லேடீஸ் ரெஸ்ட் ரூமுக்குள் மறைத்து வையுங்கள்.”

அட்சயா சில விநாடிகள் திகைப்பில் திளைத்துவிட்டுக் கேட்டாள்.

“எப்படி... அந்த இடத்தில் மறைத்து வைப்பது?”

“வாஷ்பேசினுக்கு அடியில் கேஸ்கட் பகுதியில் அதை வைத்தால்போதும் ஒட்டிக் கொள்ளும். அது மல்டி மெட்டாலிக் மேக்னட்.”

“கேஸ்கட் பகுதி பாதுகாப்பான இடம் தானா?”

“சந்தேகம் வேண்டாம். ஏனென்றால் லீகல்டி ஆஃப் செக்யூரிட்டி காமிரா உபயோகிக்கும் விதிகள்படி, எவ்வளவு முக்கியத்துவம் வாய்ந்த நிறுவனமாக இருந்தாலும் சரி, ரெஸ்ட் ரூம் ஏரியாவில் சி.சி.டி.வி காமிராக்களைப் பொருத்தக் கூடாது.”

“புரிகிறது... ஆனால் ட்ரோன் அந்த அறையை விட்டு வெளியே வருவதில் சிக்கல் ஏற்படுமே?”

“சிக்கல் ஏற்பட வாய்ப்பில்லை. அந்த ரெஸ்ட் ரூம் அறையின் கதவு, ஒரு ஐந்து விநாடி திறந்திருந்தால் போதும், நான் இங்கிருந்தபடியே ட்ரோனை இயக்கி வெளியே கொண்டு வந்துவிடுவேன்.”

“தென் இட்ஸ் ஓ.கே நீங்கள் சொல்கிறபடி செய்கிறேன்.”

“தட்ஸ் குட்... ஆல் த பெஸ்ட்.” என்று சொன்ன மேக்னா செல்போன் இணைப்பைத் துண்டித்துவிட, அட்சயாவும் போனை மௌனமாக்கிவிட்டு ஒரு பெருமூச்சோடு பாஸ்கரைப் பார்த்தாள்.

“மேக்னா பேசினதைக் கேட்டீங்களா?”

பாஸ்கர் கேலியாய் சிரித்தான்.

“அவளோட மூளையை ஒரு மில்லியன் டாலர்க்கு இன்ஷ்யூர் பண்ணிடறது பெட்டர்.”

"அடுத்த தடவை அவளைப் பார்க்கறப்ப சொல்றேன்! இப்ப சாப்பிட வாங்க...! எனக்கு நேரமாகுது..." என்று சொன்ன அட்சயா, டைனிங் டேபிளை நோக்கி வேகமாகப் போனாள்.

ஃப்யூச்சர் ஷேஃப் டெக்னாலஜிஸ் கம்பெனி, வெளிர் நீலநிற கண்ணாடி உடம்போடு ஏழு மாடிகளோடு, காலை பத்து மணி வெய்யிலில் மினுமினுப்போடு குளித்துக் கொண்டிருக்க, அட்சயா தன்னுடைய காரை பார்க்கிங் ஏரியாவில், நிழலாய் இருக்கும் இடம் பார்த்து நிறுத்திவிட்டு, செக்யூரிட்டி விங்கை நோக்கி நடைபோட்டாள். இதயம் வேகமான துடிப்பில் இருந்தது.

கேட்டை நோக்கி நடக்க நடக்கவே அவளுடைய வலது கை தன்னிச்சையாய் உயர்ந்து தலையில் கொண்டைப் பகுதிக்குப் போய் இன்செக்ட் ட்ரோன் பதுங்கியிருந்த இடத்தைத் தொட்டுப் பார்த்துக் கொண்டது. ஒரு நிமிஷ நடையில் கேட்டை நெருங்கினாள்.

மூன்று வருடங்களுக்கு முன்பு தான் வேலை பார்த்தபோது இருந்ததைக் காட்டிலும் இப்போது செக்யூரிட்டி விங்க் அதிநவீனமாய் தெரிந்தது. பழைய அதிகாரிகள் யாருமில்லை. துணை ராணுவப்படை வீரர்களின் சீருடையைப் போன்று உடை அணிந்த உயரமான நபர்கள், கைகளில் துப்பாக்கியோடு காம்பௌண்ட் கேட்டின் இரண்டு பக்கமும் தூண்கள் போல் நின்றிந்தார்கள்.

அட்சயா அவர்களைக் கடந்து விக்கெட் கேட் அருகே சென்றபோது செக்யூரிட்டி ஆபீஸர் ஒருவர் அவளை மறிப்பது போல் வேக வேகமாய் எதிரே வந்து நின்றார். ஆங்கிலத்தில் கேட்டார்.

"எங்கே போகிறீர்கள்... யாரைப் பார்க்க வேண்டும்?"

"மிஸஸ் ரேவதி நாயரைப் பார்க்க வேண்டும். இங்கே டேட்டா சயின்ஸ் ரிசர்ச் ஸ்காலராய் பணிபுரிகிறார்."

“அவர் உங்களுக்கு முன் அனுமதி கொடுத்து இருக்கிறாரா?”

“இல்லை... நான் ரேவதி நாயரின் தோழி. நேரில் பார்த்துப் பேச வந்தேன். அவருடைய செல்போன் நெம்பர் என்னிடம் இல்லாததால் முன்கூட்டியே தகவல் தெரிவிக்க முடியவில்லை.”

“உங்கள் பெயர்?”

“அட்சயா... மூன்று வருடங்களுக்கு முன்பு இதே கம்பெனியில் நான் வேலை பார்த்திருக்கிறேன்.”

“இந்த விஷயத்தை நீங்கள் முதலிலேயே சொல்ல வேண்டாமா...?” என்று சொல்லி புன்னகை செய்தவர், செக்யூரிட்டி ஸ்க்ரீனிங் அறையைக் காட்டினார்.

“அங்கே சில பரிசோதனைகள் இருக்கின்றன. அவற்றை முடித்துக்கொண்டு வாருங்கள்.”

அட்சயாவின் இதயத்துடிப்பு தடாலடியாய் அதிகரித்து, நெற்றியை வியர்க்க வைத்தது. நூறடி தொலைவில் இருந்த அந்த செக்யூரிட்டி ஸ்க்ரீனிங் அறையை நோக்கிப் போனாள். இதயத்துடிப்பு இப்போது உச்சபட்சம்.

மெல்ல அந்த ஸ்க்ரீனிங் அறைக்குள் நுழைந்த அட்சயா ஐந்தடி தூரம் நடந்திருப்பாள். அங்கிருந்த ஒரு சிவப்பு விளக்கு திடீரென்று உயிர் பிடித்துக் கொண்டு விட்டு விட்டு எரிய அதைத் தொடர்ந்து ‘பீப் பீப்’ என்ற சத்தம் காற்றில் கலந்து அந்தப் பகுதியின் அமைதியை அறுத்தது .

புலனாய்வுத்துறை அலுவலகம்.காலை நேரம்.

பாஸ்கர் தன்னுடைய அறையில் அமர்ந்து டெஸ்க்டாப் கம்ப்யூட்டர் திரையில் க்ரைம் அக்கரன்ஸ் சம்பந்தப்பட்ட ஒரு கட்டுரையை படித்துக் கொண்டிருந்தபோது, சுஷ்மா அறைக்கதவைக் கொஞ்சமாய் திறந்து மெல்ல எட்டிப் பார்த்தாள்.

"குட்மார்னிங்... பாஸ்."

"குட்மார்னிங் சுஷ்மா."

"உள்ளே வரலாமா?"

"அதான் வந்துட்டேயே... வா. பர்மிஷன் கேட்கணுமா என்ன?"

"இல்ல பாஸ். நீ முன்னே மாதிரி க்ரேடு ஆபீஸர் இல்லையே.இப்ப நீ அடிஷனல் ஜாய்ண்ட் டைரக்டர் போஸ்ட்ல உட்கார்ந்துட்டே... ப்ரோட்டோகால்படி நான் உன்னைப் பார்க்கறப்பெல்லாம் சல்யூட் வைக்கணும். ஸார் போட்டுப் பேசணும். அது தெரியுமா உனக்கு?"

பாஸ்கர் தனக்கு முன்பாய் இருந்த காலியான நாற்காலியைக் காட்டினான்.

"மொதல்ல நீ உட்கார். அதெல்லாம் மத்தவங்களுக்கு... உனக்கில்லை."

சுஷ்மா சிரித்துக் கொண்டே உட்கார்ந்தாள்.

"பாஸ் எனக்கு உன்கிட்ட பிடிச்சதே இந்த சிம்பிளிசிட்டிதான். எவ்வளவு உயரத்துக்குப் போனாலும் டவுன் டூ எர்த்தா இருக்கே. இந்த புரோமோஷன் உனக்கு ரெண்டு வருஷத்துக்கு முந்தியே கிடைச்சிருக்க வேண்டியது... எனி ஹௌ இப்பவாவது கிடைச்சதே."

சுஷ்மா பேசிக் கொண்டிருக்கும்போதே பாஸ்கரின் செல்போன் வெளிச்சம் பிடித்துக் கொண்டு, டயல்டோனை வெளியிட்டது.

எடுத்து, அழைப்பது யாரென்று பார்த்தான். புலனாய்வுத்துறை டைரக்டர் ஆதித் சர்மாவின் பெயர் டிஸ்ப்ளே திரையில் நகர்ந்து கொண்டிருந்தது.

"டைரக்டர் கூப்பிடறார்." என்று சொன்ன பாஸ்கர், ஹேண்ட் செட்டை காதுக்கு கொடுத்தான்.

"குட் மார்னிங் ஸார்!"

“.........”

“ஃப்ரீயாத்தான் இருக்கேன் ஸார்!”

“.........”

“வர்றேன் சார்.”

“.........”

“சுஷ்மா... இங்கேதான் இருக்காங்க ஸார். அவங்களையும் கூட்டிட்டு வரணுமா?”

“.........”

“ஓ.கே சார்... உடனே புறப்பட்டு வர்றோம்” செல்போனை அணைத்துவிட்டு சுஷ்மாவை ஏறிட்டான் பாஸ்கர்.

“நம்ம ரெண்டு பேரையும் டைரக்டர் உடனே வரச் சொல்றார்.”

“எதுக்கு?”

“தெரியலே.... மோஸ்ட் இம்பார்ட்டன்ட்ன்னு சொன்னார். வா போகலாம். அவர் ஏதோ பதட்டத்துல இருக்கிற மாதிரி தெரியுது.”

இருவரும் சரேலென்று எழுந்தார்கள். வேக நடை போட்டு நீளமான வராந்தாவைக் கடந்தார்கள். லிஃப்டில் பயணித்து அடுத்த சில நிமிடங்களில் மூன்றாவது மாடியில் இருந்த டைரக்டர் ஆதித் சர்மாவின் அறைக்கு முன்பாய் நின்றார்கள்.

அனுமதிக்காக அழைப்பு மணியின் பட்டனை அழுத்த பாஸ்கர் முயல, சுஷ்மா சொன்னாள்.

“பாஸ்... கதவு திறந்திருக்கு!”

“ஆமா...” என்ற பாஸ்கரன், கதவை மெல்லத் தட்டிக் கொண்டே திறந்து உள்ளே எட்டிப் பார்த்தான்

ஆதித் சர்மா வழக்கமாக அமர்ந்திருக்கும் நாற்காலி வெறுமையாய்த் தெரிய,

பக்கவாட்டு சுவரோரமாய் அவர் வாய் பிளந்து மல்லாந்து விழுந்திருந்தார்.

மார்பில் சின்னதாய் ஒரு ரத்தக் குளம்.

17

ஆதித் சர்மாவின் உயிரற்ற உடல், போலீஸ் சம்பிரதாயங்களுக்கு ஒத்துழைப்பு கொடுத்துக் கொண்டிருக்க, ஒட்டுமொத்த அலுவலகமும் அதிர்ச்சியில் உறைந்து போய், கனத்த நிசப்தத்தில் இருந்தது. ஊழியர்கள் கலவரமான பார்வைகளோடு ஆங்காங்கே நின்றிருந்தார்கள். ஃபாரன்ஸிக் குழு ஒன்று ரசாயனப் பவுடரை ஸ்பிரே செய்து, அறையின் ஒவ்வொரு அங்குலத்திலும் கைரேகை பதிவுகளைத் தேடிக் கொண்டிருந்தது. டாக் ட்ரெய்னர் ஒருவர் நாயோடு காத்திருந்தார்.

அஸிஸ்டெண்ட் போலீஸ் கமிஷனர் கணேசபாண்டியன், தனக்கு முன்பாய் அழுத கண்களோடு நின்றிருந்த சுஷ்மாவையும், இருட்டடித்த முகத்தோடு காணப்பட்ட பாஸ்கரையும் நிதானமான குரலில் விசாரித்துக் கொண்டிருந்தார்.

"நீங்க ரெண்டு பேரும் ஆதித் சர்மாவை பார்க்கப் போனப்ப அறைக் கதவு திறந்திருந்திருச்சா?"

பாஸ்கர் மெதுவாக தலையசைத்தான்.

"ஆமா ஸார்... பொதுவா அவரோட அறைக் கதவை சட்டுன்னு திறந்துட்டு யாரும் உள்ளே போக முடியாது. காலிங்பெல் மாதிரி இருக்கற பட்டனை அழுத்தினதும்,. உள்ளே வரலாம்ங்கிற அனுமதிக்கு அடையாளமா கதவோட மேல் பகுதியில பச்சை விளக்கு எரியும்.. கூடவே 'கெட்

இன்'ங்கிற வார்த்தையைக் காட்டும். அதுக்கப்புறம்தான் உள்ளே போக முடியும்."

"ஆதித் சர்மா உங்க ரெண்டு பேரையும் எதுக்காக வரச் சொன்னார்?"

"தெரியலை ஸார்... ஆனா அவர் போன்ல பேசும்போது பதட்டமாயிருந்தார்."

"போன்ல அவர் என்ன சொன்னார்?"

" 'ஒரு முக்கியமான விஷயத்தைப் பத்திப் பேசணும்... நீங்களும் சுஷ்மாவும் உடனே புறப்பட்டு வாங்க'ன்னு சொன்னார். அவர் அப்படிச் சொன்ன அடுத்த விநாடியே, நானும் சுஷ்மாவும் புறப்பட்டுப் போனோம். கதவு திறந்து இருந்ததால... அவர் உள்ளே இருக்கிறாரா இல்லையாங்கிற சந்தேகத்துல எட்டிப் பார்த்தேன். அவர் சீட்ல இல்லை. தரையில சுவரோரமா மல்லாந்து விழுந்திருந்தார். மார்புப் பகுதி பூராவும் ரத்தம். அந்தக் கோலத்துல அவரைப் பார்த்ததும் நானும் சுஷ்மாவும் அரண்டு போயிட்டோம்."

பாஸ்கர் மேற்கொண்டு பேசும் முன்பு அந்த நடுத்தர வயது இன்ஸ்பெக்டர், அஸிஸ்டெண்ட் கமிஷனர்க்குப் பக்கத்தில் வந்து தயக்கமாய் நின்று குரல் கொடுத்தார்.

"ஸார்..."

ஏசிபி நிமிர்ந்தார் "என்ன பரமசிவம்...?"

"டாக்டர் கோபிநாத் 'மர்டர் ஸ்பாட் ரிப்போர்ட்' கொடுத்துட்டார். பார்த்துடறீங்களா ஸார்?" அவர் தன் கையில் வைத்திருந்த சிறிய ஃபைல் ஒன்றை நீட்டினார்.

"ரிப்போர்ட்ல முக்கியமான விஷயம் ஏதாவது இருக்கா?"

"உடம்புல எந்த இடத்திலும் ஒரு சின்ன ரத்த காயம்கூட இல்லைன்னு ரிப்போர்ட்ல டாக்டர் மென்ஷன் பண்ணியிருக்கார் ஸார்."

“அப்பறம் எப்படி இவ்வளவு ரத்தம்?” கேட்டுக் கொண்டே ஃபைலை வாங்கிப் புரட்டினார் கணேசபாண்டியன்.

“எனக்கும் இதே சந்தேகம்தான் ஸார்.. அவர்கிட்டே கேட்டேன் ஸார்”

“டாக்டர் என்ன சொன்னார்?”

“அந்த ரத்தத்துக்குக் காரணம்... ஆதித் சர்மா ப்ளட் வாமிட் பண்ணியிருக்கலாம்னு சொன்னார்.”

கணேசபாண்டியன் திகைப்போடு நிமிர்ந்தார்.

“என்ன சொல்றீங்க... ப்ளட் வாமிட்டா?”

“ஆமா ஸார்.”

“அதுக்கு என்ன காரணம்...?”

“பாடியை ஃபர்தரா போஸ்ட் மார்ட்டம் பண்ணிப் பார்த்தாத்தான் அதை கண்டுபிடிக்க முடியும்னு சொல்றார்.”

“இது இயற்கையான மரணமாயிருக்கும்னு சந்தேகப்படறாரா?”

“அதையையும் அவர் உறுதியா சொல்லலை ஸார்.”

“சரி... சம்பவம் நடந்த இடத்தை சீன் ஆஃப் க்ரைம் பார்த்தது யாரு?”

“நான்தான் ஸார்.”

“ஏதாவது தடயம் தட்டுப்பட்டதா...?”

“இல்லை ஸார்... ஆதித் சர்மாவோட செல்போன் மட்டும் அவரோட பாடிக்குப் பக்கத்துல இருந்தது. வேற எந்தத் தடயமும் கிடைக்கலை.”

“அந்த செல்போனைக் கொடுங்க...”

இன்ஸ்பெக்டர் பரமசிவம் கொடுத்த செல்போனை வாங்கி அதை உயிர்ப்பித்து காண்டாக்ட் ஆப்ஷனுக்குப் போய், ரீசண்ட் கால்ஸில் இருந்த பெயர்களைப் படித்துவிட்டு பாஸ்கரை ஏறிட்டார்.

“கடைசியாய் உங்களுக்குத்தான் ஆதித் சர்மா போன் பண்ணியிருக்கார். அப்ப மணி 10.35...”

“ஆமா ஸார்.”

“அதுக்கு முன்னாடி அவர் வேற ஒரு நெம்பருக்கு போன் பண்ணியிருக்கார். ஆனா, அந்த நம்பர்க்குரியவரோட பேர் இல்லை.”

இன்ஸ்பெக்டர் பரமசிவம் இடைமறித்துப் பேசினார்

“ஸார்... அந்த நம்பர் யாரோடதுன்னு தெரிஞ்சுக்கிறதுக்காக அதை நான் ட்ரூ காலர்ல போட்டுப் பார்த்தேன். பேர் வரல. அது ஒரு ப்ளாக் காலராய் இருக்கலாம்னு நினைக்கிறேன். பொதுவா இது மாதிரியான நெம்பர்களை ஸ்கேம்மர்ஸ், டெலிமார்க்கெட்டர்ஸ்தான் யூஸ் பண்ணுவாங்க ஸார்.”

பாஸ்கர் குறுக்கிட்டுப் பேசினான்.

“இன்ஸ்பெக்டர் சொல்றது சரிதான் ஸார். ஆதித் சர்மா ஸாருக்கு ஒரு ப்ளாக் காலர் போன் பண்ணியிருந்தா அதை சாதாரண விஷயமா எடுத்துக்க முடியாது. இந்த ப்ளாக் காலர் யார்ன்னு கண்டுபிடிக்க ‘ரிவர்ஸ் போன் லுக்அப் சர்வீஸ்’னு முறையிருக்கு. அதாவது ட்ரூத் ஃபைண்டர், இன்டெலியஸ், இன்ஸ்டன்ட் செக்மேட், ஸ்போக்கியோ, பீன் வெரிஃபைடு. இது ஒரு வகையான குயிக் வே டு ஃபைண்ட் இன்ஃபர்மேஷன் அபௌட் த ஓனர் ஆஃப் த ப்ளாக் காலர் ஸார்.”

“ஸாரி மிஸ்டர் பாஸ்கர்... நீங்க இவ்வளவு டெக்னிக்கலா பேசறது எனக்குப் புரியலை. எனி ஹௌ... ஆதித் சர்மாவுக்கு போன் பண்ண அந்த ப்ளாக் காலர் யாருங்கிறதை கண்டுபிடிக்க வேண்டியது உங்க பொறுப்பு.”

“சைபர் க்ரைம் உதவியோட எப்படியும் கண்டுபிடிச்சிடலாம் ஸார்.”

“எவ்வளவு நாளாகும்?”

“எப்படியும் ரெண்டு நாளாயிடும்... காரணம் நல்லதுக்கோ கெட்டதுக்கோ இன்னிக்கு டெக்னாலஜி ரொம்பவுமே அட்வான்ஸ்ட்டா போயிட்டுருக்கு ஸார். போன வருஷம் வரைக்கும் ப்ளாக் காலர்களைக் கண்டுபிடிக்கிறது ரொம்பவும் சுலபமாய் இருந்தது. இப்ப கொஞ்சம் கஷ்டப்பட வேண்டியிருக்கும். பட் சீக்கிரமா ஸ்பாட் அவுட் பண்ண மெனக்கெடணும்.”

“ப்ளீஸ் ட்ரை டூ யுவர் பெஸ்ட்... பாஸ்கர்!” என்று சொல்லி எழுந்துகொண்ட கணேசபாண்டியன், இன்ஸ்பெக்டர் பரமசிவத்தோடு ஆதித் சர்மாவின் அறையை நோக்கி நடந்து போக, பாஸ்கர் கவலையான பெருமூச்சோடு நெற்றியைப் பிடித்துகொள்ள... சுஷ்மா மறுபடியும் முகத்தை மூடிக் கொண்டு அழ ஆரம்பித்தாள்.

ஃப்யூச்சர் ஷேஃப் கம்பெனியின் செக்யூரிட்டி ஸ்கிரீனிங் அறைக்குள் அட்சயா ‘பீப் பீப்’ சத்தம் கேட்டு சரவங்காமும் அதிர்ந்து, அப்படியே உறைந்து போய் அசையாமல் நின்றாள். சிவப்பு விளக்கு விட்டு விட்டு எரிந்து கொண்டிருந்தது.

செக்யூரிட்டி ஆபீஸர்ஸ் இரண்டு பேர் ஓட்டமும் நடையுமாய் அட்சயாவை நெருங்கினார்கள்.

அறைக்குள்ளிருந்த ஸ்கேன் ஸ்கிரீனைப் பார்த்தார்கள்.

‘சம்திங்க் வென்ட் ராங்’ என்ற ஆங்கில வாசகம் ஸ்கேனிங் திரையில் நகர்ந்து கொண்டிருந்தது.

பதட்டப்பட்ட செக்யூரிட்டி அதிகாரிகளில் ஒருவர், அட்சயாவைப் பார்த்து ஆங்கிலத்தில் பேசினார்.

“மேடம்... ஸ்கிரீனிங் அறையை விட்டு வெளியே வாருங்கள்.”

அட்சயா உள்ளுக்குள் உதறிக் கொண்டிருந்தாலும் அதை வெளிக்காட்டிக் கொள்ளாமல், இயல்பாய் நடந்து, வெளியே வந்து முகத்தை அப்பாவித்தனமாக வைத்துக்கொண்டு கேட்டாள்.

“என்னவாயிற்று?”

“மேடம்... அலாரம் சவுண்ட் கேட்கிறது. உங்களிடம் ஏதாவது எலக்ட்ரானிக் டிவைஸஸ் இருக்கிறதா?”

“அப்படி எதுவும் என்னிடம் இல்லையே...”

“உங்களுடைய கைப்பையைச் சோதித்துப் பாருங்கள். ஏதாவது எலக்ட்ரானிக் சம்பந்தப்பட்ட பொருட்கள் இருக்கலாம். தெரியாமல் கொண்டு வந்திருப்பீர்கள்.”

அட்சயா தன்னுடைய கைப்பையை அந்த செக்யூரிட்டி ஆபீஸரிடம் கொடுத்தாள்.

“நீங்களே பார்த்து விடுங்கள்.”

அவர் வாங்கிப் பார்த்துவிட்டு சோதித்து தலையை ஆட்டினார்.

“உங்களுடைய கைப்பையில் அப்படிப்பட்ட பொருட்கள் ஏதும் இல்லை. ஆனால் ஸ்கேன் ஸ்கிரீனிங் செக்யூரிட்டி சிஸ்டம் சத்தம் கொடுக்கிறது என்றால், அதை நாங்கள் அலட்சியப்படுத்த முடியாது...” என்று பேசிக் கொண்டே போனவரின் பார்வை, அட்சயாவின் வலதுகை மணிக்கட்டு பகுதியில் பதிய, அவருடைய புருவங்கள் உயர்ந்தன.

“மேடம்... நீங்கள் அணிந்திருக்கும் அந்த ஒற்றை வளையல் சற்று வித்தியாசமான நிறத்தில் இருக்கிறது. அது எது மாதிரியான உலோகத்தால் செய்யப்பட்டது என்கிற விவரம் தெரியுமா?”

அட்சயா அந்த வளையலைக் கழற்றியபடியே சொன்னாள்.

“இந்த வளையல் நவ உலோகங்களால் செய்யப்பட்டது. இது எப்போதுமே என் கையில் இருக்கும்.”

“நவ உலோகம் என்றால் மொத்தம் ஒன்பது உலோகங்கள்தானே?”

"ஆமாம்."

செக்யூரிட்டி ஆபீஸரின் உதடுகளில் இப்போது மெலிதாய் ஒரு புன்னகை அரும்பியது.

"அதுதானே பார்த்தேன். காரணமில்லாமல் ஸ்கேனர் சத்தத்தை எழுப்பாது. பஞ்ச உலோகங்களால் உருவாக்கப்பட்ட கடவுள் சிலைகளைக் கடத்திக் கொண்டு போகிற நபர்களைக் கண்டுபிடிக்கவும், இதுபோன்ற ஸ்கிரீனிங் சிஸ்டம் உதவி செய்யும். நீங்கள் அணிந்திருக்கும் வளையல் நவ உலோகங்களால் செய்யப்பட்டது என்று சொல்கிறீர்கள். 'பீப்' சத்தம் கேட்காமல் இருக்குமா... ஸ்கேனிங் சிஸ்டம் தன்னுடைய கடமையைச் செய்து இருக்கிறது..."

அட்சயாவுக்கு இயல்பாய் மூச்சு வந்தது. செக்யூரிட்டி ஆபீஸர் அவளிடமிருந்து வளையலை வாங்கிக் கொண்டே சொன்னார்.

"நீங்கள் இப்போது வளையலை அணியாமல் ஸ்கேன் ஸ்கிரீனிங் அறைக்குள் நுழையுங்கள். 'பீப்' சத்தம் வராது. சிவப்பு விளக்கும் எரியாது."

மறுபடியும் அட்சயாவிற்கு இதயத் துடிப்பின் வேகம் கூடியது. அவரையே பார்த்துக்கொண்டு அசையாமல் நின்றாள்.

"என்ன தயக்கம்...? பீப் சத்தம் கேட்டதற்கு இந்த நவ உலோக வளையல்தான் காரணமாய் இருக்கும் என்று நான் நினைக்கிறேன் மேடம். அந்த சந்தேகத்தை ஒரு தடவை சோதனை செய்து தீர்த்துக் கொள்வோம். ப்ளீஸ் கெட் இன் த ஸ்கிரீனிங் ரூம்."

அட்சயா மறுத்துப் பேச முடியாமல், நைந்து போன நடையோடு அந்த ஸ்கிரீனிங் அறையை நோக்கிப் போனாள்.

18

அட்சயா மனதை தைரியப்படுத்திக் கொண்டு, பதட்டத்தை வெளிக்காட்டிக் கொள்ளாமல் ஸ்கிரீனிங் அறைக்குள் மெதுவாய் காலடி எடுத்து வைத்தாள்.

மூளை நடுக்கமாய் யோசித்தது.

'மறுபடியும் சிவப்பு விளக்கு எரிந்து 'பீப்' சத்தம் கேட்டால் செக்யூரிட்டி ஆபீஸர்களின் அடுத்தக்கட்ட நடவடிக்கை எப்படிப்பட்டதாக இருக்குமோ... தெரியவில்லையே!'

'இனிமேல் பயந்து பயனில்லை. நடவடிக்கை எப்படி இருந்தாலும் சரி, அதை துணிச்சலோடு எதிர்கொள்ள வேண்டியதுதான்.'

இருதயம் தாறுமாறான துடிப்பில் உதறிக் கொண்டிருக்க, அட்சயா இயல்பாய் நடை போட்டு, ஸ்கிரீனிங் அறைக்குள் நுழைந்து, அதன் மையத்தில் வந்து நின்றாள்.

முதுகில் வியர்வை ஆறு ஓடுவதை அவளால் உணர முடிந்தது.

விநாடிகள் வேகமாக கரைந்து கொண்டிருக்க, அறையின் சுவரில் பொருத்தப்பட்டிருந்த, சிவப்பு விளக்கு கண் விழித்துப் பார்க்காமல் மௌனம் சாதித்தது. டிடெக்டர் கருவி 'பீப்' சத்தத்தை எழுப்பாமல் ஊமையாய் இருந்தது.

அடுத்த சில விநாடிகளில், சோதனை முடிந்தது என்பதற்கு அடையாளமாய் டிடெக்டர் கருவியில் பச்சை விளக்கொன்று கண்விழித்துப் பார்க்க, அட்சயா நிம்மதிப்

பெருமூச்சொன்றை வெளியேற்றியபடி ஸ்கிரீனிங் அறையிலிருந்து வெளிப்பட்டாள்.

அந்த செக்யூரிட்டி அதிகாரி உதட்டில் ஒரு அகலமான புன்னகையோடு வெளியே காத்திருந்து, தன் கையில் வைத்திருந்த அவளுடைய வளையலை நீட்டினார்.

“ஸாரி... தேவையில்லாமல் ஒரு குழப்பம் எற்பட்டுவிட்டது.”

“பரவாயில்லை... நீங்கள் உங்கள் பணியைத்தானே செய்தீர்கள். இனிமேலாவது ரேவதி நாயரைப் பார்க்கப் போகலாமா?”

“தாராளமாக...! ஏற்கனவே உங்கள் வருகையைப் பற்றி தகவல் கொடுத்துவிட்டோம். அவரும் வர அனுமதி தந்துவிட்டார். இந்நேரம் விருந்தினர் அறையில் உங்களுக்காக காத்துக் கொண்டிருப்பார்.”

அட்சயா, செக்யூரிட்டி ஆபீஸர்க்கு ஒரு நன்றியை உதிர்த்துவிட்டு நூறு மீட்டர் தூரத்தில் தெரிந்த ஃப்யூச்சர் ஷேஃப் கம்பெனியின் கண்ணாடி போர்வையால் போர்த்தப்பட்ட கட்டிடத்தை நோக்கி நடந்தாள். நேர்த்தியாய் போடப்பட்டிருந்த கான்க்ரீட் பாதையின் இரண்டு பக்கமும், அடர்த்தியான பச்சையில் சதுர சதுரமாய் புல்வெளிகள் தெரிய, வாட்டர் ஃபவுண்டன்கள் சீரான உயரங்களில் மேலே எழும்பி நீரைத் தெளித்துக்கொண்டிருந்தன.

அந்த முற்பகல் வேளை வெயில் சுள்ளென்று உறைத்தாலும், காற்று வேகமாய் வீசி அதன் உக்கிரத்தைக் குறைத்து வைத்திருந்தது. இடதுகை புறமாய் தெரிந்த ரிசப்ஷன் லௌன்ஞ்சை நோக்கி அட்சயா வேகமாய் நடந்து கொண்டிருக்கும்போதே அவளுடைய செல்போன் வைப்ரேஷன் மோடில் சன்னமாய் உறுமியது. கைப்பைக்குள் இருந்து எடுத்துப் பார்த்தாள்.

போனின் டிஸ்ப்ளே திரையில் ஒரு புது எண் தோன்றி, அதைப் படித்து உள்வாங்கும் முன்பே அந்த எண் கரைந்து

காணாமல் போயிற்று. ஹேண்ட் செட்டை காதுக்கு ஒற்றி "எஸ்" என்றாள்.

மறுமுனையில் மேக்னாவின் குரல் தெளிவான ஆங்கில உச்சரிப்போடு கேட்டது.

"என்ன அட்சயா ஃப்யூச்சர் ஷேஃப் கம்பெனிக்குப் போய் சேர்ந்துவிட்டீர்களா?"

"சேர்ந்துவிட்டேன். சோதனை முடிந்து இப்போது நான் ரேவதி நாயரைப் பார்க்கப் போய்க்கொண்டிருக்கிறேன்."

"செக்யூரிட்டி ஸ்கிரீனிங்கில் எந்தப் பிரச்சினையும் இல்லையே?"

"பிரச்சினை இருந்தது. ஆனால் தப்பித்துக் கொண்டேன்."

"என்ன பிரச்சினை?"

"நேரில் பார்க்கும்போது சொல்கிறேன். இப்போது அதற்கு நேரமில்லை."

"உங்கள் சூழ்நிலை புரிகிறது... ஆனால், நான் கொடுத்து அனுப்பிய இன்செக்ட் ட்ரோனை, பொருத்தும் பணியில் எந்தக் குளறுபடியும் நடந்துவிடக்கூடாது. எல்லாம் துல்லியமாய் நடந்து முடிய வேண்டும்... முடிக்க வேண்டும்."

"முடிப்பேன். அதைப்பற்றிய கவலை உங்களுக்கு வேண்டாம்."

"குட்... தட் ஈஸ் அட்சயா. மறுபடியும் ஒரு மணி நேரம் கழித்து உங்களை அழைக்கிறேன். சற்று முன்பு வந்தது போலவே அதுவும் புது எண்ணாக இருக்கும். அந்த எண்ணை நீங்கள் சேவ் செய்யவோ, ஸ்கிரீன் ஷாட் எடுக்கவோ முடியாது."

"உங்களுடைய புத்திசாலித்தனம் புரிகிறது."

"ஆல் த பெஸ்ட்...!" மறுமுனையில் மேக்னா தன்னுடைய செல்போனை அணைத்துவிட, அட்சயாவும் போனை கைப்பைக்குள் போட்டுக் கொண்டு நடந்தாள்.

சரியாய் ஒரு நிமிட நடையில் ரிசப்ஷன் லௌஞ்ச் வந்தது. ஐந்து நட்சத்திர ஹோட்டல் ஒன்றின் வரவேற்பறையைப் போல், பிரகாசமான விளக்குகளின் வெளிச்சத்தில் அந்த மிகப் பெரிய ஹால் பார்வைக்குத் தட்டுப்பட, அட்சயா தன் பார்வையைத் துரத்தி ரேவதி நாயரைத் தேடிய,

அதே விநாடி அவளுடைய தோள்பட்டையை மிருதுவாய் ஒரு கை தொட்டது.

திரும்பினாள்.

ரேவதி நாயர் நின்றிருந்தாள். முப்பது வயது இருக்கலாம். பாப் தலை. நீள்வட்ட முகத்தில் அகல விழிகளும், உதட்டுச்சாயம் பூசாத உதடுகளும், மேலுதட்டின் மேல் இருந்த ஒரு கடுகு மச்சமும் அவளை அழகி என்று சொல்ல வைத்தன.

“வெல்கம்..! வெல்கம் அட்சயா!!” என்று சொல்லி அவள் சிரித்தபோது உறுத்தாத பல்வரிசை இரண்டு விநாடி நேரம் தெரிந்து மறைந்தது.

அட்சயாவும் சிரித்தபடி ரேவதி நாயரின் கைகளைப் பற்றிக் கொண்டாள்.

“க்ரேட் ரேவதி...! நீ மாறவேயில்ல அப்பிடியே இருக்கே... பை த வே... ஸாரி ஃபார் த டிஸ்டர்பன்ஸ் ரேவதி. வேலை நேரத்துல வந்து உனக்குத் தொந்தரவு தர்றேன்.”

“தொந்தரவா...? நீயெல்லாம் என்னை ஞாபகம் வெச்சிட்டு பார்க்க வர்றது எவ்வளவு பெரிய சந்தோஷமான விஷயம் தெரியுமா...? சரி... சரி... வா...! அப்படி உட்கார்ந்துட்டு பேசலாம்...” சொன்னவள், அட்சயாவை அழைத்துக்கொண்டு லௌஞ்சில் போடப்பட்டிருந்த ஒரு சோஃபாவை நோக்கிக் கூட்டிப் போனாள்.

பால் போன்ற வெண்ணிற வெல்வெட் சோஃபாவில் இருவரும் பக்கம் பக்கமாய் உட்கார்ந்தார்கள்.

ரேவதி நாயர் புன்னகை அழியாத முகத்தோடு கேட்டாள், "சொல்லு... என்ன விஷயம்?"

அட்சயா சில விநாடிகள் மௌனமாய் இருந்துவிட்டு சொன்னாள்.

"ரேவதி... நான் இப்ப ப்ரக்னன்டா இருக்கேன்."

"வாவ் கங்கிராட்ஸ்...! இட் ஈஸ் ஏ ஹேப்பியஸ்ட் நியூஸ். இவ்வளவு சந்தோஷமான விஷயத்தை ஏன் இவ்வளவு டல்லான வாய்ஸ்ல சொல்றே?"

"காரணம் இருக்கு... என்னோட ப்ளட் க்ரூப் ஆர். ஹெச் நெகட்டிவ். பொதுவா இந்த ப்ளட் க்ரூப் இருக்கிற பெண்களுக்கு ஃபர்ஸ்ட் ப்ரக்னன்ஸிலே பிரச்சினை எதுவும் இருக்காதுன்னு சொல்வாங்க. ஆனா... சில பேர் பயமுறுத்துறாங்க. உனக்கு ஒரு தடவை யூட்ரஸ் சம்பந்தமா எதோ பிரச்சினை வந்தப்ப ஒரு கைனகாலாஜிஸ்ட் டாக்டர் ப்ராப்பர் ட்ரீட்மெண்ட் கொடுத்து, சரி பண்ணிட்டதா என்கிட்ட சொல்லியிருக்கே. அந்த டாக்டர் பேரு எனக்கு ஞாபகம் வரலை. அதைக் கேட்டுட்டுப் போகலாம்னுதான் வந்தேன். உன்னோட போன் நெம்பர் மாத்திட்டேன்னு புது நம்பரை அனுப்பிச்சு வைச்சே.. அதை சேவ் பண்ணாம விட்டுட்டேன்... அதான் நேர்ல ஒரு தடவை ஆபீஸ் நம்பருக்கு ஃபோன் பண்ணலாம்னு நினைச்சேன்.. சரி உன்னைப் பார்த்தும் நாளாச்சுன்னு.. அப்பிடியே வந்துட்டேன்."

ரேவதி சிரித்தாள்.

"நீ இதுக்காகத்தான் வந்தியா...? நான் ஏதோ ரொம்பவும் காம்ப்ளிகேட்டான விஷயமா இருக்கும்னு நினைச்சேன்."

"உனக்கு இது சாதாரண விஷயமா இருக்கலாம். ஆனா எனக்கு டென்ஷன்ல ராத்திரி தூக்கமே வரலை... தெரியுமா?"

"இதோ பார் அட்சயா... இன்னிக்கு மெடிக்கல் சம்பந்தப்பட்ட விஷயங்கள் வெல் அட்வான்ஸ்ட். எப்பேர்ப்பட்ட பிரச்சினைக்கும் தீர்வு இருக்கு. ஆர்.

ஹெச் நெகட்டிவ் ப்ரக்னன்ஸியைப் பத்தி நீ கவலைப்பட வேண்டிய அவசியமே இல்லை. எனக்குத் தெரிஞ்ச அந்த டாக்டரோட பேர் பவானி மோகன். லேடீஸ் சம்பந்தப்பட்ட ஹெல்த் இஸ்யூக்களுக்கு நல்ல ட்ரீட்மெண்ட் தர்ற ஒரு நல்ல டாக்டர். அடையார் ஸ்வேதா நகர்லதான் க்ளினிக். நான் போன் நெம்பர் தர்றேன். நீ டாக்டர்கிட்ட பேசு. ஒரு அப்பாய்ண்ட்மெண்ட் வாங்கிட்டு போய்ப் பார்த்துட்டு வந்துடு..." என்று சொன்ன ரேவதி நாயர், டாக்டரின் செல்போன் எண்ணைச் சொல்ல, அட்சயா அந்த எண்ணை தன்னுடைய செல்போனில் பதிவு செய்து கொண்டாள்.

"இன்னிக்கே போன் பண்ணிடு."

"ம்."

"சரி... வா... கேண்டீனுக்குப் போய் ஏதாவது ஸ்நாக்ஸ் சாப்டுட்டு, காப்பி குடிச்சிட்டே பேசலாம்."

"அதெல்லாம் வேண்டாம்... நான் கிளம்பறேன். உனக்கும் வேலை இருக்கும்."

"பெரிசா எந்த வேலையும் கிடையாது. நாம ரெண்டு பேரும் எவ்வளவு நாள் கழிச்சுப் பார்க்கிறோம். ம்... எந்திரி...!!" ரேவதி உரிமையுடன் கையைப் பிடித்து இழுக்க, அட்சயா வேறு வழியில்லாமல் எழுந்தாள்.

"நீ வேலை பார்த்தப்ப இருந்த கேண்டீன் மாதிரி இல்லை... இது வேற மேனேஜ்மெண்ட். ஃபுட் அயிட்டம்ஸ் எல்லாமே சூப்பராயிருக்கும். இந்த நேரத்துக்குப் போனா வெஜிடபிள் சமோசா அட்டகாசமாயிருக்கும். சீக்கிரமா போனாத்தான் அதுவும் கிடைக்கும்."

இருவரும் கட்டிடத்திற்கு வெளியே தெரிந்த கேண்டீன் நோக்கி மெல்ல நடக்க ஆரம்பித்தார்கள். நடக்க நடக்கவே அட்சயா சற்றே தயங்கி நிற்க, ரேவதி நாயர் கேட்டாள்.

"என்ன?"

"ரெஸ்ட் ரூமுக்குப் போகணும். எங்கே இருக்கு?"

“அதோ இருக்கே... போய்ட்டு வா... நான் இங்கேயே வெயிட் பண்றேன்.”

அட்சயா பக்கவாட்டில் தெரிந்த லேடீஸ் ரெஸ்ட்ரூமை நோக்கி இயல்பாய் நடந்து போய் கதவைத் திறந்து கொண்டு உள்ளே நுழைந்தாள்.

உள்ளே யாருமில்லை.

சற்றே பெரிதான அந்த ரெஸ்ட் ரூம் சுத்தமாக இருந்தது. தரைப் பரப்பும், சுவர் பரப்பும் க்ரானைட் கற்களின் உதவியால் கண்ணாடி போல் மின்னியது.

அட்சயா பார்வையை மெல்ல சுழற்றினாள்.

நான்கு ஸ்டெய்ன்லஸ் ஸ்டீல் வாஷ்பேசின்கள் பார்வைக்குத் தட்டுப்பட்டன.

‘இங்கு யாராவது வருவதற்குள், ஏதாவது, ஒரு வாஷ்பேசினுக்கு அடியில் உள்ள கேஸ்கட் பகுதியில், இந்த இன்செக்ட் ட்ரோனை பொருத்திவிட வேண்டும்... எதில் பொருத்தலாம்?’ என்று அட்சயா பார்த்துக் கொண்டிருக்கும்போதே அவளுடைய செல்போன், கைப்பைக்குள்ளிருந்து அழைத்தது.

எரிச்சலாகி செல்போனை எடுத்துப் பார்த்தாள்.

பாஸ்கர்.

சுவரோரமாய் ஒதுங்கி நின்று கொண்டு பேசினாள்.

“சொல்லுங்க?”

“அட்சயா... அந்த இன்செக்ட் ட்ரோனை டாய்லெட்ல ஃபிக்ஸ் பண்ணிட்டியா?”

“இன்னும் இல்ல... இனிமேத்தான் ஃபிக்ஸ் பண்ணப் போறேன்.”

“பண்ணாதே...”

“ஏன்?”

“விஷயம் விபரீதமா போயிட்டிருக்கு.”

“என்ன...சொல்றீங்க?”

“கொஞ்ச நேரத்துக்கு முன்னாடி ஆதித் சர்மாவே கொலை பண்ணிட்டாங்க.”

அட்சயா அதிர்ந்து போனவளாய் கேட்டாள்.

“என்னங்க சொல்றீங்க......? யா... யா... யாரு...? எப்படி?”

“ஒண்ணும் தெரியலை... அரைமணி நேரத்துக்கு முன்னாடி என்கூட போன்ல பேசினார். என்னையும் சுஷ்மாவையும் அவரோட ரூமுக்கு வரச் சொன்னார். போனோம். போனா... ரூம்ல கீழே விழுந்து கிடந்தார். அட்சயா...! நமக்கு இந்த உளவு பார்க்கிற வேலை வேண்டாம். இதிலிருந்து விலகிடுவோம். சம்திங் ராங்.”

அட்சயா மௌனம் சாதித்தாள்.

பாஸ்கர் சற்றே கோபமான குரலில் கேட்டான்.

“என்ன பேச்சையே காணோம். நான் பேசறது உனக்குக் கேட்குதா இல்லையா?”

“ம்... நல்லா கேட்குதுங்க. ஆனா...”

“ஆனா... என்ன?”

“இனிமேல இந்தப் பிரச்சினையிலிருந்து சட்டுனு நாம வெளியே வந்தாலோ இல்ல வெளியே வரப் பார்த்தாலோ, நம்ம ரெண்டு பேரோட உயிருக்கும் ஆபத்து நிச்சயம். அதனால இதுக்குள்ளேயே இருந்துகிட்டுதான் நாம சமாளிக்கணும்... சாமர்த்தியமா காரியத்தை முடிச்சிட்டுதான் வெளியே வரணும்.” என்றாள் அட்சயா, தீர்க்கமான குரலில்!

19

செல்போனின் மறுமுனையில் இருந்த பாஸ்கர் அட்சயாவிடம் சிடுசிடுத்தான்.

“நீ என்ன சொல்ற...? உளவு பார்க்கிறது ஒண்ணும் சாதாரண விஷயமில்லை. ஒரு விநாடி ஏமாந்தா கூட போதும், எதுமாதிரியான ஆபத்து நமக்கு வரும்னு சொல்ல முடியாது... அது தெரியுமா உனக்கு?”

அட்சயா அந்த டாய்லெட் அறையை கண்களால் துழாவி, ‘யாராவது இருக்கிறார்களா?’ என்று பார்த்துவிட்டு செல்போனில் குரலை இன்னமும் தாழ்த்தினாள்.

“டென்ஷன் ஆகாதீங்க! ஆதித் சர்மா எப்படி இறந்தார்ங்கிற கேள்விக்கு விடை தெரியற வரைக்கும் நீங்களும் நானும் இந்த அசைன்மென்டிலிருந்து விலகறது சரியில்லை. என்னதான் நடக்குதுன்னு பார்க்கணும்.”

“அட்சயா... நீ இப்படிப் பேசறது எனக்கு ரொம்பவும் ஆச்சரியமாயிருக்கு. என்னோட அபீஸ்ல பட்டப்பகல்ல ஆதித் சர்மா மர்மமான முறையில் இறந்து போயிருக்கார். ஒட்டுமொத்த ஆபீஸும் கலக்கத்துல உறைஞ்சு போயிருக்கு. போலீஸ் டிபார்ட்மெண்ட்ல இருந்து ஹைஅஃபிஷியல்ஸ் நேரிடையா எல்லா லெவல்லையும் இறங்கி விசாரணை பண்ணிட்டிருக்காங்க. ஆனா நீ என்னடான்னா நிலைமையைப் புரிஞ்சிக்காம சாதாரணமா பேசிட்டிருக்கே...?”

"எனக்கு நல்லா புரியுதுங்க. நடந்திருக்கிற சம்பவம் அதிர்ச்சிகரமானதுதான். இப்பதான் நாம தைரியமா இருந்து புத்திசாலித்தனத்தோட செயல்படனும். நான் வீட்டுக்கு வந்ததும் நேர்ல எல்லாத்தையும் பேசிக்கலாம்."

"அட்சயா... நான் சொல்றதைக் கொஞ்சம் கேளு."

"ஸாரி... இந்த விஷயத்துல இனிமே நான் சொல்றதை மட்டும் கேளுங்க..." சொன்ன அட்சயா, போனை ஸ்விட்ச் ஆஃப் செய்துவிட்டு, ரெஸ்ட்ரூம் பரப்பு முழுவதையும் மறுபடியும் ஒரு தடவை பார்வையால் மேய்ந்தாள். யாரும் தட்டுப்படாமல் போகவே பரபரவென்று செயல்பட ஆரம்பித்தாள்.

தன் தலையின் கொண்டைப் பகுதியில் மறைத்து வைத்திருந்த அந்த இன்செக்ட் ட்ரோனை வெளியே எடுத்துக் கொண்டு, சற்று ஒதுக்குப்புறமாய் இருந்த அந்த வாஷ்பேசினை நோக்கிப் போனாள். கீழே குனிந்து, பேசினின் கேஸ்கட் பகுதியில் ட்ரோனை வைக்க, அது 'டப்'பென்ற சத்தத்தோடு போய் ஒட்டிக் கொண்டது.

பிறகு மெல்ல பின்னுக்கு நகர்ந்து, ஒரு ஐந்தடி தொலைவில் நின்றுகொண்டு ட்ரோன் பார்வைக்குத் தெரிகிறதாவென்று பார்த்தாள்.சுத்தமாய்த் தெரியவில்லை.

ஒரு ஆசுவாச பெருமூச்சை வெளியேற்றியவள், யாரும் அங்கே இல்லை என்பதை உறுதிசெய்து கொண்டு அந்த ரெஸ்ட் ரூமை விட்டு வெளியே வந்தாள்.

சற்றுத் தொலைவில் நேர்த்தியாய் ட்ரிம் செய்யப்பட்ட ஒரு பெரிய குரோட்டன்ஸ் செடிக்குப் பக்கத்தில் நின்றபடி செல்போனில் யாரிடமோ பேசிக்கொண்டிருந்த ரேவதி நாயர், அட்சயாவைப் பார்த்ததும் பேச்சை நிறுத்திக் கொண்டு புன்முறுவல் பூத்தபடி கேட்டாள்.

"என்ன போலாமா?"

"ம்... போலாம். போன்ல யார்கிட்டயோ பேசிட்டிருந்தே போலிருக்கு?"

“ஆமா... என்னோட ஹஸ்பெண்ட்தான். வழக்கமா இந்நேரத்துக்கு கால் பண்ணுவார். கேஷுவல் கால். அதான் போனை கட் பண்ணிட்டேன். வா... போலாம்.”

இருவரும் சற்றுத் தொலைவில் தெரிந்த கேண்டீன் இருந்த ப்ளாக்கை நோக்கி நடந்தார்கள். அட்சயா இயல்பாய் பேச ஆரம்பித்தாள்.

“நானே கேட்கணும்னு நினைச்சேன் ரேவதி. உன்னோட மேரேஜ் லைஃப் எப்படிப் போயிட்டிருக்கு. மொதல்ல சில பிரச்சினைகள் இருந்ததுன்னு சொல்லிட்டிருந்தியே... சரியாயிடுச்சா?”

ரேவதி சிரித்தாள்.

“இப்ப பரவாயில்ல. எல்லாப் பிரச்சினைக்கும் காரணம் என்னோட கணவருக்கு இருந்த குடிப்பழக்கம்தான். இப்ப அதிலிருந்து அவர் மீண்டு பிஸினஸை பழையபடி நல்லவிதமாய்ப் பார்த்துக்கிறதால லைஃப் ரொம்ப ஸ்மூத்தா போயிட்டிருக்கு... நவ் வீ ஆர் வெரி ஹேப்பி.”

“கேட்கவே ரொம்பவும் சந்தோஷமாயிருக்கு. உன்னோட நல்ல மனசுக்கு எல்லாமே நல்லபடியா நடக்கும்.”

இருவரும் பேசிக்கொண்டே கேண்டீனுக்குள் நுழைந்தார்கள். கண்களை விரித்தபடி “வாவ்..!!!” என்றாள் அட்சயா.

ரேவதி சிரித்தபடி கேட்டாள்.

“நீ முன்னாடி பார்த்த கேண்டீனுக்கும், இப்போ பார்த்துக்கிட்டிருக்கிறதுக்கும் எவ்வளவு வித்தியாசம் பார்த்தியா?”

“இன்னிக்கு நான் பார்க்கிற கேண்டீன் ஒரு ஃபைவ் ஸ்டார் ஹோட்டலோட ரெஸ்டாரெண்ட் மாதிரி இருக்கு... நான் இருந்தப்ப ஒண்ணு இருந்துச்சே.. மைலாப்பூர் மெஸ் மாதிரி இருக்கும்...” அட்சயா சிரித்துக் கொண்டே பார்வையைச் சுழற்றினாள்.

கேண்டீனில் கூட்டம் அதிகமாக இல்லை. சொற்பமாக இருந்த சிலரும் வேகவேகமாய் சாப்பிட்டு விட்டு வெளியேறிக் கொண்டிருந்தார்கள்.

அட்சயாவும், ரேவதியும் மூலையோர நாற்காலிகளில் போய் உட்கார்ந்தார்கள். அதே விநாடி சீருடையில் இருந்த கேண்டீன் ஊழியர் எதிரில் வந்து நின்றார். ரேவதியைப் பார்த்து பவ்யமாய் "குட் மார்னிங் மேடம்" என்றார்.

"என்ன... சீதாபதி! வெஜிடபுள் சமோசா இருக்கா... இல்லை முடிஞ்சுடுச்சா?"

"இருக்கு மேடம்."

"ரெண்டு பிளேட் கொண்டு வா."

தலையசைத்துவிட்டு அந்த ஊழியர் நகர்ந்து போனதும், ரேவதி அட்சயாவிடம் திரும்பினாள்.

"சமோசாவுக்கு அப்புறம் வேற ஏதாவது ஆர்டர் பண்ணட்டுமா?"

"ஒண்ணும் வேண்டாம்... காப்பி குடிச்சுட்டு உடனே கிளம்பிட வேண்டியது தான். எனக்கும் ஆபீஸ் போகணுமே?"

ரேவதி சில விநாடிகள் மௌனமாய் இருந்துவிட்டு, திடும் என்று கேட்டாள்.

"நான் கேட்கறேன்னு தப்பா நினைக்காதே! நீ இப்ப வேலை பார்க்கிற கம்பெனியில் என்னோட பொசிஷனுக்கு ஏத்தமாதிரி ஏதாவது வேலை இருக்குமா?"

ரேவதியின் அந்த எதிர்பாராத கேள்வியில் சில விநாடிகள் மூச்சுத் திணறிய அட்சயா, அவளை ஆச்சர்யமாய்ப் பார்த்தாள்.

"என்ன ரேவதி... இந்த ஃப்யூச்சர் ஷேஃப் இன்னிக்கு டாப் டென்ல அஞ்சாவது இடத்துல இருக்கு. இதோட ஷேர்ஸ் எல்லாம் ராக்கெட் வேகத்துல நாளுக்கு நாள்

ஏறிக்கிட்டிருக்கு. உனக்கும் இங்கே நல்ல சம்பளம் கிடைக்கும்னு நினைக்கிறேன். அப்புறம் எதுக்கு இன்னொரு கம்பெனியில வேலைக்கு சேர்றதைப் பத்தி நினைக்கிறே?"

ரேவதி இறுகிப்போன முகத்தோடு குரலைத் தாழ்த்தினாள்.

"இந்தக் கம்பெனி நீ சொல்ற மாதிரி நல்ல கம்பெனிதான். ஆனா ஃபாரின் கண்ட்ரீஸிலிருந்து இப்ப வர்ற ப்ராஜக்ட்ஸ் எல்லாம் வித்தியாசமாவும், விபரீதமாவும் தெரியுது. ஹேண்டில் பண்ணவே யோசிக்க வேண்டியிருக்கு."

"ரேவதி... நீ சொல்றது எனக்குப் புரியலை."

"புரியும்படியாவே சொல்றேன். எந்த ஒரு புது விஞ்ஞான விஷயமாயிருந்தாலும் அது மக்களுக்கும், இந்த சமூகத்துக்கும் உபயோகப்படற மாதிரிதானே இருக்கணும்?"

"ஆமா..."

"ஆனா இந்தக் கம்பெனிக்கு வெளிநாட்டிலிருந்து வரக்கூடிய ப்ராஜக்ட்ஸோட பேரைப் பார்த்தாலே மனசுக்குள்ளே ஒரு திகில் வருது. ஆர்ட்டிஃபிஷியல் இண்டலிஜென்ஸ் சம்பந்தப்பட்ட ப்ராஜக்ட்ஸ்ஸா இருக்கலாம்ன்னு நினைக்கிறேன்."

அட்சயா, ரேவதியின் தோள் மீது கையை வைத்தாள்.

"ரேவதி... இன்னிக்கு விஞ்ஞானம் எடுத்து இருக்கிற ஒரு விஸ்வரூபம்தான் இந்த ஆர்ட்டிஃபிஷியல் இண்டலிஜென்ஸ். எதிர்காலத்துல அது எதுமாதிரியான தாக்கங்களை உருவாக்கப்போகுதுன்னு தெரியாது. செயற்கையான நுண்ணறிவோட மனித ரோபோக்கள் உற்பத்தி செய்யப்பட்டா, அந்த ரோபோக்கள் எல்லாமே ஒண்ணு சேர்ந்து மனித குலத்தையே தன்னோட கட்டுப்பாட்டுக்குள்ளே கொண்டுவந்து ஆட்சி செய்ய வாய்ப்பு இருக்கறதா பயோ டெக் சயிண்டிஸ்ட் பலபேர் எச்சரிக்கை விட்டுக்கிட்டு இருக்காங்க. அதே சமயத்துல

இந்த ஏ.ஐ தொழில்நுட்பத்தை பேங்க், மெடிசின், ஆர்மி சேர்ந்த துறைல பயன்படுத்தினா பல பிரச்சினைகளை தீர்க்க முடியும்னு சில ஐ.டி எக்ஸ்பர்ட்ஸ் சொல்லிட்டு இருக்காங்க. யார் சொல்றது சரின்னு காலம்தான் பதில் சொல்லணும். அது வரைக்கும் நாம பொறுமை காக்கணும்...”

அட்சயா சொல்லிக் கொண்டிருக்கும் போதே அவளுக்குப் பின்புறம் இருந்து சத்தம் கேட்டது.

“ஸ்... ஸ்... ஸ்... ஸ்...”

திடுக்கிட்டவளாய் திரும்பிப் பார்த்தாள்.

அவளுடைய கழுத்துக்குப் பின்னால் அந்த இன்செக்ட் ட்ரோன் ஒரு அசல் வண்டைப் போலவே பறந்து கொண்டிருந்தது.

ஜி.ஹெச்.

ஹாஸ்பிடலின் சீஃப் டாக்டர் நரசிம்மனுக்கு எதிரே அழுது அழுது களைத்துப் போன கண்களோடு ஆதித் சர்மாவின் மகள் சமுத்ராவும், அஸிஸ்டெண்ட் போலீஸ் கமிஷனர் கணேச பாண்டியனும் உட்கார்ந்திருக்க... டாக்டர் தன் கையில் வைத்திருந்த போஸ்ட் மார்ட்டம் ரிப்போர்ட்டோடு மெல்லிய குரலில் பேச ஆரம்பித்தார்.

“இந்த போஸ்ட் மார்ட்டம் ரிப்போர்ட் நார்மலாய் இல்லை. இதுல சொல்லப்பட்டிருக்கிற ஒரு விஷயம் கொஞ்சம் நெருடலாய் தெரியுது “

“நெருடலா...?”

“எஸ்... ரிப்போர்ட்படி ஆதித் சர்மாவோட உயிர் பிரியறதுக்கு முன்னாடி அவர் ப்ளட் வாமிட் பண்ணியிருக்கார். அதுக்குக் காரணம் அவர் சாப்பிட்ட விஷம்...”

கண்களில் நீர் வழிய உட்கார்ந்திருந்த சமுத்ரா அதிர்ந்து போனவளாய் நிமிர்ந்து உட்கார்ந்தாள்.

“எ...எ...என்ன சொல்றீங்க டாக்டர்... விஷமா?”

"ஆமா... சோடியம் சயனைடு சாப்பிட்டதுக்கான அடையாளம் அவரோட இதயத்தோட கார்டியோ வாஸ்குலார் பகுதியில் இருந்ததா போஸ்ட் மார்ட்டம் பண்ண டாக்டர்கள் ரிப்போர்ட்ல குறிப்பிட்டிருக்காங்க."

"அப்படீன்னா இது தற்கொலைன்னு சொல்ல வர்றீங்களா டாக்டர்...?"

"நோ... நோ... இது தற்கொலையா இருக்க வாய்ப்பில்லை. நிச்சயமா மர்டர்தான்."

உதவி போலீஸ் கமிஷனரின் புருவங்கள் வியப்பில் சற்றே உயர்ந்தன.

"மர்டர்ன்னு எப்படி அவ்வளவு நிச்சயமா சொல்றீங்க?"

டாக்டர் நரசிம்மன் தன்னுடைய மேஜையின் ஓரத்தில் இருந்த ஒரு சிறிய பிளாஸ்டிக் கவரை எடுத்து அதற்குள் பத்திரப்படுத்தி வைத்திருந்த இரண்டு அங்குலம் நீளமுள்ள சிறிய ஸ்டிக்கர் ஒன்றை எடுத்து அவரிடம் நீட்டினார்.

"இதுல என்ன எழுதியிருக்குன்னு பாருங்க..."

அவர் வாங்கிப் பார்த்தார்.

பழுப்பு நிற ஸ்டிக்கரில் அந்த சிவப்பு ஆங்கில வாசகம் மங்கலாய்த் தெரிய... வாய்விட்டுப் படித்தார்.

"அயாம் குட் டூ மை செல்ஃப்."

டாக்டர் நரசிம்மன் குரலைத் தாழ்த்தினார்.

"இந்த ஆங்கில வாசகத்தை தமிழ்ப்படுத்தினா 'எனக்கு நானே நல்லவன்'. இது ஆதித் சர்மா உடம்புல எங்கே ஒட்டப்பட்டிருந்தது தெரியுமா?"

"எங்கே...?"

"அவரோட முதுகுப்பகுதியில!"

20

உதவி போலீஸ் கமிஷனர் கணேசபாண்டியனும், சமுத்ராவும் உறைந்துபோனப் பார்வைகளோடு டாக்டர் நரசிம்மனை ஏறிட்டார்கள். சமுத்ரா பதட்டத்தோடு கேட்டாள்.

“என்ன டாக்டர் சொல்றீங்க...?”

“எஸ்...! போஸ்ட்மார்ட்டம் பண்ணும்போதுதான் டாக்டர்ஸ் கவனிச்சிருக்காங்க. ஸ்டிக்கரோட நிறம், பழுப்பு நிறத்தில் இருந்ததாலும், அதுல ரத்தக்கறை படிஞ்சிருந்ததால உடனடியா அது பார்வைக்குத் தட்டுப்படலை. உடம்பை ஃபார்மலின் போட்டு சுத்தப்படுத்தும்போதுதான் முதுகுப் பகுதியில ஒட்டப்பட்டிருந்த அந்த ஸ்டிக்கரை கவனிச்சிருக்காங்க...”

அஸிஸ்டண்ட் கமிஷனர் தன் கையில் வைத்திருந்த ஸ்டிக்கரை உற்றுப்பார்த்தபடி கேட்டார், “டாக்டர்! இந்த ‘எனக்கு நானே நல்லவன்’ வாசகத்துக்கு கீழே ஏ.ஐனு ரெண்டு ஆங்கில எழுத்துக்கள் தெரியுது... நோட் பண்ணீங்களா?”

“ம்... கவனிச்சேன்... ஏ.ஐக்கு என்ன அர்த்தம்ன்னு தெரியலை. இனிமேத்தான் யோசிக்கனும்.”

“எனக்குத் தெரியும் டாக்டர்...” என்றாள் சமுத்ரா மெல்லிய குரலில்.

“ஓ மை குட்னஸ்...! என்ன அது...? சொல்லும்மா!”

“ஆர்ட்டிஃபிஷியல் இண்டலிஜென்ஸ்ங்கற வார்த்தையோட சுருக்கம்தான்.”

“சரி, அவரோட மரணத்துக்கும் அந்த ரெண்டு எழுத்துக்களுக்கும் என்ன சம்பந்தம்?”

“அது... வந்து...” குரலை இழுத்தாள் சமுத்ரா.

“தயங்காமே சொல்லும்மா.”

“அப்பாவுக்கு இந்த ஆர்ட்டிஃபிஷியல் இண்டலிஜென்ஸ்ங்கிற விஞ்ஞான வளர்ச்சி பிடிக்காது. இனி வருங்காலத்துல, பலவிதமான விபரீதங்கள் ஏற்படறதுக்கு இந்த ஏ.ஐதான் காரணமாய் இருக்கப் போகுதுன்னு அடிக்கடி சொல்வார். ஆனா எனக்கு அந்தப் படிப்பு மேல ரொம்பவும் ஆர்வம் இருந்ததால அவர் எதிர்ப்பையும் மீறி வெளிநாட்டுக்குப் போய் அது சம்பந்தமான படிப்பை படிச்சுட்டு வந்தேன். அப்பாவும் நானும் அடிக்கடி இந்த ஏ.ஐயைப் பத்திப் பேசுவோம். சில சமயங்கள்ல ரெண்டு பேருக்கும் பெரிய வாக்குவாதமே நடக்கும். அதுல அப்பாதான் பெரும்பாலும் ஜெயிப்பார்.”

உதவி போலீஸ் கமிஷனர் இடைமறித்து சமுத்ராவிடம் கேட்டார். “அவர் இந்த ஆர்ட்டிஃபிஷியல் இண்டலிஜென்ஸ் பத்தி உன்கிட்ட வாக்குவாதம் பண்ண மாதிரி, பொது இடங்களிலும் வாக்குவாதம் பண்ணி தன்னோட எதிர்ப்பை தெரிவிப்பாரா?”

“ஆமா... அப்பா புலனாய்வுத் துறைக்கு டைரக்டராய் இருக்கிறதால அவர் கலந்துக்குற பலதரப்பட்ட நிகழ்ச்சிகளில் இந்த ஆர்ட்டிஃபிஷியல் இண்டலிஜென்ஸுக்கு எதிரா கருத்துக்களை தைரியமாய் முன் வெச்சு கடுமையாப் பேசுவார்.”

“அவர் அப்படிப் பேசினது யாரோ ஒருத்தருக்குப் பிடிக்காம போய்த்தான் அவரைக் கொலை பண்ணியிருப்பாங்கன்னு நினைக்கிறியாம்மா?”

“இருக்கலாம் ஸார்...”

"அவங்க யாரா இருக்கலாம்னு ஏதாவது யூகம் பண்ண முடியுதா?"

"இல்ல ஸார்."

"கொஞ்சம் நிதானமா யோசனை பண்ணிப் பாரும்மா..." என்று குறுக்கிட்டு சொன்ன டாக்டர் நரசிம்மன், தீர்க்கமான குரலில் தொடர்ந்தார்.

"யாரோ சாதுர்யமாய் திட்டம் போட்டு, அவரை கொஞ்சம் கொஞ்சமாய் மரணத்துக்குக் கொண்டு போயிருக்காங்க. இப்படி நான் சொல்றதுக்கு சரியான காரணம் இருக்கு. ஏன்னா போஸ்ட்மார்ட்டம் ரிப்போர்ட்படி, அவரோட உடம்புல சோடியம் சயனைட் விஷத்தோட அளவு ரொம்பவும் குறைவாய் இருந்தது. அடிக்கடி அந்த விஷத்தை அவர் சாப்பிடற உணவுப் பொருட்கள் அல்லது தண்ணீர் மூலமாவோ கொடுக்கப்பட்டு இருக்கணும்னு நினைக்கிறேன். ரிப்போர்ட்ல குறிப்பிடப்பட்டிருக்கிற இன்னொரு விஷயம் அவர் இறக்கிறதுக்கு நாலு மணி நேரத்துக்கு முன்னாடி அவரோட உடம்புக்குள்ள விஷம் கலந்திருக்கணும்."

"அப்படீன்னா அது ஸ்லோ பாய்ஸன்னு சொல்ல வர்றீங்களா டாக்டர்?"

"கிட்டத்தட்ட அது மாதிரிதான்... இன்னமும் புரியற மாதிரி சொல்லனும்னா ஆதித் சர்மா ஆபீஸுக்குப் புறப்படறதுக்கு முன்னாடி அவர் சாப்பிட்ட பிரேக்ஃபாஸ்ட்ல விஷம் கலக்கப்பட்டிருக்கணும்."

"டா... டா... டாக்டர் இப்பதான் எனக்கொரு விஷயம் ஞாபகம் வருது."

"என்ன?"

"அப்பா ஆபீஸுக்குப் புறப்பட்டு போகும் போது டைனிங் டேபிளில் இருந்த மினரல் வாட்டர் பாட்டிலை எடுத்து ரெண்டு வாய் குடிச்சிட்டு, 'தண்ணி சரியில்லை... ஏதோ ஸ்மெல் அடிக்குது'ன்னு சொன்னார். நான் உடனே

அந்தப் பாட்டிலை வாங்கி தண்ணியை வாஷ்பேசின்ல கொட்டிட்டு காலி பாட்டிலை டஸ்ட்பின்ல போட்டுட்டேன்."

"அந்தப் பாட்டில் இன்னமும் டஸ்ட்பின்லதானே இருக்கும்?"

"ஆமா டாக்டர்."

"அதை உடனடியாய் ஃபாரன்ஸிக் கெமிஸ்ட்ரி சென்டருக்கு கொண்டு போய் டெஸ்ட் பண்ணிப் பார்த்தா, ஆதித் சர்மா குடிச்சது பாய்ஸன் கலந்த வாட்டரா... இல்லையான்னு தெரிஞ்சிடும். அதை எடுத்துட்டு வரமுடியுமா?"

சமுத்ரா உடம்பில் பதட்டம் ஓட்டிக் கொண்டது.

"நான் உடனே வேலைக்காரிக்குப் போன் பண்ணி அந்த வாட்டர் பாட்டிலை தனியா எடுத்து வைக்கச் சொல்லிடறேன் டாக்டர்..." சொன்னவள், நடுங்கும் விரல்களோடு கைப்பையிலிருந்து செல்போனை எடுத்துக் கொண்டு தன்னுடைய வீட்டின் லேண்ட் லைன் டெலிபோனைத் தொடர்பு கொள்ள, அடுத்த சில விநாடிகளில் வேலைக்காரி சொர்ணாவின் "ஹலோ" என்ற குரல் பவ்யமாய்க் கேட்டது.

சமுத்ரா குரல் தாழ்த்தி பேசினாள்.

"சொர்ணா... நீ இப்போ என்ன பண்ணிட்டிருக்கே?"

"அம்மா... நான் நம்ம வீட்டுக்கு முன்னாடி சாமியானா பந்தல் போட்டுகிட்டு இருக்கிற ஆட்கள்கிட்டே பேசிட்டு இருந்தேன். ஹால்ல போன் சத்தம் கேட்டதும் வந்து எடுத்தேன்."

"வீட்ல நிறைய பேர் இருக்காங்களா?"

"ஆமாம்மா... உங்க சொந்தக்காரங்க வந்துகிட்டே இருக்காங்க."

"சரி... நான் இப்ப சொல்றதை கவனமாய்க் கேளு"

"சொல்லுங்கம்மா!"

"நம்ம வீட்டு சமையலறைக்கும், டைனிங் டேபிளுக்கும் நடுவுல சுவரோரமா குப்பை போடற பக்கெட் ஒண்ணு இருக்குது இல்லையா?"

"ஆமாம்மா..."

"உடனே அங்கே போய் அந்தப் பக்கெட்ல ஒரு காலியான தண்ணி பாட்டில் இருக்கானு பாரு... இருந்தா அதை எடுத்து ஒரு ப்ளாஸ்டிக் கவர்ல போட்டு பத்திரப்படுத்தி வை. நான் உடனே வர்றேன்.நீ இப்படிச் செய்யறது அங்கே இருக்கிற யாருக்கும் தெரியக்கூடாது."

"அம்மா... அது வந்து..." சொர்ணா குரலை இழுத்தாள்

"என்ன?"

"ஒரு பத்து நிமிஷத்துக்கு முன்னாடிதான் அந்தப் பக்கெட்ல இருக்கிற குப்பையை எல்லாம் கொண்டு போய் கார்ப்பரேஷன் குப்பை வண்டியில கொட்டிட்டு வந்தேன். அந்தக் காலி தண்ணி பாட்டில் எதுக்கம்மா? நா வேணும்ன்னா வேற ஏதாவது ஒரு பாட்டிலை எடுத்து வெக்கட்டுமா...?"

சமுத்ரா பெருமூச்செறிந்தாள்.

"ஐயோ...!" என்றவள் "இப்ப நீ ஒண்ணும் பண்ண வேண்டாம்... இந்தக் காலி பாட்டில் விஷயத்தை வீட்ல இருக்கிற வேற யார்கிட்டேயும் சொல்லாதே. நீ போய் மத்த வேலையைப் பாரு..."

"சரிங்கம்மா..."

செல்போனை அணைத்த சமுத்ரா, தனக்கு எதிரில் அமர்ந்திருந்த டாக்டர் நரசிம்மனை, ஏமாற்றம் தோய்ந்த முகத்தோடு பார்த்தபடி விஷயத்தைச் சொல்ல, அவருடைய முகம் வெகுவாய் மாறியது.

"அது ஒரு முக்கியமான தடயம். அந்தப் பாட்டில் கிடைச்சிருந்தா பாய்ஸன் பத்தின சில உண்மைகளைக் கண்டுபிடிச்சிருக்கலாம்."

அஸிஸ்டெண்ட் போலீஸ் கமிஷனர் சமுத்ராவிடம் கேட்டார்.

"உங்க வீட்ல எத்தனை வேலைக்காரங்க இருக்காங்க?"

"மூணு பேர் ஸார். ஒருத்தி பேரு சொர்ணா. வீட்டு வேலையெல்லாம் பார்த்துக்குவா. இன்னொருத்தி தங்கம்மா, சமையல்காரி. முத்தைய்யான்னு ஒருத்தர் வாட்ச்மேனா இருக்கார்."

"மூணு பேரும் எத்தனை வருஷமா வேலை பார்க்கிறாங்க?"

"பத்து வருஷமாய்..."

"நம்பிக்கையானவங்கதானா?"

"ரொம்பவும் நம்பிக்கையானவங்க... சார்"

"வேலைக்காரங்களையெல்லாம் அப்படி முழுமையா நம்பிட முடியாது... சரியான சந்தர்ப்பமும், கைநிறைய பணமும் கிடைச்சா ஒரு நொடியில மனசு மாறி எந்த ஒரு காரியத்தையும் செய்யத் துணிஞ்சுடுவாங்க. உங்க வீட்ல இருக்கிற அந்த மூணு பேரையும் விசாரிக்கிற விதத்துல விசாரிச்சா இந்தக் கேஸ்ல ஏதாவது ஒரு உண்மை வெளியே வரலாம்..."

"வேண்டாம் ஸார்... அவங்க ரொம்பவும் நல்லவங்க."

உதவி போலீஸ் கமிஷனர் மெல்லச் சிரித்தார்.

"நீ சொல்ற மாதிரி அவங்க நல்லவங்களா இருந்துட்டா பரவாயில்லம்மா. ஆனா விசாரிக்க வேண்டியது எங்க கடமை"

மாலை ஆறு மணி.

பாஸ்கர் காப்பி டம்ளரை கையில் வைத்துக்கொண்டு வியப்பு தேங்கிய விழிகளோடு தனக்கு எதிரில் அமர்ந்திருந்த அட்சயாவிடம் கேட்டான்.

"அப்பறம்... என்னாச்சு?

அட்சயா நிம்மதிப் பெருமூச்சொன்றை வெளியேற்றியபடி சொன்னாள்.

"நானும் ரேவதியும் ஆபீஸ் கேண்டீன்ல உட்காந்து பேசிட்டிருந்தப்ப என்னோட தலைக்குப் பின்னாடி பறந்த அந்த இன்செக்ட் ட்ரோனை பார்த்ததும் நான் அதிர்ச்சியாயி சட்டுன்னு எழுந்துட்டேன்."

"ரேவதி அந்த ட்ரோனைப் பார்த்தாளா?"

"ம்... பார்த்தா... ஆனா அவளுக்கு எந்த சந்தேகமும் வரலை. அது ஒரு சாதாரண வண்டுன்னு நினைச்சு, கேண்டீன் ஆளைக் கூப்பிட்டு அதை விரட்டச் சொன்னா. அந்த ஆள் வர்றதுக்குள்ளே ட்ரோன் அந்த இடத்துலயிருந்து நகர்ந்து, பக்கத்து ஜன்னல் வழியாப் பறந்து போயிடுச்சு. அப்ப ரேவதி, 'ஒரு வண்டைப் பார்த்து இவ்வளவு பயப்படறியே?'ன்னு கேலி பண்ணிட்டிருந்தா. அதுக்கப்புறம் அங்கே கொஞ்ச நேரம்தான் இருந்தேன். இன்னொரு நாள் பார்க்கலாம்னு சொல்லிட்டு நான் வந்துட்டேன்..."

பாஸ்கர் காப்பி டம்ளரை கீழே வைத்துவிட்டு நெற்றியைப் பிடித்துக் கொண்டு சொன்னான்.

"அட்சயா, நான் மறுபடியும் சொல்றேன். இந்த உளவு பார்க்கிற வேலையெல்லாம் உனக்கும் வேண்டாம், எனக்கும் வேண்டாம். நேத்து இருந்த ஆதித் சர்மா இன்னிக்கு இல்லை. அவர் கொலை செய்யப்பட்டதுக்கான மோட்டிவ்வும் தெரியுல. இதுக்குப் பின்னாடி யார் இருக்காங்கன்னும் புரியலை. நீ நாளைக்கு உன்னோட ஆபீஸ்க்குப் போனதும் முதல் காரியமா சேர்மன் வெங்கடாத்ரியையும், விகாஷ் பட்டேலையும் பார்த்து இந்த ஸ்பை அசைன்மெண்ட் வேண்டாம்ன்னு சொல்லிடு."

"அப்படி சொன்னா அவங்க ஒத்துக்கமாட்டாங்க... முக்கியமா மேக்னா ஒத்துக்கவே மாட்டா."

“அவங்க ஒத்துக்கலைன்னா போலீஸுக்குப் போயிடுவோம். போலீஸ் கமிஷனரையே நேர்ல பார்த்து நடந்த விஷயத்தைச் சொல்லுவோம்.” பாஸ்கர் கோபமாய் சொல்லிக் கொண்டிருக்கும்போதே அட்சயாவின் செல்போன் டீபாயின் ஓரத்தில் இருந்தபடி வெளிச்சமாய் ஒளிர்ந்து, ரிங்டோனை காற்றில் தெளித்தது.

அட்சயா போனை எடுத்து, ‘அழைப்பது யார்?’ என்று பார்த்தாள்.

செல்போனின் திரையில் வெங்கடாத்ரியின் பெயர் நகர்ந்து கொண்டிருந்தது.

21

வெங்கடாத்ரியின் பெயரைப் பார்த்ததும், கலக்கப் பார்வையோடு கணவன் பாஸ்கரை ஏறிட்டாள் அட்சயா.

"என்னங்க... சேர்மன் போன் பண்றார்."

"அதுக்கு எதுக்கு டென்ஷனாகறே...? ஸ்பீக்கர்ல போட்டுட்டுப் பேசு."

அட்சயா ஸ்பீக்கரை ஆன்செய்துவிட்டு மெலிதான குரலில் "குட் ஈவினிங் சார்..." என்றாள்.

அவர் பதிலுக்கு குட்ஈவினிங் சொல்லாமல், "அட்சயா... நீ இப்போ எங்கே இருக்கே?" என்று கேட்டார்.

"வீட்லதான் ஸார்!"

"உன்னோட ஹஸ்பண்ட்...?"

"அவர் இன்னும் ஆபீஸிலிருந்து வரலை ஸார். ஆதித் சர்மாவோட இறுதிச் சடங்கு முடிய சாயந்திரம் ஆறுமணிக்கு மேல ஆயிடுமாம். ஏழு மணிக்கு மேலதான் புறப்பட்டு வர முடியும்ன்னு இப்பதான் எனக்குப் போன் பண்ணிச் சொன்னார்."

"ஆதித் சர்மாவோட கொலைக்குக் காரணமானவங்களை போலீஸ் கண்டுபிடிச்சுட்டாங்களா?"

"இல்ல ஸார்... என்கொய்ரி ஈஸ் கோயிங் ஆன்."

"புதுசா ஒரு டைரக்டர் வர்ற வரைக்கும் எல்லா விஷயங்களையும் கவனிச்சுக்க வேண்டிய பொறுப்பை

இனி உன்னோட கணவருக்குத்தான் கொடுப்பாங்கன்னு நினைக்கிறேன்... ஏம் ஐ கரெக்ட்...?”

“மே... பி... ஸார்”

“மே... பி... என்ன...? அதுதான் முறை. குறைந்தபட்சம் ஒரு வாரத்துக்காவது உன்னோட ஹஸ்பெண்ட் எல்லாத்தையும் பார்க்க வேண்டியிருக்கும். முக்கியமான சில ஃபைல்களில் கையெழுத்தும் போட வேண்டியிருக்கும்...”

“அதைப் பத்தி அவர் வீட்டுக்கு வந்ததும் நான் கேட்டுப் பார்க்கிறேன் ஸார்!”

மறுமுனையில் வெங்கடாத்ரி மெல்லச் சிரித்தார்.

“கேட்டுப் பார்த்தா மட்டும் போதாது அட்சயா. நான் இனிமே சொல்ற விஷயங்களையெல்லாம் நீ கவனமா கேட்டுகிட்டு, அதை அவருக்குத் தெரியாம செஞ்சும் கொடுக்கணும்.நமக்கு தேவையான சில முக்கியமான டாக்குமெண்ட்ஸை ஸ்கேன் எடுத்தும் தரணும்.”

“ஸார்... திஸ் ஈஸ் டூ மச்... நீங்க எனக்கு வேவு பார்க்கிற அசைன்மெண்டைத்தான் கொடுத்திருக்கீங்க. திருடற வேலையைத் தரலை.” சற்று சூடாய் பதில் அளித்தாள் அட்சயா.

“நீ ஏம்மா அதைத் திருட்டு வேலைன்னு நினைக்கிறே? நம்ம கம்பெனியோட வளர்ச்சிக்கு உதவுற ஒரு நல்ல காரியமா நினைச்சு செய்யலாமே... நான் இருக்கும்போது நீ எதுக்கும் பயப்படாதே.”

சில வினாடிகள் யோசித்தவள், “இதுல எனக்கு சுத்தமா உடன்பாடில்லை... ஆனா இதைப் பத்தி டைம் வேணும்.” என்றாள்.

“டென்ஷன் ஆகாதம்மா! இப்போதைக்கு இந்த வார்த்தை போதும்... நாளைக்கு நீ ஆபீஸ் வரும்போது மத்த விஷயங்களைப் பத்தி விளக்கமா பேசலாம்.”

மறுமுனையில் வெங்கடாத்ரி செல்போனின் இணைப்பைத் துண்டித்துவிட, அட்சயாவும் செல்போனை

அணைத்துவிட்டு தன்னுடைய கணவனை ஏறிட்டாள். பாஸ்கர் கோபத்தில் பொரிந்தான்.

"உன்னை எப்படி கார்னர் பன்றாங்கன்னு பார்த்தியா அட்சயா? ஆதித் சர்மாவோட மர்மமான மரணத்துக்கு வெங்கடாத்திரியும், விகாஷ்பட்டேலும் தான் காரணமாய் இருப்பாங்களோன்னு எனக்கு ஒரு டவுட்."

"எனக்கும் அந்த சந்தேகம் இருக்குங்க. அந்த உண்மையைக் கண்டுபிடிக்கவாவது அவங்களுக்கு உதவி பண்ற மாதிரி நான் நடிக்கணும். நீங்க டென்ஷனாக வேண்டாம். நான் பார்த்துக்கிறேன்."

"ஐயோ அட்சயா...! இந்த விஷயத்துல நீ ரொம்பவும் ரிஸ்க் எடுக்கிறே... அவங்க கிட்ட பணம், டெக்னாலஜி ரெண்டுமே இருக்கு. தங்களைக் காப்பாத்திக்க எந்த அளவுக்கும் அவங்களால போக முடியும். ஆனா நம்மால முடியாது... நல்லா யோசனை பண்ணு."

"இப்ப நீங்க என்ன சொல்ல வர்றீங்க?"

"ஸ்பை அசைன்மெண்டிலிருந்து விலகிடு."

"காரணம் கேப்பாங்களே?"

"கேட்டா... ஆதித் சர்மாவோட மரணத்தைக் காரணம் காட்டி, 'பயமாயிருக்கு'ன்னு சொல்லிடு"

"இந்தக் காரணத்தைச் சொன்னா அவங்க நம்ப மாட்டாங்க."

"ஏன் நம்பமாட்டாங்க?"

"நான் எந்த ஒரு பிரச்சினையையும் சவாலா எடுத்துப் பண்ணக் கூடியவனு அந்த ரெண்டு பேருக்கும் தெரியும்."

"ஆனா இது உயிர் பிரச்சனை அட்சயா! இப்ப இந்த வேலையிலிருந்து வெளியே வர என்னதான் வழி... சொல்லு?"

"அவசரப்படாதீங்க... நிறைய யோசிக்க வேண்டியிருக்கு. எதிரிகளோட விளையாடணுமே தவிர...

மோதக் கூடாது.” சொன்னவள் சமையலறையை நோக்கி நடந்து கொண்டே கேட்டாள்.

“ராத்திரிக்கு டிஃபன் சப்பாத்தி. தொட்டுக்க என்ன செய்யலாம்... வெஜிடபிள் குருமாவா... உருளைக்கிழங்கு மசாலாவா?”

போலீஸ் கமிஷனர் ஸ்டீபன், தனக்கு முன்பாய் விறைப்போடு அட்டென்ஷனில் நின்றிருந்த உதவி போலீஸ் கமிஷனர் கணேச பாண்டியனிடம் நிதானமான குரலில் பேசிக் கொண்டிருந்தார். கை விரல்கள் ஒரு ஃபைலைப் புரட்டிக் கொண்டிருந்தன.

“ஆதித் சர்மா கொலை செய்யப்பட்டு இன்னிக்கு சரியா ஒரு வாரமாகுது... எனி ப்ராக்ரஸ்?.”

“கேஸை மூவ் பண்ண முடியலை ஸார். ஆதித் சர்மா வீட்டை விட்டு ஆபீஸுக்குப் புறப்பட்டுப் போகும்போது மினரல் வாட்டர் பாட்டில்ல இருக்கிற தண்ணியைக் குடிச்சிருக்கார். அந்தத் தண்ணியிலதான் விஷம் கலந்து இருக்கலாம்ங்கிற எண்ணத்துல, அந்த வீட்ல இருக்கிற வேலைக்காரங்களை ஸ்டேஷனுக்குக் கொண்டு போய் மூணு நாள் வெச்சு விசாரிக்கிற விதத்துல விசாரிச்சோம். ஆனா, கேஸுக்கு உபயோகப்படற மாதிரி ஒரு தகவல் கூட கிடைக்கலை ஸார்.”

“அவங்க பொய் பேசலைங்கிறதை கன்ஃபர்ம் பண்ணிக்கிட்டீங்களா?”

“எஸ்... அந்த வேலைக்காரங்க ஆதித் சர்மாவோட ஃபேமிலிக்கு கடந்த பத்து வருஷ காலமா ரொம்பவும் நேர்மையா இருந்துட்டு வந்திருக்காங்க ஸார். லாக்அப்ல இருந்த மூணு நாளும் அவங்களை கீனா அப்சர்வ் பண்ணேன்.. அவங்க யாரும் அவர் இறந்த சோகத்துல சரியா சாப்பிடலை... சரியா தூங்கலை. விசாரணை முடிவுல அவங்க குற்றவாளிகளா இருக்க முடியாதுங்கிற முடிவுக்குதான் வரவேண்டியிருக்கு ஸார். தே ஆர் ஹார்ம்லஸ்.”

“ஆதித் சர்மாவோட முதுகுல ஒட்டப்பட்டிருந்த அந்த ஸ்டிக்கர் பத்தி ஃபாரன்ஸிக் என்ன சொல்றாங்க?”

“அந்த வாசகம் ஏ.ஐ சம்பந்தப்பட்டதுன்னு சீஃப் ஃபாரன்ஸிக் ஆபீஸர் தெய்வநாயகம் சொன்னார் ஸார்.”

“அந்த வாசகம் எந்த வகையில ஆதித் சர்மாவோட சம்பந்தப்படுதுன்னு சொன்னார்?”

“இன்னிக்கு விஞ்ஞானம் வளர்ந்துட்டு வர்ற இந்த நிலைமையில ஆர்ட்டிஃபிஷியல் இன்டலிஜென்ஸ் சம்பந்தப்பட்ட நிறைய புத்தகங்கள் பப்ளிஷ் ஆகி நல்ல முறையில விற்பனையாயிட்டிருக்கு ஸார். அதுல ‘தி அல்டிமேட் ரீடிங் லிஸ்ட் ஆஃப் த 10 பெஸ்ட் புக்ஸ் ஆன் ஏ.ஐ’ வரிசையில வெளியாகியிருக்கிற ஒரு புக்கோட தலைப்பு ‘அயாம் குட் டூ மைசெல்ஃப்’. இந்தப் புத்தகத்தை எழுதுனவரு பேரு ஹார்வி மிட்ஷெல். அவர் இப்போ உயிரோட இல்லை. இந்தப் புத்தகத்தோட தலைப்பைத்தான் ஸ்டிக்கராய் பயன்படுத்தியிருக்காங்க.”

கமிஷனர் ஸ்டீபன் ஒரு தீவிரமான யோசனையோடு தன் தாடையை தடவிக்கொண்டே கணேச பாண்டியனிடம் கேட்டார்.

“ஆதித் சர்மாவோட மர்டர் கேஸை எப்படி இன்வெஸ்டிகேட் பண்ணினாலும் கடைசியில இந்த ஆர்ட்டிஃபிஷியல் இன்டலிஜென்ஸ் விஷயத்துலதான் வந்து முடியுது இல்லையா..?”

“ஆமா ஸார்.”

“இந்த சந்தேகத்தை புலனாய்வுத் துறையில வேலை செய்யற எல்லா ஸ்டாஃப்கிட்டேயும் கேட்டு எக்ஸ்பிளனேஷன் வாங்கினீங்களா?”

“எஸ் ஸார்... கடந்த ஒரு வார காலத்துல ஒவ்வொரு ஸ்டாஃப்பையும் ரெண்டு தடவை தனித்தனியா வரவழைச்சு ஒரு டீப் என்கொய்ரியை நடத்திப் பார்த்துட்டேன்.”

"நெட் ரிசல்ட் என்ன?"

"ஒரே ஒரு விஷயம் மட்டும் தீர்க்கமாய் பிடிபட்டது ஸார். அதாவது தமிழ்நாட்ல இருக்கிற சில பெரிய ஐ.டி கம்பெனிகள் ஆர்ட்டிஃபிஷியல் இண்டலிஜென்ஸ் சம்பந்தப்பட்ட விஷயங்களை சட்ட விரோதமான முறையில் செயல்படுத்துற முயற்சியில ஈடுபட்டு இருக்காங்க. ஆதித் சர்மாவுக்கு அது பிடிக்கல. தான் ஒரு புலனாய்வுத் துறை டைரக்டராய் இருந்ததால அவர் அதையெல்லாம் தடுக்கிற முயற்சியில முழுமூச்சாய் ஈடுபட்டிருக்கார். அது அந்த ஐ.டி கம்பெனிக்காரங்களுக்கு பிடிக்கலை..."

"அப்படீன்னா ஆதித் சர்மாவோட மரணத்துக்குக் காரணம் ஐ.டி கம்பெனிங்கதான்னு சொல்ல வர்றீங்களா?"

"திஸ் ஈஸ் மை வியூ ஸார்."

"அதாவது ஆதாரம் இல்லை... ஆனா சந்தேகப்படறீங்க?"

"எஸ் ஸார்."

"அந்த சந்தேகத்தை உறுதிப்படுத்திக்க என்ன ஸ்டெப்ஸ் எடுக்கப் போறீங்க?"

"அதுக்கான இன்வெஸ்டிகேஷனை ஸ்டார்ட் பண்ணத்தான் ஒரு ஐ.டி விங்கை உருவாக்கியிருக்கேன் ஸார்."

"இதனால பலன் கிடைக்கும்னு நம்பறீங்களா...? நம்ம தமிழ்நாட்ல மட்டும் நாலாயிரத்துக்கும் மேற்பட்ட ஐ.டி கம்பெனிகள் இருக்கு. எந்தக் கம்பெனியில யார் பண்ணியிருப்பாங்கன்னு உங்களால எப்படிக் கண்டுபிடிக்க முடியும்?"

"கொஞ்சம் கஷ்டம்தான் ஸார். ஆனா சென்னையில இருக்கிற டாப் 10 ஐ.டி கம்பெனிகள்ல, எந்தெந்த கம்பெனியில் ஏ.ஐ சம்பந்தப்பட்ட ஆராய்ச்சிகள் நடந்துக்கிட்டு வருதுங்கிற உண்மையைக் கண்டுபிடிக்க ஒரு வழி இருக்கு ஸார். ஆனா அதுக்கு நீங்கதான் உதவி பண்ணணும்."

"நானா...?"

"எஸ் ஸார்! ஆறு மாசத்துக்கு முந்தி கிண்டியில ஒரு அதிநவீன சைபர் க்ரைம் ப்ராஞ்ச் ஆபீஸ் ஒண்ணை ஆரம்பிச்சோம். அந்த பிராஞ்ச்சை ஓப்பன் பண்ணி வெச்சவர் நேகா டெக்னாலஜிஸ் சேர்மன் வெங்கடாத்ரி. அவர் உங்களுக்கு நண்பர்ங்கிற காரணத்தால நீங்க அவரை சீஃப் கெஸ்டா கூப்பிட்டதுமே, மறுக்காமே வந்தார்... அவர் பேசும் போது, 'காவல்துறைக்கு எதிர்காலத்தில் டெக்னாலஜி சம்பந்தப்பட்ட விஷயங்களில் ஏதாவது உதவி தேவைப்பட்டால் தாராளமாய் என்னை அணுகலாம்'னு சொல்லியிருந்தார்."

கமிஷனர் ஸ்டீபன் முகம் மலர்ந்தார்.

"ஆமா... எனக்கும் அது ஞாபகம் இருக்கு."

"இந்த விஷயத்தில் அவரைச் சந்திச்சுப் பேசினா ஏதாவது உபயோகமான தகவல் கிடைக்கும்ன்னு நினைக்கிறேன் அவர்கிட்ட பேச நீங்கதான் ஏற்பாடு பண்ணித் தரணும் ஸார்."

22

வெங்கடாத்ரி தன்னுடைய தனிபட்ட அலுவலக அறையில் உட்கார்ந்து லேப்டாப்பில் ஒரு ஜூம் மீட்டிங்கை முடித்துக் கொண்டு, களைப்போடு கண்கள் மூடி செமி-ஸ்லீப்பர் எக்ஸிக்யூட்டீவ் நாற்காலிக்குச் சாய்ந்து உட்கார்ந்த விநாடி, அறைக் கதவைத் திறந்தபடி அவருடைய அழகான பர்சனல் செக்ரட்டரி உள்ளே வந்தாள்.

“ஸார்...”

“என்ன பிரமீளா?”

“அசிஸ்டெண்ட் போலீஸ் கமிஷனர் கணேசபாண்டியன் உங்களைப் பார்க்க வந்திருக்கார். ரிசப்ஷன் ரூம்ல வெயிட் பண்றார். பத்தரை மணிக்கு நாம அவருக்கு அப்பாயிண்ட்மெண்ட் கொடுத்திருக்கோம் ஸார்.”

வெங்கடாத்ரி சற்றே திடுக்கிட்டுப் போனவராய் நிமிர்ந்து உட்கார்ந்தபடி பிரமீளாவை ஏறிட்டார்.

“எப்படி மறந்தேன்னு தெரியலை. உடனே அவரை உள்ளே அனுப்பு... யூனிஃபார்ம்ல வந்திருக்காரா?”

“இல்ல ஸார்... சாதாரண ட்ரஸ்ல.”

“கூட யாராவது இருக்காங்களா?”

“அவர் மட்டும்தான்.”

“சரி... அவர் எதுக்காக என்னைப் பார்க்க வந்திருக்கார்ன்னு தெரியலை. எதுவாய் இருந்தாலும் சரி.

அப்பாய்ண்ட்மெண்ட் நேரம் பதினஞ்சு நிமிஷம்தான். இப்ப மணி பத்து முப்பது. நீ பத்து நாப்பத்தஞ்சுக்கு உள்ளே வந்து எனக்கு வேற ஒரு அப்பாய்ண்ட்மெண்ட் இருக்கிறதை சூசகமா ஞாபகப்படுத்தணும்.”

“எஸ் ஸார்.”

“போய் அவரை அனுப்பு.”

அவள் புன்னகையுடன் தலையசைத்துவிட்டு அந்த அறையை விட்டு வெளியேறிப் போக... வெங்கடாத்ரி மறுபடியும் நாற்காலிக்கு சாய்ந்தார்.

என்னதான் தைரியமாய் இருக்க முயன்றாலும், அஸிஸ்டெண்ட் போலீஸ் கமிஷனர் கணேசபாண்டியன் வருகை அவருடைய இதயத்தின் ஒரு ஓரத்தில் பயமாய் கோடு போட்டது.

முழுதாய் ஒரு நிமிடம் கரைந்திருந்த போது கதவு தட்டப்படும் சத்தம் மெலிதாய் கேட்டது.

வெங்கடாத்ரி குரல் கொடுத்தார்.

“ப்ளீஸ்... கெட் இன்...”

பளீரென்ற அடர்நீலநிற பேண்ட், பால் வெள்ளை சர்ட்டில் கணேசபாண்டியன் உள்ளே நுழைந்தார்.

“குட் மார்னிங் ஸார்.”

“குட் மார்னிங்.... வாங்க மிஸ்டர் கணேசபாண்டியன். நேத்து கமிஷனர் எனக்கு போன் பண்ணி, நீங்க என்னைப் பார்த்து பேச விரும்பறதா சொன்னப்ப எனக்கு ஆச்சர்யமாவும், சந்தோஷமாவும் இருந்தது. உடனே ஓகே சொல்லிட்டேன். ஏன்னா அரசுத் துறையிலேயே எனக்குப் பிடிச்ச துறை போலீஸ் டிபார்ட்மெண்ட்தான்.”

“தேங்க்ஸ் ஸார்.”

“உட்காருங்க!”

கணேசபாண்டியன் உட்கார்ந்ததும் வெங்கடாத்ரி கேட்டார்.

“ஹேவ் சம் சாஃப்ட் ட்ரிங்ஸ்?”

“நோ தேங்க்ஸ் ஸார்...”

“ஓ.கே... என்ன விஷயமா என்னைப் பார்க்க வந்திருக்கீங்க...?”

ஒரு ஐந்து விநாடிகள் மௌனமாய் இருந்துவிட்டு மெல்லிய குரலில் பேச்சை ஆரம்பித்தார்.

“காவல்துறையோட ஒரு அங்கமான புலனாய்வுத்துறைல டைரக்டராய் இருந்த ஆதித் சர்மா போனவாரம் மர்மமான முறையில கொலை செய்யப்பட்ட செய்தி உங்களுக்குத் தெரிஞ்சிருக்கும்ன்னு நினைக்கிறேன்.”

“எஸ்... ரொம்ப அதிர்ச்சியா இருந்தது. அவரைப்பத்தி நான் நிறையக் கேள்விப்பட்டிருக்கேன். ஆனா அவரை ஒரு தடவை கூட நேர்ல பார்த்தது இல்லை. அவர் கொலைக்கு என்ன காரணம்? இது சம்பந்தமாய் யாரையாவது கைது பண்ணியிருக்கீங்களா?”

“இல்ல ஸார்... ஆனா கொலைக்கான மோட்டிவேஷன் தெரிய வந்திருக்கு.”

“அப்படியா... என்ன மோட்டிவேஷன்?”

“ஆர்ட்டிஃபிஷியல் இண்டலிஜென்ஸ்ங்கற ஒரு விஞ்ஞான விஷயம்தான்.”

சற்று அதிர்ச்சியாகி “ஓ மை குட்னஸ்!” என்றவர், “பட்... அவர்க்கும் அதுக்கும் என்ன சம்பந்தம்?”

“ஆதித் சர்மா ஏ.ஐ விஞ்ஞான வளர்ச்சியை எதிர்த்து பலதடவை கடுமையாய் பேசியிருக்கார். அதனோட வளர்ச்சி எதிர்காலத்தில் மனிதர்களோட இயல்பான வாழ்க்கையைப் பாதிக்கிற அபாயம் இருக்கிறதால இப்போ செயல்பட்டுக்கிட்டு இருக்கிற ஐ.டி கம்பெனிகள், ஏ.ஐ சம்பந்தப்பட்ட கருவிகளையோ, ரோபோக்களையோ தயாரிக்கக்கூடாதுன்னும், அப்படி தயாரிக்கிற பட்சத்தில்

அது சம்பந்தப்பட்ட ப்ராஜக்ட் ஃபைல்களோட ஒரு காப்பியை புலனாய்வுத் துறைக்கு அனுப்பி வைக்கணும்னு ஒரு உத்தரவு போட முடிவு பண்ணியிருந்ததா தகவல்."

வெங்கடாத்ரி அப்பாவித்தனமாய் முகத்தை வைத்து கொண்டு பேசினார்.

"அவர் அப்படி முடிவு எடுத்திருந்தா அது சரிதானே? எங்க கம்பெனியிலகூட செயற்கை நுண்ணறிவைப் பயன்படுத்தி கல்வித்துறைக்கும், மருத்துவத் துறைக்கும் தேவையான கருவிகளை தயாரிக்க சில ப்ராஜெக்ட்களை உருவாக்கப் போறோம். முக்கியமா ஹாஸ்பிடல்ஸ்ல சேர்ற மருத்துவக் கழிவுகளை வெளியே கொண்டு போய், கடத்தறதுக்குப் பதிலா... ஹாஸ்பிடலுக்குள்ளேயே அதை ஹைஜீனிக்காக அழிக்க, ஒரு ரோபோவை உருவாக்குற ப்ராஜெக்ட்டும் எங்ககிட்ட இருக்கு. ஆனா அதையெல்லாம் செயல்படுத்தறதுக்கு முன்னால ஹெல்த் டிபார்ட்மெண்டிலிருந்து பர்மிஷன் வாங்கிட்டுத்தான் அதுக்குண்டான ஏற்பாடுகளைச் செய்வோம்."

"அதுதான் சரியான வழி சார்!" என்று சொன்ன உதவி போலீஸ் கமிஷனர், தன்னுடைய செல்போனை உயிர்ப்பித்து கேலரியில் சேமித்து வைத்திருந்த ஆதித் சர்மாவின் உடலின் புகைப்படத்தை ஜூம் செய்து வெங்கடாத்ரிக்கு காட்டிக் கொண்டே சொன்னார்.

"ஸார்... ஆதித் சர்மாவோட கொலை விவகாரத்தில் மீடியாக்களுக்கு தெரியப்படுத்தாத ஒரு விஷயத்தை உங்ககிட்ட சொல்லி விளக்கம் கேட்கத்தான் வந்தேன். அவர் உடலோட முதுகுப் பகுதியில 'அயாம் குட் டூ மை செல்ஃப்'ங்கிற வாசகத்தோட ஒரு ஸ்டிக்கர் இருந்தது. இந்த வாசகத்தை தலைப்பா வெச்சு ஹார்வி மிட்ஷெல்னு ஒரு ஆங்கில எழுத்தாளர் ஏ.ஐ மையப்படுத்தி ஒரு புத்தகம் எழுதியிருக்கார். அந்தப் புத்தகத்தைப் பத்தி நீங்க கேள்விப்பட்டு இருக்கீங்களா?"

வெங்கடாத்ரி மெல்லச் சிரித்துவிட்டு சொன்னார்.

“நீங்க சொன்ன அந்தப் புத்தகத்தை நான் நாலஞ்சு தடவையாவது படிச்சிருப்பேன். ஏ.ஐ பத்தின புத்தகங்களை எத்தனையோ பேர் எழுதியிருந்தாலும், இந்தப் புத்தகம்தான் என்னை ரொம்பவே கவர்ந்த புத்தகம். பாதிச்ச புத்தகம் கூட...”

கணேசபாண்டியன் நிமிர்ந்து உட்கார்ந்தார்.

“அதுக்கான காரணத்தை நான் தெரிஞ்சிக்கலாமா ஸார்?”

“கண்டிப்பா....” என்று சொல்லி தலையசைத்தவர் மெல்ல பேச்சை ஆரம்பித்தார்.

“அந்தப் புத்தகம் கிட்டத்தட்ட ஒரு நாவல் மாதிரிதான். ஆனா, அதுல சொல்லப்பட்ட விஷயங்கள் எல்லாமே ஏ.ஐ சம்பந்தப்பட்டது. இன்னொரு முக்கியமான விஷயம்... தலைப்புல மென்ஷன் பண்ணியிருக்கிற அந்த நல்லவன் யார்ன்னு தெரியுமா?”

“யாரு?”

“ஒரு ரோபோதான்.”

“ரோபோவா?”

“எஸ்... செயற்கை நுண்ணறிவைப் பயன்படுத்தி உருவாக்கப்பட்ட ஒரு ரோபோதான் அந்த நாவலோட ஹீரோ. அந்த ரோபோவே கதை சொல்ற மாதிரி ஹார்வி மிட்ஷெல் அந்தப் புத்தகத்தை எழுதியிருப்பார். கதையில் வர்ற எல்லாக் கதாபாத்திரங்களையும் ஏ.ஐ ரோபோ கொலை பண்ணிட்டு தான் மட்டும் உயிரோட இருக்கிற மாதிரி கதை முடியும். இந்த நாவல் வெளியானப்ப லட்சக்கணக்கான பிரதிகள் வித்துத் தீர்ந்ததா ஒரு நியூஸூம் இருக்கு.”

உதவி போலீஸ் கமிஷனர் அதிர்ச்சி அகலாத பார்வையோடு கேட்டார்.

“ஸார்...! நீங்க இப்ப சொன்ன புத்தகத்துக்கும், ஆதித் சர்மா கொலை செய்யப்பட்ட சம்பவத்துக்கும் என்ன தொடர்பு இருக்க முடியும்ன்னு நினைக்கிறீங்க?”

“காரணம் தெரியலை. ஆனா ஆதித் சர்மாவுக்கு ஏ.ஐ வளர்ச்சி பிடிக்கலை... அதுக்கு எதிரான கருத்துக்களை பகிரங்கமா அவர் வெளிப்படுத்தினதை கொலையாளி விரும்பலைன்னு நினைக்கிறேன். அந்தக் கொலையாளி ஹார்வி மிட்ஷெல் எழுதின நாவலை படிச்சிருக்கலாம். கொலையாளியோட கோபத்தின் வெளிப்பாடுதான் இந்த ஸ்டிக்கர்.”

வெங்கடாத்ரி சொல்லிக் கொண்டிருக்கும்போதே அவருடைய செல்போன் முணுமுணுப்பாய் கூப்பிட்டது.

செல்போனை எடுத்து ‘அழைப்பது யார்’ என்று பார்த்துவிட்டு லேசாய் முகம் மாறினார்.

மறுமுனையில் மேக்னா காத்திருந்தாள்.

‘சரியான காரணம் இல்லாமல் மேக்னா போன் செய்யமாட்டாளே... பேசாவிட்டால் ஏதாவது பிரச்சினை வரலாம்.பேசிவிடலாம்’

கணேசபாண்டியனைப் பார்த்து ஒரு ‘ஸாரி’யை உதிர்த்துவிட்டு, செல்போனை எடுத்து இடது காதுக்கு ஒற்றி மெல்லக் குரல் கொடுத்தார்.

“எஸ்...”

“நான் மேக்னா பேசுகிறேன்.” வேகமாக பேசிய அவளுடைய ஆங்கிலத்தில் பதட்டம் தெரிந்தது. வெங்கடாத்ரி இயல்பான குரலில் பேசினார்.

“சொல்லுங்கள்... என்ன விஷயம்?”

“நீங்கள் இப்போது ஏதாவது முக்கியமான வேலையில் இருக்கிறீர்களா?”

“ஆம்... ஆனால் பேசலாம்...”

"உங்களிடம் ஒரு முக்கியமான விஷயம் ஒன்றை சொல்லவேண்டும்."

"சொல்லுங்கள்."

"ஃப்யூச்சர் ஷேஃப் கம்பெனியை உளவு பார்க்க இன்செக்ட் ட்ரோனை அட்சயா மூலமாக அனுப்பி வைத்தோம் இல்லையா?"

"ஆமாம்."

"அது அங்கே என்ன காரணத்தினாலோ இப்போது செயல்படவில்லை... முடக்கப்பட்டிருக்கிறது. ஒரு சிறிய முனகல் சத்தம் கூட வரவில்லை."

வெங்கடாத்ரி உள்ளுக்குள் அதிர்ந்து போனாலும், அதை கணேசபாண்டியனுக்கு முன்பாய் காட்டிக் கொள்ளாமல், மெல்லிய குரலில் கேட்டார்.

"என்ன காரணம்?"

"தெரியவில்லை...அதைப் பற்றி அட்சயாவிடம் பேச வேண்டும். அவள் போனில் கிடைக்கவில்லை."

"சரி... ஒரு மணி நேரம் கழித்து பேசுவோம்."

"அவ்வளவு நேரம் பொறுமையாக காத்திருக்க முடியாது. அட்சயாவை நான் உடனடியாய் பார்க்க வேண்டும். முதலில் அதற்கு ஏற்பாடு செய்யுங்கள்..."

கோபத்தோடு மறுமுனையில் பேசிய மேக்னா, செல்போனை அணைத்துவிட வெங்கடாத்ரியின் முகத்தில் மெலிதாய் வியர்வை அரும்பி சிறுபதட்டத்தைக் காட்டியது. அதை கவனித்துவிட்ட கணேசபாண்டியன் தயக்கமான குரலில் கேட்டார்.

"என்ன ஸார் ஏதாவது பிரச்சினையா?"

23

கணேசபாண்டியன் கேட்ட கேள்வியில் ஒரு சில விநாடிகள் திகைத்த வெங்கடாத்ரி, இயல்பாக இருப்பது போல் காட்டிக் கொள்ள புன்னகையோடு பேசினார்.

"ஒரு பிரச்சினையும் இல்லை... கம்பெனியோட சீனியர் ப்ராஜக்ட் மானேஜர் செஞ்ச தொழில்நுட்ப தவறு காரணமா ஒரு சின்ன குழப்பம். அவ்வளவுதான். இப்படி தினசரி ஏதாவது ஒரு பிரச்சினை வரும். அடுத்த சில மணி நேரத்தில் அது சரியாயிடும். டை...த...டை நாம தொடர்ந்து பேசலாம். ஆதித் சர்மா மர்டர் சம்பந்தமாய் என்கிட்டே கேட்க இன்னமும் ஏதாவது கேள்வி இருக்கா?"

"நத்திங் ஸார்...! தேங்க்ஸ் ஃபார் யுவர் கைண்ட் கோவாப்ரேஷன்" என்று சொன்ன கணேசபாண்டியன், வெங்கடாத்ரியின் கையைப் பற்றிக் குலுக்கி விட்டு விடை பெற்றுக் கொண்டு அறையை விட்டு வெளியேறினார்.

அடுத்த இரண்டு நிமிடங்கள் மௌனமான யோசிப்பில் இருந்த வெங்கடாத்ரி, தன்னுடைய செல்போனை எடுத்து விகாஷ் பட்டேலைத் தொடர்பு கொண்டார்.

"விகாஷ்...!"

மறுமுனையில் விகாஷ் பட்டேலின் குரல் கேட்டது.

"சொல்லுங்க சார்..."

"அந்த ஏசிபி என்கிட்ட என்கொயரியை முடிச்சிட்டு கிளம்பிட்டார்."

"தெரியும்... சி.சி.டி.வி மானிட்டர்ல பார்த்துட்டுதான் இருக்கேன். இப்போ காரிடார்ல நடந்து பார்க்கிங் ஏரியாவைப் பார்த்துப் போயிட்டிருக்கார் ஏசிபி. சரி..... என்கொயரில எந்தப் பிரச்சினையும் இல்லையே?"

"இல்லை... ஆதித் சர்மாவோட மரணத்துக்கு காரணம் ஏ.ஐக்கு எதிரா அவர் பேசினதா இருக்கலாம்ன்னு சொன்னேன்."

"அவர் நம்பிட்டாரா?"

"அவர் நம்பினா என்ன... நம்பாட்டி என்ன? இப்பப் பிரச்சினை அது இல்லை விகாஷ்."

"அப்புறம் வேற என்ன சார்?"

"ஏசிபிகிட்டே நான் பேசிட்டு இருக்கும்போதே மேக்னா எனக்குப் போன் பண்ணா..."

"எதுக்கு?"

"ஃப்யூச்சர் ஷேஃப்பை வேவு பார்க்க அட்சயா மூலமா மேக்னா அனுப்பி வெச்ச இன்செக்ட் ட்ரோன்கிட்டயிருந்து எந்தத் தகவலும் வரலையாம். மேக்னா ஈஸ் நாட் இன் எ குட் மூட். ரொம்பவுமே அப்செட். பேச்சுல கோபம் தெறிக்குது."

"சார்... மேக்னா சொல்றது எனக்கு ஆச்சர்யமாயிருக்கு. அட்சயா ஃப்யூச்சர் ஷேஃப் கம்பெனியிலிருந்து திரும்பி வந்ததும், என்னைத்தான் முதல்ல மீட் பண்ணிப் பேசினா. அவளும், ரேவதி நாயரும் கம்பெனி கேண்டீன்ல உட்கார்ந்து பேசிட்டு இருக்கும்போது அந்த இன்செக்ட் ட்ரோன் தன் தலைக்குப் பக்கமா வந்து பறந்ததை அட்சயா பார்த்ததாய் என்கிட்டே சொன்னா."

"ஆமா... எனக்கும் அட்சயா போன் பண்ணி அப்படித்தான் சொன்னா. அவ பொய் சொல்ல மாட்டா... சம்திங் வென்ட் ராங்க்."

"சரி இப்போ இந்தப் பிரச்சினையில நம்ம அடுத்தக்கட்ட நடவடிக்கை என்னவா இருக்கணும்னு நினைக்கிறீங்க?"

"அட்சயாவுக்கு இந்த விஷயத்தை நான் தெரியப்படுத்தி உடனடியாய் ரிசார்ட் போய் மேக்னாவைப் பார்க்கச் சொல்றேன். அவங்க ரெண்டு பேரும் சந்திச்சுப் பேசினாத்தான் இந்தப் பிரச்சினையில ஒரு தீர்வு கிடைக்கும்."

"யூ ஆர் கரெக்ட் சார். நீங்க அட்சயாவுக்கு போன் பண்ணிடுங்க. நான் மேக்னாவை சாயந்தரமா போய்ப் பார்க்கிறேன். அவ நல்ல மூட்ல இருந்தாத்தான் நம்ம கம்பெனியோட ஏ.ஐ சம்பந்தப்பட்ட ஆராய்ச்சிகள் நல்லவிதமாய் நடக்கும்."

"விகாஷ்... ஒரு விஷயத்தை மறந்துட வேண்டாம்."

"என்ன சார்...?"

"மேக்னா கோபமாவோ இல்லை விதண்டாவாதமாவோ பேசினா பதிலுக்கு நீங்களும் கோபமா பேசிட வேண்டாம். டோன்ட் ஆர்க்யூ வித் ஹெர். அவ எது சொன்னாலும் ஓகேன்னு சொல்லி தலையை ஆட்டிட்டு வந்துடுங்க. நீங்க ஏதாவது பேசப்போக... வேற ஏதாவது பிரச்சனை வந்துடபோகுது."

"புரியுது சார்... நீங்க சொன்னது மாதிரியே நடந்துக்கிறேன்" விகாஷ் மறுமுனையில் பவ்யமாய் சொல்ல, வெங்கடாத்ரி செல்போனின் இணைப்பைத் துண்டித்துவிட்டு தனக்கு அருகே இருந்த இண்டர்காம் போனின் ரிசீவரை எடுத்து ஹெச்.ஆர்.ஓ குகனைத் தொடர்பு கொண்டார்.

"குகன்... அட்சயாவை உடனடியாய் வந்து என்னைப் பார்க்கச் சொல்லுங்க..."

மறுமுனையில் இருந்த குகன் ஆச்சர்யம் கலந்த குரலில் சொன்னார்.

"சார்... அட்சயா இன்னும் ஆபீஸுக்கு வரலை."

"வரலையா...? பதினோரு மணியாகப் போகுது. லீவ் ஏதாவது போட்டிருக்காங்களா?"

"இல்லை சார்."

“உடம்புக்கு ஏதாவது முடியாம இருந்தா கூட இன்ஃபார்ம் பண்ணிடுவாங்களே?”

“அதுதான் ஒண்ணும் புரியல சார்.”

“சரி அட்சயாவுக்கு போன் பண்ணி விபரம் என்னன்னு கேட்டுட்டு லைனுக்கு வாங்க.”

“எஸ் சார்!”

வெங்கடாத்ரி ரிஸீவரை அதனிடத்தில் வைத்து விட்டு, விநாடிகளைக் கரைத்தப்படி காத்திருக்க, அந்த நிமிடம் முடிவதற்குள் இணைப்புக்கு வந்து குகன் பேசினார்.

“சார்... அட்சயாவுக்கு நாலைஞ்சு தடவை போன் பண்ணிப் பார்த்துட்டேன். அவங்க செல்போன் ஸ்விட்ச் ஆஃப்ல இருக்கு.”

“சரி... ஒரு அரைமணி நேரம் கழிச்சு போன் பண்ணிப்பாருங்க.”

“எஸ்... சார்...!” குகன் மறுமுனையில் ரிஸீவரை வைத்துவிட, வெங்கடாத்ரிக்கு உடம்புக்குள் சின்னதாய் ஒரு கலவரம் பரவியது.

‘அட்சயா ஆபீஸுக்கு வரவில்லையென்றால் ஏதாவது ஒரு காரணம் இருக்கும். ஆனால் செல்போனை ஸ்விட்ச் ஆஃப் செய்திருக்கிறாள் என்றால் அதற்கான காரணம் விபரீதமாக இருக்கலாம்’ யோசித்துக் கொண்டே அட்சயாவின் செல்போன் எண்ணைத் தொடர்பு கொண்டார். ஹெச். ஆர். ஓ குகனுக்கு கிடைத்த அதே பதில் அவருக்கும் கிடைத்தது.

‘அவளுடைய கணவன் பாஸ்கருக்கு போன் செய்து கேட்டுப் பார்க்கலாமா?’

வெங்கடாத்ரி தன்னுடைய செல்போனின் காண்டாக்ட் பகுதிக்குப் போய், பாஸ்கரின் செல்போன் நம்பரைத் தேடிப்பிடித்து எடுத்துத் தொடர்பு கொண்டார்.

மறுமுனையில் ரிங் போயிற்று.

பாஸ்கர் தன் அலுவலக அறையில் உட்கார்ந்து, மோஸ்ட் வான்ட்டட் லிஸ்ட் ஒன்றை கம்ப்யூட்டரில் பார்த்துக் கொண்டிருக்க, எதிரே சுஷ்மா நின்றபடி ஃப்ராட் ரிப்போர்ட் ஃபைலை புரட்டிக் கொண்டிருந்தாள்.

திடும்மென்று பாஸ்கரின் செல்போன் வைப்ரேஷனில் உதற... அவன் கம்ப்யூட்டர் திரையில் இருந்து பார்வையைத் திருப்பி, 'அழைப்பது யார்?' என்று மொபைல் திரையைப் பார்த்தான். வெங்காத்ரியின் பெயர் மெதுவாய் நகர்ந்து கொண்டிருந்தது.

விழிகளில் வியப்பை நிரப்பியபடி ஹேண்ட் செட்டை எடுத்துக் காதில் பொருத்திக் கொண்டு மெதுவான குரலில் பேச ஆரம்பித்தான்.

"குட் மார்னிங் ஸார்!"

"குட் மார்னிங் மிஸ்டர் பாஸ்கர்!"

"ஹௌ ஆர் யூ ஸார்?"

"ஃபைன்... நீங்க எப்படி இருக்கீங்க?"

"ஆதித் சர்மாவோட மரணம் கொடுத்த அதிர்ச்சியிலிருந்து இன்னமும் என்னால மீள முடியலை சார்."

"எஸ்... தட் ஈஸ் ஹைலி அன்ஃபார்ச்சுனேட் ஒன். போலீஸ் தரப்பிலிருந்து ஏதாவது உபயோகமான தகவல் கிடைச்சுதா?"

"இதுவரைக்கும் இல்லை சார்... போலீஸ் அஃபிஷியல்ஸ் டெய்லி வர்றாங்க. ஒரு ரெண்டு மணி நேரமாவது இருந்து ஏகப்பட்ட கேள்விகளைக் கேட்கிறாங்க... போறாங்க ஆனா ஒரு பிரயோஜனமும் இல்லை."

"டோண்ட் வொர்ரி பாஸ்கர். ஆதித் சர்மாவோட மரணத்துக்குக் காரணமான நபரை போலீஸ் எப்படியும் கண்டுபிடிச்சுடுவாங்க. கொஞ்ச நேரத்துக்கு முன்னால ஏசிபி கணேசபாண்டியன் என்கிட்டேயும் வந்து என்கொய்ரி பண்ணிட்டுப் போனார்."

"ஈஸிட்... உங்ககிட்டே எதுக்காக அவர் என்கொய்ரி பண்ணனும்?"

"ஏ.ஐ சம்பந்தமாய் அவருக்கு சில சந்தேகங்கள் இருந்தது. அதைத் தெளிவுப்படுத்திக்க வந்தார். ஒரு பத்து நிமிஷத்துக்கு முன்னாடிதான் கிளம்பிப்போனார். தை... த... தை... நான் இப்ப உங்களுக்கு போன் பண்ணினதுக்குக் காரணம் என்ன தெரியுமா?"

"சொல்லுங்க சார்?"

"அட்சயா ஏன் இன்னிக்கு ஆபீஸுக்கு வரலை. உடம்புக்கு ஏதும் முடியலையா?"

"சார்... எ...எ...என்ன சொல்றீங்க... அட்சயா ஆபீஸுக்கு வரலையா?" சட்டென்று எழுந்து நின்றான்.

"ஆமா... கம்பெனி ஹெச்.ஆர்.ஓ. இப்பத்தான் எனக்குப் போன் பண்ணிச் சொன்னார்."

"சார்... இன்னிக்கு அவ காலையில ஒன்பது மணிக்கெல்லாம் வீட்டைவிட்டு கிளம்பிட்டா. எதுக்காக இவ்வளவு சீக்கிரத்துல கிளம்பறேன்னு நான் கேட்டதுக்கு, 'ஆதித் சர்மாவோட டாட்டர் சமுத்ராவைப் பார்த்து ஆறுதலா ரெண்டு வார்த்தை பேசிட்டு, ஆபீஸுக்குப் போறேன்'னு சொன்னா. அநேகமா அட்சயா இப்போ சமுத்ரா வீட்லதான் இருப்பான்னு நினைக்கிறேன். நீங்க அட்சயாவுக்குப் போன் பண்ணிப் பார்த்தீங்களா?"

"ம்... போன் பண்ணினேன். போன் ஸ்விட்ச் ஆஃப்ல இருந்தது. அதனாலத்தான் விஷயம் என்னன்னு தெரிஞ்சுக்க உங்களைக் கூப்பிட வேண்டியதாயிடுச்சு. ஸாரி ஃபார் த டிஸ்டர்பன்ஸ்!"

"நோ ப்ராப்ளம் சார்... நான் இப்போ அட்சயாவுக்கும், சமுத்ராவுக்கும் போன் பண்ணிப் பார்த்துட்டு உங்களுக்கு தகவல் தர்றேன்."

"தேங்க்ஸ் பாஸ்கர்!"

மறுமுனையில் வெங்கடாத்ரி செல்போனை அணைத்துவிட... ஒரு பெருமூச்சோடு நெற்றியைப் பிடித்துக் கொண்டான் பாஸ்கர். பார்த்துக் கொண்டிருந்த சுஷ்மா கேட்டாள்.

"என்ன பாஸ்... ஏதாவது பிரச்சினையா?"

பாஸ்கர் சுருக்கமாய் விஷயத்தைச் சொல்ல, சற்றே பதட்டமானாள் சுஷ்மா.

"மொதல்ல அட்சயாவுக்கு போன் பண்ணு. போன் ஸ்விட்ச் ஆஃப்ல இருக்கா... இல்லையான்னு தெரிஞ்சிடும்."

அடுத்த விநாடி அட்சயாவின் எண்ணைத் தொடர்பு கொண்டான் பாஸ்கர்.

ரிக்கார்டட் வாய்ஸ் கேட்டது.

'நீங்கள் தொடர்பு கொண்ட எண்ணானது தற்சமயம் உபயோகத்தில் இல்லை...'

"என்ன பாஸ் இது...? அட்சயாவோட போன் ஸ்விட்ச் ஆஃப்ல இருக்குன்னு வெங்கடாத்ரி சொன்னார். இப்ப உபயோகத்தில் இல்லைன்னு வருது. எனக்குப் பயமாயிருக்கு... ஏதோ பிரச்சினை போல..."

"நீ டென்ஷன் ஆகாதே சுஷ்மா...! சமுத்ராவுக்குப் போன் பண்ணினா விவரம் தெரிஞ்சிடும்" சொன்னவன் சமுத்ராவின் செல்போன் எண்ணைக் கண்டுபிடித்து தொடர்பு கொண்டான்.

மறுமுனையில் ரிங் போயிற்று.

பாஸ்கர் காத்திருந்தான்.

ஒரு நீளமான ரிங்டோனுக்குப் பிறகு அந்த ரிக்கார்டட் வாய்ஸ் கேட்டது.

'நீங்கள் தொடர்பு கொள்ள விரும்பும் நபர் தற்சமயம் உங்கள் அழைப்பை ஏற்கவில்லை.'

"என்ன பாஸ் இது?"- மிரண்ட பார்வையோடு கேட்ட சுஷ்மாவின் குரல் மெலிதாய் நடுங்கியது.

24

பாஸ்கரின் முகம் ஒரு லேசான வியர்வை கோட்டிங்கிற்கு உட்பட்டிருக்க, சுஷ்மாவைக் கலவரப் பார்வையோடு ஏறிட்டான்.

"அட்சயாவோட செல்போன் ஸ்விட்ச் ஆஃப்ல இருக்கு. சமுத்ராவோட செல்போனுக்கு ரிங் போனாலும் அவ அட்டெண்ட் பண்ணலை. காரணம் என்னவாயிருக்கும்னு தெரியலையே?"

"பாஸ்... மறுபடியும் சமுத்ராவுக்கு போன் பண்ணிப் பாரு. அந்தப் பொண்ணு வேற வேலையில பிசியா இருந்திருக்கலாம்..."

பாஸ்கர் நெற்றி வியர்வையை புறங்கையால் துடைத்தபடி, மறுபடியும் சமுத்ராவின் எண்ணைத் தொடர்பு கொண்டான். மறுமுனையில் நீளமான ரிங் போன பிறகு அந்த ரிக்கார்டட் வாய்ஸ் கேட்டது.

'நீங்கள் தொடர்பு கொள்ள முயற்சிக்கும் நபர் தற்சமயம் உங்கள் அழைப்பை ஏற்கவில்லை.'

பாஸ்கர் கலவரத்தோடு நாற்காலியைத் தள்ளிக் கொண்டு எழுந்தான்.

"சுஷ்மா... நான் சமுத்ரா வீட்டுக்கே போய் அங்கே என்ன பிரச்சினைன்னு பார்த்துட்டு வந்துடறேன்... அட்சயாவோட போன் ஸ்விட்ச் ஆஃப்ல இருக்கிறதுக்கும், சமுத்ரா போன்

காலை அட்டெண்ட் பண்ணாமே இருக்கிறதுக்கும் ஏதோ ஒரு காரணம் இருக்கு. நானே நேர்ல போய்ப் பார்த்துடறேன்...”- சொல்லிக்கொண்டே நகர முயன்றவனை கையமர்த்தினாள் சுஷ்மா.

“ஒரு நிமிஷம் பாஸ்...”

“என்ன?”

“இன்னிக்கு மத்தியானம் ரெண்டு மணிக்கு டெல்லியிலிருந்து நம்ம டிபார்ட்மெண்டுக்கு புது டைரக்டர் வாசுதேவ் வர்றார். அவரை வரவேற்க ஏர்போர்ட்டுக்கு நீயும் நம்ம ஐ.டி விங்க் டீமும் போறதாய் ப்ளான் பண்ணியிருக்கோம் ஞாபகம் இருக்கா?”

“ம்... ஞாபகம் இருக்கு... இப்ப மணி பதினொண்ணு. நான் சமுத்ரா வீட்டுக்குப் போயிட்டு, எப்படியும் பனிரெண்டு மணிக்குள்ளே வந்துடுவேன். அப்படி ஒருவேளை லேட் ஆயிட்டா, நான் நேரா ஏர்போர்ட்டுக்கு வந்துடறேன். இப்ப நான் சமுத்ரா வீட்டுக்கு போறதுதான் முக்கியம்.”

பாஸ்கர் பதட்டத்துடன் பேசியபடி சுஷ்மாவின் பதிலைக்கூட எதிர்பார்க்காமல் அறைக் கதவைத் திறந்துகொண்டு வேக நடையில் வெளியேறினான்.

காரை சீரான வேகத்தில் ஓட்டிக்கொண்டு, சமுத்ராவின் வீட்டை பாஸ்கர் அடைந்தபோது நேரம் 11.15 மணி. முற்பகல் வெயில் பளீரென்று இருந்தது. கண்ணைப் பறிக்கும் நிறங்களில், போகன்வில்லா பூக்கள் பூத்துக் குலுங்கும் காம்பவுண்ட் சுவரையொட்டி காரை நிறுத்திவிட்டு கீழே இறங்கினான்.

தெருவும் வீடும் அமைதியாய் இருந்தது.

வேலைப்பாடுகளோடு கம்பீரம் காட்டிய, இரும்பாலான ஸ்லைடிங் கேட் லேசாய் திறந்திருக்க, பாஸ்கர் அதைத் தள்ளிக்கொண்டு உள்ளே போனான்.

சீரான வரிசையோடு தெரிந்த குரோட்டன்ஸ் செடித் தொட்டிகளுக்கு நடுவே போடப்பட்டிருந்த சிமெண்ட் பாதையில் நடந்தவன், வாசற்படியேறி முகப்புக் கதவுக்கு

முன்பாய் போய் நின்றான். காலிங் பெல்லுக்கான பட்டனை அழுத்த முயன்ற விநாடி, பின்பக்கம் அந்தக் குரல் அதட்டலாய் கேட்டது.

“யார் வேணும்...?”

பாஸ்கர் திரும்பினான்.

வீட்டு வாட்ச்மேன் இளம்நீலநிற யூனிஃபார்மில் நின்றிருந்தார். பாஸ்கரைப் பார்த்ததும் சட்டென்று ஒரு சல்யூட் அடித்துவிட்டு, “ஸாரி சார்... நான் யாரோன்னு நினைச்சுட்டேன். நான் ரெஸ்ட் ரூம் போயிருந்ததால நீங்க உள்ளே வந்ததைக் கவனிக்கலை” என்றார்.

“பரவாயில்லை... கேட் திறந்திருந்ததால நான் உள்ளே வந்துட்டேன். சமுத்ரா உள்ளே இருக்காங்களா?”

“உள்ளேதான் இருக்காங்க சார்.”

பாஸ்கர் காலிங்பெல்லின் பட்டன் மேல் விரலை வைக்க, அது வீட்டுக்குள்ளே ஒரு மியூஸிக்கல் நோட்டை வாசித்துவிட்டு, அமைதி காத்தது. பத்து விநாடிகளுக்குப்பின் கதவு மெதுவாய்ப் பின்வாங்கியது.

சமுத்ராவின் கவலை தோய்ந்த முகம் பார்வைக்குக் கிடைக்க, மெலிதான குரலில், “வாங்க சார்...” என்றாள்.

பாஸ்கர் உள்ளே நுழைந்தான்.

“சாரி... சமுத்ரா. ஐயாம் டிஸ்டர்பிங் யூ.”

“நோ ப்ராப்ளம்... உட்காருங்க.” வரவேற்பறையில் இருந்த சோஃபாவைக் காட்டிய சமுத்ரா, அருகே இருந்த இன்னொரு சோஃபாவுக்குத் தன்னைக் கொடுத்தாள்.

பாஸ்கர் உட்கார்ந்து கொண்டே கேட்டான்.

“உங்களுக்கு போன் பண்ணேன்... ஆனா ரீச் பண்ண முடியலே... என்னாச்சு?”

“ஆமா... போன்ல ஏதோ பிரச்சனை... இன்கமிங் கால்ஸ் சரியா வர மாட்டிங்குது. சர்வீஸ்க்கு தரணும்... எதுக்கு எனக்கு போன் பண்ணீங்க?”

“ஓ.கே... அதுதானா பிரச்சனை. பை த பை... அட்சயா இங்கே வந்தாளா?”

சமுத்ரா தலையசைத்தாள். “ஆமா, ஒன்பதரை மணி இருக்கும், வந்தாங்க. ஒரு அரை மணி நேரம் பேசிட்டு ஆபீஸுக்கு போகணும்னு கிளம்பிப் போயிட்டாங்க. அவங்க இங்கே வந்ததும், பேசினதும் மனசுக்கு ரொம்பவுமே ஆறுதலாய் இருந்தது. அஞ்சு வருஷத்துக்கு முன்னால என்னோட அம்மா இறந்து போனப்ப அப்பா எனக்கு ஆறுதல் சொல்லி அந்தத் துக்கத்தை மறக்கடிச்சாங்க. இப்போ அப்பாவோட இழப்பைத் தாங்கிக்க முடியாமே தவிச்சுகிட்டு இருந்த எனக்கு, கூடப் பிறந்த ஒரு சிஸ்டர் மாதிரி உங்க ஒய்ஃப் அட்சயா வந்து ஆறுதல் சொல்லிட்டுப் போனாங்க.”

பாஸ்கர் குறுக்கிட்டு கேட்டான்.

“அட்சயா உங்க வீட்டிலிருந்து எத்தனை மணிக்கு கிளம்பிப் போனாள்னு சரியாச் சொல்ல முடியுமா?”

“பத்து மணி இருக்கும். இப்ப எதுக்காக இதெல்லாம் கேட்கறீங்க?”

“அட்சயா ஆபீஸுக்குப் போகலை. அவளுக்கு போன் செஞ்சா... போனும் ஸ்விட்ச் ஆஃப்ல இருக்கு.”

சமுத்ரா புருவங்களை உயர்த்தினாள். “என்ன சார் சொல்றீங்க?”

“எஸ்... இங்கிருந்து கிளம்பினவ ஆபீஸுக்குப் போகலை. கொஞ்சம் நல்லா யோசிச்சுப் பாருங்க சமுத்ரா. அட்சயா உங்ககிட்ட பேசிட்டு இருக்கும்போது வேற யாரையாவது பார்க்கப் போறதாய் சொன்னாளா?”

“இல்லையே...”

“சரி... உங்ககூடப் பேசிட்டிருக்கும்போது அவளுக்கு வெளியிலிருந்து யாராவது போன் செஞ்சாங்களா?”

“அப்படி கால் ஏதும் வரலையே?” சமுத்ரா சொல்லிக் கொண்டிருக்கும்போதே, பாஸ்கரின் பார்வை உன்னிப்பாய்

டீபாயின் வலது பக்கம் வைக்கப்பட்டிருந்த கனமான அந்த மெட்டாலிக் ஃப்ளவர்வாஷ் மேல் ஆணியடித்த மாதிரி நிலைத்தது.

சமுத்ரா கேட்டாள்.

"என்ன சார் ஃப்ளவர்வாஷை அப்படிப் பார்க்கறீங்க?"

"அதுக்குப் பின்னாடி ஒரு செல்போன் இருக்கு.... அதை எடுங்க...பார்க்கலாம்! அது அட்சயாவோட போன் மாதிரி இருக்கு."

சமுத்ரா பதட்டமாய் எழுந்து வந்து ஃப்ளவர்வாஷைத் தள்ளி வைத்துவிட்டு அந்த செல்போனை எடுத்தாள். பாஸ்கரிடம் கொடுத்தாள்.

பாஸ்கர் வாங்கிப் பார்த்துவிட்டு வியப்பு உறைந்த விழிகளோடு தலையாட்டினான்.

"இது அட்சயாவோடதுதான்..."

"இந்த டீபாய்க்குப் பக்கமாய் இருக்கிற சோஃபாவுலதான் அவங்க உட்கார்ந்துட்டிருந்தாங்க." சமுத்ரா சொல்லிக் கொண்டிருக்கும்போதே, பாஸ்கர் அந்த செல்போனை எடுத்து ஆன் செய்ய முயற்சி செய்ய, அது ஸ்விட்ச் ஆஃப் மோடில் இருப்பது தெரிந்தது. பட்டனை லாங் பிரஸ் செய்ய, அடுத்த சில விநாடிகளில் போன் மெதுவாக உயிர்ப்பித்துக் கொண்டு, செயலிகளின் குறியீட்டு அடையாளங்களைக் காட்ட ஆரம்பித்தது.

சமுத்ரா இருட்டடித்த முகத்தோடு பாஸ்கரை ஏறிட்டு, "அட்சயா என்கிட்ட பேசிட்டு இருக்கும்போது அவங்க கையில இந்த போன் இருந்தது சார்... ஆனா கிளம்பிப் போற அவசரத்துல மறந்து வெச்சிட்டுப் போயிட்டாங்க போலிருக்கு. நானும் அதைப் பார்க்கலை."

"இட்ஸ் ஓ.கே சமுத்ரா! நீங்க டென்ஷன் ஆக வேண்டாம். போனை மறந்து வெச்சிட்டு போறது ஒரு சாதாரண விஷயம்தான். உங்ககூட பேசிட்டிருக்கும்போது யாராவது

கால் பண்ணி தொந்தரவு பண்ணிடக் கூடாதேங்கிறதுக்காக போனை ஸ்விட்ச் ஆஃப் பண்ணி வெச்சிருந்திருக்கலாம்."

"சார்... என்னோட மனசு திக் திக்னு இருக்கு. அட்சயா இங்கிருந்து கிளம்பிப் போய் ஒன்றரை மணி நேரத்துக்கும் மேல இருக்கும். போன் தன்கிட்டே இல்லைன்னு இன்னமுமா அவங்களுக்குத் தெரியாமே இருக்கும்...? அவங்களுக்கு ஏதோ ஆபத்து ஏற்பட்டிருக்கும்ன்னு எம் மனசுக்குப் தோணுது."

"அட்சயாவோட மொபைலை ஆன் பண்ணிட்டேன். எஸ்.எம்.எஸ்ஸும், வாட்ஸ்அப் மெசேஜஸும் இப்போ ஒவ்வொண்ணா வந்துட்டிருக்கு. அதைப் படிச்சா ஏதாவது தகவல் கிடைக்கலாம்..." பாஸ்கர் சொல்லிக் கொண்டே செல்போனின் திரையில் தன் ஆட்காட்டி விரலை நகர்த்திய விநாடி அவனுடைய செல்போன் மெலிதாய் சிணுங்கியது.

வேகமாய் எடுத்து... 'அழைப்பது யார்?' என்று பார்த்தான்.

அது ஒரு புது எண்.

பாஸ்கர் வேகத்தோடு இடது காதுகளுக்கு போனைக் கொடுத்தபடி ஆர்வமாய் "ஹலோ..." என்றான்.

மறுமுனையில் ஓர் ஆண்குரல் கனமான தொனியில் கேட்டது.

"பேசறது இன்வெஸ்டிகேஷன் டிபார்ட்மெண்ட் அடிஷனல் ஜாயிண்ட் டைரக்டர் பாஸ்கரா?"

"ஆமா.... நீங்க?"

"நல்லவன்!"

"நல்லவனா...?"

"எஸ்... எனக்கு நானே நல்லவன்... ஐயாம் குட் ஃபார் மை செல்ஃப்."

பாஸ்கர் சோபாவிலிருந்து கோபமாய் எழுந்தபடி கழுத்து நாண்கள் புடைக்கக் கத்தினான்.

“யார்ரா... நீ....?”

மறுமுனையில் குரல் சிரித்தது.

“நியாயமான கோபம் ஸார். ஆனா கோபப்பட்டு பிரயோஜனம் இல்லை. இப்ப நீங்க உங்க மனைவி அட்சயாவைப் பத்தி கவலைப்பட வேண்டிய நேரம்.”

“டேய்...! அ...அ...அட்சயாவை எங்கேடா கடத்தி வெச்சிருக்கீங்க?”

“பயப்படாதீங்க ஸார்... அட்சயாவுக்கு இன்னும் ஒண்ணும் ஆகலே. நல்லா இருக்காங்க...”

“இதோ பார்... உனக்கு என்ன வேணும்? உன்னோட டிமாண்ட் என்னன்னு சொல்லு... நான் அதுக்கு ஏற்பாடு பண்றேன்... ஆனா அட்சயாவை ஒண்ணும் பண்ணிடாதே.”

“உங்க ஒய்ஃப்புக்கு எதுவும் நடந்துடக்கூடாதுன்னு நீங்க நினைச்சீங்கன்னா நான் சொன்னபடி நீங்க கேட்கணும்.”

“சொல்லு...!” பாஸ்கர் குரலை உயர்த்த... மறுமுனையில் குரல் சிரித்தது.

“என்ன சொன்னாலும் பண்ணுவீங்களா?”

“ம்...”

“இப்ப சரின்னு சொல்லிட்டு அப்புறம் முடியாதுன்னு சொல்லக் கூடாது. அப்படி ஒரு வேளை நீங்க சொல்லிட்டா அதனோட விளைவுகள் ரொம்ப ரொம்ப மோசமாயிருக்கும்.”

25

“நீ மொதல்ல விஷயத்தைச் சொல்லு!” பாஸ்கர் செல்போனில் கத்தினான்.

மறுமுனையில் குரல் சிரித்தது.

“உங்களுக்கு ஒரு விஷயம் சொல்றேன் நல்லாக் கேட்டுக்குங்க... இந்த மாதிரி கத்துனா எனக்கு சுத்தமா பிடிக்காது. அதனால நீங்க பொறுமையா இருக்க கத்துக்கணும்... அது உங்களுக்கும் நல்லது... அட்சயாவுக்கும் நல்லது. உங்க டிபார்ட்மெண்ட்டில டைரக்டர் பதவியில இருந்த ஆதித் சர்மா, டக்குனு ப்ரமோஷன் வாங்கிட்டு அமரர் பதவிக்குப் போயிட்டார். இப்ப அவர்க்கு பதிலா புதுசா ஒரு டைரக்டர் வரப்போறார் இல்லையா... அவர் பேர் என்ன... அடடா மறந்துருச்சே. ஞாபகப்படுத்த கொஞ்சம் ஹெல்ப் பண்ணுங்க பாஸ்கர்!”

அமைதியாக “வாசுதேவ்...” என்றான் பாஸ்கர்.

“டெல்லியிலிருந்துதானே வர்றார்?”

“ஆமா... எதுக்குக் கேட்கறே?”

“கேட்டதுக்குப் பதில் சொல்லுங்க... பாஸ்கர்! அவர் என்னிக்கு ட்யூட்டியில ஜாய்ன் பண்ணப் போறார்?”

“நாளைக்கு...”

“அவர் ஜாய்ன் பண்ணினதுமே நீங்க செய்ய வேண்டிய முதல் வேலை என்ன தெரியுமா?”

“என்ன?”

“அவரோட தலைமையில ஒரு ரெய்டு போகணும்.”

“ரெய்டா... எங்கே?”

“உங்க ஒய்ஃப் அட்சயா இதுக்கு முன்னாடி எந்த ஐ.டி கம்பெனியில வேலை பார்த்தாங்க?”

“ஃப்யூச்சர் ஷேஃப் டெக்னாலஜிஸ்...”

“அந்த கம்பெனிக்குத்தான்...”

“.........”

பாஸ்கர் எதுவும் பேசாமல் மௌனமாய் இருக்க, மறுமுனையில் குரல் கேலியாய் கேட்டது.

“என்ன பேச்சையே காணோம்?”

“எதுக்காக ரெய்டு போகணும்?”

“அந்தக் கம்பெனி... அட்வான்ஸ்ட் டெக்னாலஜிங்கிற பேர்ல ஆர்ட்டிஃபிஷியல் இண்டலிஜென்ஸ் தொழில்நுட்பத்தைப் பயன்படுத்தி சட்டவிரோதமான ரோபோக்களை உருவாக்கிட்டு இருக்காங்க. அதை வெளியுலகத்துக்கு வெளிச்சம் போட்டுக் காட்டணும்.”

“சரியான ஆதாரம் எதுவும் இல்லாமே நீ சொல்ற மாதிரியெல்லாம் ஒரு கம்பெனிக்குள்ளே போய் ரெய்டு பண்ணிட முடியாது.”

“அது எனக்கும் தெரியும். சந்தேகத்தின் பேர்ல வந்திருக்கோம்னு சொல்லி ரெய்டை ஆரம்பிங்க. ஆதாரங்கள் தன்னால கிடைக்கும். இதெல்லாம் உங்களுக்கு சொல்லியாத் தரணும்.”

“உனக்கும் அந்தக் கம்பெனிக்கும் என்ன பிரச்சினை?”

“ஒரு பிரச்சினையும் இல்லை. ஒரு சமூகத் தொண்டுதான்”

“என்னது... சமூகத் தொண்டா?”

“ஆமா...! ஏ.ஐயால எதிர்காலத்துல மக்களுக்கு ஏற்படப் போற ஆபத்தைத் தடுக்கணுங்கிற ஒரே நோக்கம்தான்...

உங்களுக்கு ரெண்டு நாள் டயம் தர்றேன். அதுக்குள்ளே நீங்க புது டைரக்டர் வாசுதேவ்கிட்ட பேசி ரெய்டுக்கு ஏற்பாடு பண்ணனும். இல்லேன்னா நான் ஏற்கனவே சொன்ன மாதிரி நீங்க மோசமான விளைவுகளைச் சந்திக்க வேண்டியிருக்கும். அப்பிடியே உங்க மனைவி அட்சயாவையும் உயிரோட பார்க்க முடியாது.”

“டேய்... அவளை ஒண்ணும் பண்ணாத...! இதோ பார்! உன்னோட இஷ்டத்துக்கெல்லாம்...” பாஸ்கர் கத்திக் கொண்டிருக்குபோதே, மறுமுனையில் இணைப்புத் துண்டிக்கப்பட்டது.

உஷ்ணம் கலந்த ஒரு பெருமூச்சோடு பாஸ்கரும் செல்போனை அணைத்துவிட்டு, நெற்றியைப் பிடித்துக் கொள்ள, எதிரில் உட்கார்ந்திருந்த சமுத்ரா தவிப்போடு கேட்டாள்.

“என்ன சார் பிரச்சினை... போன்ல யாரு?”

ஒரு சில நிமிடங்கள் மௌனமாய் இருந்த பாஸ்கர், இருள் கப்பிய முகத்தோடு எல்லாவற்றையும் சொல்லி முடிக்க, அவளுடைய உடம்பு பதட்டத்துக்கு உட்பட்டது.

“ஸார்... அந்த செல்போன் நெம்பர் யாரோடதுன்னு ட்ரூ காலர் ஆப்ஷன்ல போய்ப் பாருங்க.”

“அவன் பேசும்போதே பார்த்துட்டேன். அது ஸ்பேம் நெம்பர். அன்-ஐடென்டிஃபைடு நம்பர். லேட்டஸ்ட் டெக்னாலஜியாலகூட கண்டுபிடிக்க முடியாது. காலிங் லொகேஷன்கூட டிராக் பண்ண முடியாது.”

“இப்ப என்ன ஸார் பண்றது?”

“தெரியலை. யோசிக்க வேண்டியிருக்கு. புதுசா வரப்போற டைரக்டர் வாசுதேவ்கிட்டே பேசணும். அவர் இந்த விஷயத்தை எப்படி எடுத்துக்குவார்ன்னு தெரியலை. அட்சயாவை நினைச்சாத்தான் எனக்கு பயமாயிருக்கு. இப்ப அவ கன்சீவ்டா வேற இருக்கா?”

சமுத்ராவின் கண்களில் நீர் நிரம்பி தத்தளித்தது.

"ஸார், இவ்வளவு பிரச்சினைகளுக்கும் காரணம் இந்த ஆர்ட்டிஃபிஷியல் இண்டலிஜென்ஸ் விவகாரம்தான். நான் என்னோட அப்பாவை இழந்துட்ட மாதிரி நீங்க அட்சயாவை இழந்துடக்கூடாது...இதை அலட்சியப்படுத்தாம ஃப்யூச்சர் ஷேஃப் டெக்னாலஜி கம்பெனிக்குப் போய் சும்மா ஒரு ரெய்டை நடத்திடுங்க!"

பாஸ்கர், தனது இடது கை விரல்களால் நெற்றியைப் பிடித்துக் கொண்டு தொண்டை கம்மிப் போன குரலில் சொன்னான்.

"அப்படியெல்லாம் சுலபமா ரெய்டு நடத்த முடியாது சமுத்ரா. இன்னிக்கு இந்தியால இருக்கிற முதல் பத்து ஐ.டி கம்பெனில ஃப்யூச்சர் ஷேஃப் கம்பெனியும் ஒண்ணு. பல அரசுத்துறை ப்ராஜெக்ட்களை வெற்றிகரமா ஹேண்டில் பண்ணிட்டிருக்காங்க. பொலிட்டிக்கலி வெல் கனெக்டெட். இப்படிப்பட்ட நிலைமையில தேவையில்லாமே அங்கே போய் ஒரு ரெய்டு நடத்தி வேறொரு பிரச்சனை உருவாக புதுசா வரப்போற டைரக்டர் ஒத்துக்குவார்ன்னு எனக்குத் தோணலை."

"அட்சயா ஆபத்துல இருக்கிறதை எடுத்துச் சொல்லி கேட்டுப் பார்க்கலாமே?"

"எனக்கு நம்பிக்கையில்லை. இருந்தாலும் ட்ரை பண்றேன்." கவலை கண்களில் தளும்ப தலையை ஆட்டிக் கொண்டே தளர்வாய் எழுந்தான் பாஸ்கர்.

ஹனி ட்யூ ரிசார்ட், மாலை ஆறு மணி.

வெங்கடாத்ரி, விகாஷ் பட்டேல் இருவரும் துவண்டு போன முகங்களோடு உட்கார்ந்திருக்க, எதிர் சோபாவில் மேக்னா கால் மேல் கால் போட்டபடி சாய்ந்து உட்கார்ந்திருந்தாள். அவளுக்கு அருகே போடப்பட்டிருந்த நாற்காலியில் பாஸ்கர் உட்கார்ந்து கண்களில் நீர் நிறைய ஆங்கிலத்தில் மேக்னாவிடம் பேசிக் கொண்டிருந்தான்.

"மேக்னா...அட்சயா கடத்தப்பட்டு கிட்டத்தட்ட எட்டு மணி நேரமாகிவிட்டது. அவள் உங்களுக்காக உளவு பார்க்கிற விஷயம் எனக்குத் தெரியும். முன்பே என்னிடம் எல்லாவற்றையும் அவள் சொல்லிவிட்டாள்."

பாஸ்கரை இறுகிய முகத்துடன் ஏறிட்டாள் மேக்னா.

"நாங்கள் போட்ட நிபந்தனையையும் மீறி உங்களிடம் அட்சயா எல்லாவற்றையும் சொல்லியிருப்பது, எங்களுக்கு அதிர்ச்சியாய் இருக்கிறது. இப்போது நடக்கக் கூடாதது நடந்துவிட்டது. இனிமேல் அதைப் பற்றிப் பேசி பயனில்லை. அட்சயாவை உயிருடன் மீட்பதற்கான முயற்சிகளை நாம் மேற்கொள்ள வேண்டியதுதான் இப்போதைக்கு உடனடியான கட்டாயம். அதற்கு உங்களுடைய ஒத்துழைப்புத்தான் முக்கியமாக வேண்டும்."

"என்னுடைய ஒத்துழைப்பா?"

"ஆமாம்... உங்களிடம் போனில் பேசிய நபரின் நிபந்தனை என்னவென்று சொன்னீர்கள்?"

"புலனாய்வுத் துறை டைரக்டர் வாசுதேவ்வின் தலைமையில் ஃப்யூச்சர் ஷேஃப்பில் ரெய்டு நடத்துவது."

"பிறகென்ன அதற்கு வேண்டிய ஏற்பாடுகளைச் செய்யுங்கள். வேறென்ன யோசிப்பதற்கு இருக்கிறது?"

"அதற்கு வாய்ப்பில்லை மேக்னா."

"ஏன்...?"

"நாளைதான் புது டைரக்டர் அந்தப் பதவி ஏற்றுக் கொள்ளப் போகிறார். நான் அவருக்குக் கீழே வேலைப் பார்ப்பவன். இதைச் செய்யுங்கள் என்று அவருக்கு நான் உத்தரவிட முடியாது. அவரிடம் இந்த விஷயம் சென்றுவிட்டால் அவர் சொல்வதைதான் நான் கேட்க வேண்டும். அதை தவிர்க்கத்தான்... உங்களிடம் வந்திருக்கிறேன். அட்சயாவை மீட்பதற்கு நீங்கள் வேறு ஏதாவது வழி சொல்வீர்கள் என்கிற நம்பிக்கையில்

வெங்கடாத்ரி, விகாஷ் பட்டேல் இருவரையும் நேரில் உங்களைச் சந்திக்க வேண்டும் சொன்னேன். அவர்கள் என்னை இங்கே அழைத்துக்கொண்டு வந்துவிட்டார்கள். நீங்கள் மனது வைத்தால் மட்டுமே அட்சயாவை மீட்க முடியும்... மேக்னா.”

“என்னால் எப்படி முடியும் என்று நீங்கள் நினைக்கிறீர்கள்?”

“வண்டு போன்ற வடிவமைப்போடு கூடிய ட்ரோன் ஒன்றை ஃப்யூச்சர் ஷேஃப் கம்பெனியை உளவு பார்ப்பதற்காக அட்சயாவிடம் கொடுத்து அனுப்பியது நீங்கள்தானே...?”

“ஆமாம்!”

“நீங்கள் சொன்ன காரியத்தை அட்சயா செய்து முடித்தாள். அந்த இன்செக்ட் ட்ரோன் தன் பக்கமாகப் பறந்து வந்ததையும் பார்த்திருக்கிறாள். ஆனால் அதற்குப் பிறகு அந்த ட்ரோன் செயல்படாமல் முடமாக்கப்பட்டுவிட்டதால்... வெங்கடாத்ரி அவர்களிடம் அவள் உங்களை நேரில் வந்து பார்க்க வேண்டும் என்று சொல்லியிருக்கிறீர்கள் இல்லையா?”

“ஆமாம். சொன்னேன். ட்ரோனைப் பற்றிய நேரடி தகவல் அறியவும் மேற்கொண்டு என்ன செய்யலாம் என்று ஆலோசிக்க மட்டுமே. அதற்கும் அட்சயா கடத்தப்பட்டதற்கும் என்ன சம்பந்தம்...?”

“கண்டிப்பாக ஏதாவது சம்பந்தம் இருக்கவேண்டும்... அது எதுவாகயிருக்கும் என்பதை உங்களால் மட்டுமே கணித்துச் சொல்ல முடியும் என்று நினைக்கிறேன்.”

மேக்னா இறுக்கமான முகத்தோடு தலையசைத்தாள். “ஸாரி மிஸ்டர் பாஸ்கர்... அப்படியொரு நம்பிக்கையை என்மீது வைக்காதீர்கள். இந்த விஷயத்தில் என்னால் உங்களுக்கு உதவ முடியாது. ஆனால் என் யூகத்தை சொல்கிறேன். ஃப்யூச்சர் ஷேஃப் ஹைஎண்ட் டெக்னிக்கலி

சவுண்ட் கம்பெனி. அந்தக் கம்பெனியின் வளர்ச்சியை பொறுத்துக் கொள்ள முடியாத வேறு ஏதோ ஒரு போட்டி ஐ.டி நிறுவனம்தான் அட்சயா கடத்தப்பட்ட சம்பவத்திற்குப் பின்னால் இருப்பார்கள் என்று நான் நினைக்கிறேன்."

"அது எந்தக் கம்பெனியாக இருக்கலாம் என்பதைச் சொல்ல முடியாதா...?"

"அது சாத்தியமில்லை. ஏனென்றால் எங்களுக்குகூட அந்த ஃப்யூச்சர் ஷேஃப்புடன் போட்டி இருக்கிறது... அதன்மேல் கூடவே பொறாமையும் இருக்கிறது. ஆனால் அது ஆரோக்கியமான போட்டி, அது ஆரோக்கியமான பொறாமை. அவர்களை அழிக்க வேண்டும் என்பது எங்களது நோக்கமில்லை. அவர்களின் வெற்றிக்குக் காரணம் என்ன என்பதைத் தெரிந்து கொள்ளவே விரும்பினோம். அதற்கான உளவு பார்க்கும் முயற்சிதான் அட்சயா மூலமாக நாங்கள் கொடுத்து அனுப்பிய இன்செக்ட் ட்ரோன். ஆனால், துரதிர்ஷ்டவசமாக அந்த உளவு பார்க்கும் வேலையைக்கூட பார்க்க முடியாத அளவுக்கு அந்தக் கம்பெனி ஒரு நவீன தொழில்நுட்பத்தைப் பயன்படுத்தி அதை முடக்கிவிட்டார்கள் என்று நினைக்கிறேன். ஃப்யூச்சர் ஷேஃப் மீது இந்தியாவில் உள்ள பெரிய ஐ.டி கம்பெனிகளுக்கு மிகப் பெரிய அளவில் துவேஷம் இருக்கிறது. அதில் யார் அட்சயாவைக் கடத்தி வைத்துக் கொண்டு உங்களை ஃப்ளாக் மெயில் செய்கிறார்கள் என்று என்னால் எப்படிச் சொல்ல முடியும்?"

பாஸ்கர் மேற்கொண்டு மேக்னாவிடம் பேசும் முன் வெங்கடாத்ரி அவனை ஏறிட்டார்.

"இதோ பாருங்க... பாஸ்கர்! உங்க மனைவி கடத்தப்பட்ட விஷயமா மேக்னாகிட்டே நீங்க பேசணும்னு சொன்னதாலதான் நானும் விகாஷ் பட்டேலும் உங்களை இங்கே கூட்டிட்டு வந்தோம். மேக்னா வெளிநாட்டிலிருந்து வந்திருக்கிற எங்க கம்பெனியோட ஆர்ட்டிஃபிஷியல் இண்டலிஜென்ஸ் எக்ஸ்பர்ட். அவ்வளவுதான். உங்க

டைரக்டர் கொலை செய்யப்பட்டதுக்கும் அட்சயா கடத்தப்பட்ட சம்பவத்துக்கும், மேக்னாவிற்கும் எந்தத் தொடர்பும் இல்லை. உங்க மனைவி அட்சயாவை நீங்க உயிரோட பார்க்கணும்னா, கொஞ்சமும் லேட் பண்ணாம நீங்க செய்ய வேண்டிய வேலை ஒண்ணே ஒண்ணுதான்."

சொல்லிக் கொண்டிருந்த வெங்கடாத்ரியை மௌனமாய் பாஸ்கர் பார்த்துக் கொண்டிருந்தான்.

"நாளைக்கு வாசுதேவ்வை நீங்க தனிப்பட்ட முறையில சந்திச்சு நிலைமையை எடுத்துச் சொல்லி, ஃப்யூச்சர் ஷேஃப் ரெய்டுக்கு உட்படுத்த வேண்டியது அவசியம். ஆனா, அதே நேரத்தில் இன்னொரு முக்கியமான விஷயத்தையும் நீங்க மறந்துடக்கூடாது. அதாவது அட்சயாவுக்கும் எங்களுக்கும் இடையே இருக்கிற ஸ்பை அசைன்மெண்ட் விவகாரம் வாசுதேவ்வுக்குத் தெரியாமப் பார்த்துக்கணும்."

வெங்கடாத்ரி சொல்லிக் கொண்டிருக்கும்போதே, பாஸ்கரின் செல்போன் அவனுடைய சட்டைப் பாக்கெட்டிலிருந்து முணு முணுப்பாய் அழைத்தது. எடுத்துப் பார்த்தான்.

சுஷ்மாவின் பெயர் டிஸ்ப்ளே திரையில் பச்சை நிற டிக் மார்க்கோடு தெரிந்தது. போனை காதுக்கு ஒற்றி மெல்ல குரல் கொடுத்தான்.

"சொல்லு சுஷ்மா..!"

"பாஸ்... உன்னோட வாட்ஸ்அப்புக்கு ஒரு மெஸேஜ் அனுப்பியிருக்கேன். கொஞ்சம் அர்ஜண்ட் அதை உடனேப் பாரு..."

26

பாஸ்கரின் மனதுக்குள் ஓர் ஆச்சர்யக்குறி முளைத்தது. கேட்டான்.

"என்ன மெஸேஜ்?"

"கேள்வி கேட்காம ஓப்பன் பண்ணிப் பாரு. விஷயம் என்னன்னு தெரியும். உனக்கும் தனிப்பட்ட முறையில அவர்கிட்ட இருந்து ஒரு மெயில் வந்துருக்கும்... பாரு! சரி, ஒரு அர்ஜண்ட் வொர்க்ல இருக்கேன். அதனால இப்ப நான் போனை கட் பண்றேன்... பாஸ்!" சொன்ன அடுத்த விநாடியே தொடர்பு அறுந்து போக, பாஸ்கரும் தன்னுடைய செல்போனை அணைத்துவிட்டு, வாட்ஸ்அப்புக்கு போய் சுஷ்மா அனுப்பியிருந்த மெஸேஜைத் தேடினான்.

அடுத்த சில விநாடிகளில் மெஸேஜ் வரிகள் பார்வைக்கு தட்டுப்பட்டு மனதுக்குள் தமிழில் ஓடியது

'இன்று இரவு பத்து மணிக்கு 'எக்ஸ்ட்ராடினரி ஜெனரல்பாடி மீட்டிங்' ஈஜிஎம் (EGM) ஏற்பாடு செய்யப்பட்டுள்ளது. இடம்: புலனாய்வுத்துறை அலுவலத்தில் உள்ள கான்ஃப்ரன்ஸ் செல். அங்கே நாளை புதிதாக டைரக்டர் பதவி ஏற்கப்போகும் வாசுதேவ், துறையின் முக்கியமான அதிகாரிகளுடன் பேசப் போகிறார். அதில் நீயும் நானும் கலந்து கொள்கிறோம். சரியாக இன்றிரவு பத்து மணிக்கு கான்ஃபரன்ஸ் செல்லில் அழைக்கப்பட்டவர்கள் அனைவரும் இருக்க வேண்டும் என்பது வாசுதேவின் உத்தரவு.'

பாஸ்கர் வாட்ஸ்அப் செய்தியைப் படித்துவிட்டு ஒரு பெருமூச்சோடு செல்போனை அணைக்க... எதிரில் உட்கார்ந்திருந்த மேக்னா கேட்டாள்.

“மிஸ்டர் பாஸ்கர்...! இப்போது உங்களோடு போனில் பேசியது யார் என்பதைத் தெரிந்து கொள்ளலாமா?”

பாஸ்கர் சில விநாடிகள் தயங்கிவிட்டு சொன்னான்.

“அவள் பெயர் சுஷ்மா! புலனாய்வுத் துறையில் ஒரு ஐ.டி விங்க் அதிகாரியாய் எனக்குக் கீழே பணிபுரிகிறாள்.”

“அந்த சுஷ்மா போனில் உங்களோடு பேசியதும் நீங்கள் உடனே வாட்ஸ்அப் சென்று ஒரு செய்தியைப் படித்தீர்கள் அது என்ன செய்தி?”

“ஸாரி... அந்தச் செய்தியை நான் உங்களோடு பகிர்ந்து கொள்ள முடியாது. அது சட்டப்படி தவறு.”

மேக்னாவின் உதட்டில் ஒரு கேலிப் புன்னகை உதிர்ந்தது.

“உங்களைப் போன்ற அரசு அதிகாரிகள் எல்லாம் சட்டப்படிதான் நடந்து கொள்கிறார்களா என்ன?”

“......”

“இதோ பாருங்கள் பாஸ்கர்...! உங்கள் மனைவி அட்சயாவை என்னால் கண்டுபிடிக்க முடியாதென்று சற்று நேரத்துக்கு முன்பு சொன்னேன். அது பொய். ஏ.ஐ தொழில்நுட்பத்தைப் பயன்படுத்தி, அட்சயா தற்போது எந்த இடத்தில் இருக்கிறாள் என்பதைக் கண்டுபிடிக்க முடியும். அந்தப் பொறுப்பை நான் ஏற்றுக் கொள்கிறேன். அதற்கு முன்னால், எனக்கு உங்கள் புலனாய்வுத்துறை அலுவலகத்தில் என்ன நடந்து கொண்டு இருக்கிறது என்கிற விபரங்கள் தேவை. அந்த விபரங்களை நீங்கள் தர சம்மதித்தால் நான் உங்கள் மனைவியைக் கண்டுபிடிக்கும் முயற்சியைக் கையில் எடுப்பேன்.”

மேக்னா சொன்னதைக் கேட்டதும் பாஸ்கர் பதட்டமானான்.

“அட்சயா இருக்கிற இடத்தை ஏ.ஐ தொழில்நுட்பம் மூலம் கண்டுபிடிக்க முடியுமா?”

"முடியும்... ஆனால் அதற்கு சிலமணி நேரம் எனக்குத் தேவைப்படும். நீங்கள் அந்த வாட்ஸ்அப் செய்தி பற்றிச் சொன்னால் மட்டுமே நான் அட்சயாவைக் கண்டுபிடிக்கும் முயற்சியில் முதல் அடி எடுத்து வைப்பேன்."

"நீங்கள் எனது பலவீனத்தை உங்களுக்கு சாதகமாக பயன்படுத்திக் கொள்கிறீர்கள். இது மிகவும் மோசமானச் செயல்.. மேக்னா!" கோபத்தில் பல்லைக் கடித்துக்கொண்டே சொன்ன பாஸ்கர், "உங்களை விட்டால் வேறுவழி எனக்கு இல்லை... என்பதால் சொல்கிறேன்." என்று தன் இயலாமையை சொல்லிக் கொண்டே பாஸ்கர், தன் செல்போனை எடுத்து சுஷ்மா தனக்கு அனுப்பிய வாட்ஸ் அப் செய்தியைப் படித்துக் காட்டினான்.

அதை மேக்னா வெங்கடாத்ரி, விகாஷ் பட்டேல் மூன்று பேரும் உன்னிப்பாய் செவிமடுத்துவிட்டு ஒருவரை ஒருவர் குழப்பமாய்ப் பார்த்துக் கொண்டார்கள்.

மேக்னா கேட்டாள்.

"இது மாதிரியான சந்திப்புகள் எது மாதிரியான சூழ்நிலைகளில் நடக்கும்?"

"துறை சம்பந்தமாக.... ஏதாவது ஒரு இக்கட்டான பிரச்சினைக்கு முக்கியமானதொரு முடிவை எடுக்க வேண்டுமென்றால் இது போன்று ஏற்பாடு செய்வார்கள்."

"இதற்கான உத்தரவைப் பிறப்பிப்பது யார்?"

"டெல்லியில் இருக்கும் சி.பி.ஐ ஹெட் ஆபீஸில் பணிபுரியும் உயர் அதிகாரியான சீஃப் இன்வெஸ்ட்டிகேஷன் ஆபீஸர்."

"அந்த மீட்டிங்கில் மொத்தம் எத்தனை பேர் கலந்து கொள்வார்கள்?"

"பதினைந்து பேர்களுக்கும் குறைவானவர்களே கலந்து கொள்வார்கள்."

"இப்போது இந்த மீட்டிங் கூட்டப்பட்டு இருப்பதற்குக் காரணம் என்னவாக இருக்கும் என்று நினைக்கிறீர்கள்?"

"ஆதித் சர்மா மர்மமான முறையில் இறந்து போயிருக்கிறார். அவருடைய மரணத்துக்குக் காரணமான

அந்த ‘எனக்கு நானே நல்லவன்’ நபர் யாராக இருக்கக்கூடும் என்பதைக் கண்டுபிடிக்க எது மாதிரியான நடவடிக்கைகளை எடுக்கலாம் என்று கலந்தாலோசிக்க இந்த மீட்டிங்கை ஏற்பாடு செய்திருக்கலாம் என்று நினைக்கிறேன்.”

மேக்னா புன்னகைத்தாள்.

“நானும் அப்படித்தான் நினைக்கிறேன். இந்த விஷயத்தில் நீங்கள் எனக்கு ஒரு உதவி செய்ய வேண்டும் பாஸ்கர்.”

“என்ன...?”

“இந்த மீட்டிங்கில் யார் யார் அதில் கலந்து கொண்டார்கள், அவர்கள் என்ன பேசினார்கள் என்கிற தகவல்களை எனக்கு ஒரு வரி பிசகாமல் நீங்கள் கொடுக்க வேண்டும்.”

“நோ...!!!” என்று கோபமாய்க் கத்தியபடி பாஸ்கர் சோபாவில் இருந்து எழ முயல, மேக்னா தன்னுடைய உதட்டில் இருந்த புன்னகை சிதையாமல் கையமர்த்தினாள்.

“இப்படியெல்லாம் கத்தி உணர்ச்சிவசப்படக் கூடாது பாஸ்கர். இருக்கின்ற நிலைமையைப் புரிந்துகொண்டு அதற்கு ஏற்றாற்போல் நடந்து கொள்ளுங்கள்.”

“இப்போது எனக்கு எல்லாம் புரிகிறது.”

“என்ன புரிந்துவிட்டது?”

“அட்சயாவை நீங்கள் மூன்று பேரும்தான் கடத்திக் கொண்டு போய் மறைத்து வைத்திருக்கிறீர்கள்.”

“ஸாரி... பாஸ்கர்! அப்படிப்பட்ட கீழ்த்தரமான எண்ணங்களுக்கு எல்லாம் என் மனதில் என்றைக்கும் இடம் கொடுத்தது கிடையாது. அட்சயா காணாமல் போன விஷயத்தில் உங்களை விட நான்தான் அதிகம் பாதிக்கப்பட்டு இருக்கிறேன். உங்களுக்காக இல்லாவிட்டாலும், எனக்காகவாவது அவள் இருக்கும் இடத்தை நான் கண்டுபிடித்தாக வேண்டும். நேரத்தை வீணாக்காமல்,

என்னிடம் வாதம் செய்து கொண்டிருப்பதைவிட, நான் சொன்னபடி நீங்கள் நடந்து கொண்டால் அது உங்களுக்கும் நல்லது... எனக்கும் நல்லது..."

மேக்னா அழுத்தம் திருத்தமாய் பேசி முடிக்க அதுவரை எதுவும் பேசாமல், இருவரின் பேச்சையும் கவனித்துக் கொண்டிருந்த விகாஷ் பட்டேல், பாஸ்கரை ஏறிட்டபடி நிதானமான குரலில் பேச்சை ஆரம்பித்தார்.

"இதோ பாருங்க பாஸ்கர்... அட்சயா எங்களுக்காக செய்ய வேண்டிய ஸ்பை அசைன்மெண்ட் வேலையை இனிமேல நீங்கதான் பார்க்கப் போறீங்க... இன்னிக்கு ராத்திரி பத்து மணிக்கு வாசுதேவ் கூட்டப் போற மீட்டிங்ல சில முக்கியமான அதிகாரிகள் கண்டிப்பா கலந்துக்குவாங்க. அவங்க யார் யார்ன்னு எங்களுக்குத் தெரியணும்."

பாஸ்கர் இறுக்கமான மௌனத்தோடு இருக்க... அவர் தொடர்ந்து பேசினார்.

"அது மட்டுமில்ல... அந்த மீட்டிங்ல யார் எதைப்பத்திப் பேசினாலும் சரி, அது சம்பந்தப்பட்ட எல்லா விபரங்களும் எங்களுக்கு வேணும். அது கிடைச்சதுக்கப்பறம்தான் உங்க ஒய்ஃப் அட்சயா இருக்கிற இடத்தைக் கண்டுபிடிக்க மேக்னா முயற்சி எடுப்பாங்க."

விகாஷ் பட்டேல் சொன்னதைக் கேட்டு பாஸ்கரின் முகம் ஒரு சிறிய மகிழ்ச்சிக்கு உட்பட்டது.

"அப்படீன்னா... நானும் நீங்க சொல்ற நிபந்தனைக்கு ஒத்துக்கறேன்."

விகாஷ் பட்டேலுக்குப் பக்கத்தில் உட்கார்ந்திருந்த வெங்கடாத்ரி மெல்லச் சிரித்துவிட்டு கேட்டார்.

"அவங்க பேசினதா நீங்க வந்து சொல்றது உண்மையா பொய்யான்னு எங்களுக்கு எப்படித் தெரியும்?"

"என்ன ஸார்... என்னை நம்ப மாட்டீங்களா?"

"நம்பறோம்... இருந்தாலும்..." என்று இழுத்த வெங்கடாத்ரி, தன் கோட் பாக்கெட்டில் இருந்த ஒரு பால்பாய்ண்ட் பேனாவை எடுத்து பாஸ்கரிடம் நீட்டினார்.

அவன் திகைத்தான்.

"இது எதுக்கு?"

"சர்ட் பாக்கெட்ல வெச்சுக்குங்க."

"முதல்ல எதுக்குன்னு சொல்லுங்க?"

மேக்னா பேச்சில் குறுக்கிட்டாள்.

"பாஸ்கர்...!"

"என்ன?"

"இது உண்மையிலேயே பால்பாயிண்ட் பேனா இல்லை. மினி ஸ்பை ஆடியோ ரிக்கார்டர். இது சாதாரண ரிக்கார்டர் கிடையாது. இதற்குள்ளேயும் ஏ.ஐயின் தொழில்நுட்பம் இருக்கிறது. உங்களுடைய மீட்டிங் நடைபெறும்பொழுது, அங்கே யார் எதைப் பேசினாலும் எவ்வளவு மெதுவாகப் பேசினாலும் சரி, எந்த பாஷையில் பேசினாலும் சரி, அந்த உரையாடல்கள் உடனே ஆங்கிலத்தில் மொழி பெயர்க்கப்பட்டு இந்த ரிக்கார்டில் பதிவாகிவிடும்."

பாஸ்கர் தயக்கத்துடன் அந்த பால்பாயிண்ட் பேனாவைக் கையில் வாங்கிக் கொண்டு அதைத் திருப்பித் திருப்பி பார்க்க மேக்னா மெல்லச் சிரித்துவிட்டு சொன்னாள்.

"நீங்கள் அதை சட்டையில், வெளிப்படையாகக் குத்திக் கொண்டு மீட்டிங்கில் இயல்பாய் கலந்து கொள்ளுங்கள். அது தன்னுடைய வேலையைத் துல்லியமாகச் செய்து முடித்துவிடும். யாராவது பேனாவைக் கேட்டால் தைரியமாய் கொடுங்கள்... கொடுப்பதற்கு தயக்கம் காட்ட வேண்டாம்... அது எழுதவும் செய்யும். உங்கள் புலனாய்வுத் துறையில் இருக்கும் எந்த ஒரு சோதனைக் கருவியாலும்

இதில் பொருத்தப்பட்டிருக்கும் எம்.எஸ்.ஏ ரிக்கார்டரைக் கண்டுபிடிக்க முடியாது...”

“இருந்தாலும்... மாட்டிக் கொண்டுவிட்டால் பெரிய பிரச்சினையாகிவிடும். நீங்கள் பெரிதும் நம்பிய இன்செக்ட்ட்ரோன் செயல் இழக்கவில்லையா?”

“அது வேறு... இது வேறு. இதில் அப்படி எதுவும் நிகழாது என்பதற்கு நான் உத்தரவாதம் தருகிறேன். நீங்கள் துணிச்சலாகச் சென்று வேலையை முடித்துக்கொண்டு நாளைக் காலையில் என்னை வந்து பாருங்கள். அதற்குள் உங்கள் மனைவி எந்த இடத்தில், எந்த நிலைமையில் இருக்கிறாள் என்பதை நான் கண்டுபிடித்துவிடுவேன்.”

வெகு சரளமாகப் பேசிக் கொண்டிருந்த மேக்னா, சட்டென்று பேச்சை நிறுத்தினாள். அவளுடைய உடம்புக்குள் ஏதோ ஒரு மாற்றம் நடந்து கொண்டிருப்பதற்கு அறிகுறியாக நெஞ்சுப் பகுதியின் மையத்தில் தன் கையைப் வைத்து பார்த்தாள். ஒரு இனம் புரியாத வலி அங்கிருந்து உற்பத்தியாகி எல்லாப் பக்கமும் பரவிக் கொண்டிருந்தது.

வலியின் வேதனையில் முகம் கோணியது. வாய்க்குள் புளிப்புச் சுவையோடு உமிழ்நீர் கட்டுக்கடங்காமல் அதிக அளவில் சுரந்து, தாடையோரம் ஒரு நூலிழை மாதிரி கசிந்தது.

திடுக்கிட்டுப் போன மேக்னா, இடது கையின் ஆட்காட்டி விரலால் உமிழ் நீரை ஒற்றிப் பார்த்தாள்.

ரத்தம்.

27

சஞ்சீவ் மல்ட்டி ஸ்பெஷாலிட்டி ஹாஸ்பிடல்.

இன்டென்ஸிவ் க்ரிடிகல் கேர் யூனிட்டுக்கு முன்பாய் போடப்பட்டிருந்த நாற்காலிகளில் வெங்கடாத்ரி, விகாஷ் பட்டேல், இரண்டு பேரும் வெளிறிப்போன முகங்களோடு, தலைகளைக் கவிழ்த்தபடி உட்கார்ந்திருக்க, அவர்கள் பக்கத்தில் பாஸ்கரும் கவலை தோய்ந்த முகத்துடன் நின்றிருக்க அந்த நர்ஸ் தயக்க நடைபோட்டு அவர்களை நெருங்கினாள்.

"ஸார்... சீஃப் டாக்டர் கூப்பிடறாரு..!"

ஐ.ஸி யூனிட்டுக்குப் பக்கத்தில் தெரிந்த அந்தக் கண்ணாடி அறையை நோக்கி மூன்று பேரும் வேகமாய்ப் போனார்கள். பாதி திறந்திருந்த கதவைத் தள்ளிக் கொண்டு உள்ளே நுழைய... சீஃப் டாக்டர் லட்சுமிபதி, நீள் சதுர ரோஸ்வுட் மேஜைக்குப் பின்னால் பச்சைநிற சர்ஜரி கவுனில் சலனமற்ற முகத்துடன் நாற்காலிக்கு சாய்ந்திருந்தார்.

அவர்களைப் பார்த்ததும் தனக்கு முன்பாய் இருந்து இருக்கைகளைக் காட்டினார்.

"ப்ளீஸ் பி ஸீட்டட்..."

மூன்று பேரும் உட்கார்ந்தார்கள். வெங்கடாத்ரி தவிப்போடு கேட்டார்.

"மேக்னாவுக்கு இப்போ எப்படியிருக்கு டாக்டர்?"

டாக்டர் லட்சுமிபதி பெருமூச்சொன்றை வெளியேற்றிவிட்டு சொன்னார்.

"இப்போதைக்கு எதுவுமே தெளிவாய் சொல்ல முடியாத நிலைமை. மேக்னாவை நீங்க ஹாஸ்பிடலுக்குக் கொண்டு வந்தப்பவே அவங்க வாயில வழியற ரத்தத்தோடு சுயநினைவு இல்லாமத்தான் இருந்தாங்க. முதல்கட்டப் பரிசோதனையில் ஹார்ட் அட்டாக்கா இருக்குமோன்னு நினைச்சோம். ஆனா அது இல்லை. ப்ரெய்ன் ஹெமரேஜா இருக்கலாம்ன்னு ஸ்கேன் பண்ணி பார்த்தோம். அதுவும் ரிசல்ட் நெகடிவ்ன்னு வந்தது."

"வேற என்ன காரணம் டாக்டர்?"

"வேஸ்குலார் ட்ரோமா... ஆனா இது வித்தியாசமா இருக்கு."

"அது என்ன பிரச்சினை?"

"ரத்த நாளங்களில் ஏற்படக்கூடிய ஒரு விதமான அதிர்ச்சிக்குப் பேர்தான் வேஸ்குலார் ட்ரோமா. திடீர்ன்னு அது யார்க்கு வேணும்ன்னாலும் வரலாம். பொதுவா ஒருத்தர் கீழே விழும்போதோ அல்லது விபத்தில் சிக்கி உடம்பு நடுங்கும் போதோ, ரத்த நாளங்களில் அதிர்ச்சி பரவி அந்த அதிர்ச்சி ரத்தத் தந்துகிகளைச் சேதப்படுத்தும். அந்த அளவைப் பொறுத்துதான் ரத்தம் உடம்பிலிருந்து வெளியேறும். ஆனா மேக்னாவுக்கு ஏற்பட்ட பிரச்னை கொஞ்சம் வேற மாதிரி இருக்கு."

"வேற மாதிரின்னா?"

"மேக்னாவோட ரத்த நாளங்கள் சேதமடையாமே இருக்கு. அதே சமயத்தில் இதயத்தோட முக்கியமான ரத்தக் குழாயான கரோனரி ஆர்ட்ரி இயல்பான நிலையில் இல்லை. அயோர்ட்டா ரத்தக் குழாய்ல ப்ளட் ப்ரஷர் கட்டுக்கு அடங்காத நிலைமையில் இருக்கு. இது தவிர ப்ராச்சியோ செபாலிக், கரோடிட்ஸ் மாதிரியான தமணிகள் மேக்னாவோட கை-கால்

அசைவுகளையும், மூளை பாகத்தையும் கடுமையான அளவில் பாதிச்சிருக்கு. சிட்டியில இருக்கிற தி பெஸ்ட் கார்டியாலஜிஸ்ட்களில் ரெண்டு பேர் வந்து மேக்னாவைப் பார்த்துட்டு ட்ரீட்மெண்ட்டை ஆரம்பிச்சிருக்காங்க. அடுத்த ஆறு மணி நேரத்துக்குள்ளே மேக்னா இயல்பான நிலைக்கு வந்து கண்ணைத் திறந்து பார்த்துட்டாங்கன்னா பிரச்சினையில்லை. அதுக்கேத்த ட்ரீட்மெண்ட் தந்து இயல்பான நிலைக்குக் கொண்டு வந்துடலாம்.”

வெங்கடாத்ரி, டாக்டரை ஏறிட்டபடி குரல் உடையப் பேசினார்.

“டாக்டர்! அட் எனி காஸ்ட் மேக்னா உயிர் பிழைக்கணும். ஏன்னா ஷி ஈஸ் ஏ ஹைலி டேலண்ட்டட் வுமன் இன் த டெக்னாலஜி ஆஃப் ஆர்ட்டிஃபிஷியல் இண்டலிஜென்ஸ். வெரி பிக் அசெட் ஃபார் அஸ்...”

டாக்டர் லட்சுமிபதி லேசாய் உதட்டைப் பிதுக்கி, இரண்டு கைகளையும் விரித்தார்.

“வாட் கேன் வீ டூ...? இந்த மாதிரியான பிரச்சினை உள்ள நோயாளிகளுக்கு எந்த ட்ரீட்மெண்ட் தரணுமோ அதைத்தான் லைஃப் சேவிங் மருந்தோட சேர்த்துக் கொடுத்துட்டு இருக்கோம். ஆனா சக்சஸ் ரேட் ஃபிப்டி பர்சண்ட்தான். லெட் அஸ் வெயிட் அண்ட் ஸீ, அண்ட் ஹோப் ஃபார் தி பெஸ்ட். இப்ப நீங்க யாரும் ஹாஸ்பிடல்ல இருக்கணும்ங்கிற அவசியம் இல்லை. ஏதாவது பிரச்சினை ஏற்பட்டாலோ, ட்ரீட்மெண்ட்ல ஏதாவது மாற்றங்கள் செய்ய விரும்பினாலோ நானே உங்களைக் காண்டாக்ட் பண்றேன்.” என்று டாக்டர் சொல்லிக் கொண்டே எழுந்து விட, மூன்று பேரும் அறையைவிட்டு இருண்ட முகங்களோடு வெளியே வந்தார்கள்.

வெங்கடாத்ரி பாஸ்கரின் தோளைத் தொட்டார்.

“நீங்க கிளம்புங்க பாஸ்கர். நானும் விகாஷ் பட்டேலும் சாயந்தரம் வரைக்கும் இருந்து பார்த்துட்டு வர்றோம். நாங்க

சொன்னதெல்லாம் மறந்துடாதீங்க. அந்த வாய்ஸ் ரிக்கார்டர் பால்பாய்ண்ட் பேனா பத்திரம்.”

“ஸ...ஸ...ஸார்...” பாஸ்கர் தயக்கத்துடன் குரலை இழுத்தான்.

“என்ன?”

“மேக்னாவோட நிலைமை இவ்வளவு சீரியஸாய் இருக்கும்போது இந்த விஷயமெல்லாம் தேவையா?”

“இந்த நேரத்துலதான் தேவை. உங்க மனைவி அட்சயா உங்களுக்கு வேணுமா வேண்டாமா?”

“என்ன ஸார் இப்படிக் கேக்கறீங்க...? அட்சயாவைப் பார்க்கிற வரைக்கும் என்னால இயல்பா இருக்க முடியாது சார்...”

“அப்படீன்னா நாங்க என்ன சொல்றோமோ அதை மட்டும் செய்யுங்க. மேக்னா உதவி செய்ய முடியாத சூழ்நிலைல இருந்தாலும் என்னால உங்களுக்கு மாற்று ஏற்பாடு பண்ணி உதவ முடியும்.” வெங்கடாத்ரி சொல்லிக் கொண்டிருக்கும்போதே ஒரு நர்ஸ் பக்கத்தில் வந்து நின்றாள்.

“ஸார்...!!!”

மூன்று பேரும் திரும்பி ‘என்ன’ என்பது போல் அவளைப் பார்த்தார்கள்.

“பேஷண்ட் மேக்னாவைப் பத்தி விசாரிக்கிறதுக்காக அஸிஸ்டெண்ட் போலீஸ் கமிஷனர் கணேசபாண்டியன் ரிசப்ஷன்ல வெயிட் பண்ணிட்டிருக்கார். உங்களைப் பார்த்துப் பேசணுமாம்.”

நர்ஸ் சொல்லிவிட்டு நகர்ந்து போய்விட, மூன்று பேரும் ஒருவரையொருவர் பார்த்துக் கொண்டார்கள்.

திகைப்போடு விகாஷ் பட்டேல் கேட்டார்.

“இந்த விஷயம் இவ்வளவு சீக்கிரத்துல போலீஸுக்கு எப்படித் தெரிஞ்சுதுன்னு தெரியலையே?”

பாஸ்கர் விழிகளைத் தாழ்த்தியபடி சொன்னான்.

"நான்தான் போன் பண்ணிச் சொன்னேன்."

வெங்கடாத்ரி பார்வையில் கோபத்தீ தெரிந்தது.

"எதுக்காக இவ்வளவு அவசரப்பட்டு சொன்னீங்க?"

"ஸார் ஆதித் சர்மா மர்மமான முறையில இறந்து, இன்னும் ஒரு வாரம் கூட முடியலை. இன்னிக்கும் அதே மாதிரியான சம்பவம் நடந்திருக்கு. போலீஸுக்கு சொல்லாமே இருக்க முடியுமா...? நான் நீங்க சொல்றது மட்டும்தான் பண்ணனுமா என்ன...?"

விகாஷ் பட்டேல் எரிச்சலானார்.

"மேக்னா இன்னமும் உயிரோடதான் இருக்கா, பாஸ்கர். அவளுக்கு என்ன நடந்ததுன்னு டாக்டர் கொஞ்ச நேரத்துக்கு முந்திவிளக்கமா சொன்னார்... நீங்களும் கேட்டுகிட்டுதானே இருந்தீங்க!"

"சார்... என்மேல கோபப்படாதீங்க. ட்ரை டு அன்டர்ஸ்டேண்ட் மீ. மேக்னா நம்ம கூட உட்கார்ந்து பேசிட்டு இருக்கும்போதே திடீர்னு ஏன் உதட்டோரம் வழியற ரத்தத்தோட, அன்கான்ஷியஸ் ஸ்டேஜுக்குப் போகணும். அப்புறம் எல்லாத்துக்கும் மேல எவனோ ஒருத்தன் 'எனக்கு நானே நல்லவன்'னு சொல்லிக்கிட்டு ஆதித் சர்மாவோட உடம்புல ஸ்டிக்கர் ஒட்டறான். என்னோட ஒய்ஃப்பை கடத்தி வெச்சுட்டு உயிரோடு பார்க்கணும்னா அவனுக்குப் பிடிக்காத ஃப்யூச்சர் ஷேஃப் கம்பெனிக்குப் போய் ரெய்ட் நடத்தச் சொல்லி எனக்குப் போன் பண்ணி மிரட்டறான். எனக்கு என்ன பண்றதுன்னு தெரியலே... அதானலதான் ஹாஸ்பிடலுக்கு வர்ற வழியிலேயே அஸிஸ்டெண்ட் போலீஸ் கமிஷனர் கணேசபாண்டியனுக்குப் போன் பண்ணி எல்லா விஷயத்தையும் சொல்லிட்டேன். அது சம்பந்தமாய் விசாரிக்கத்தான் அவர் வந்திருப்பார்ன்னு நினைக்கிறேன்."

"எங்ககிட்டே ஒரு வார்த்தை சொல்லிட்டு அவருக்கு இன்ஃபார்ம் பண்ணியிருக்கலாம் இல்லையா?"

"ஸாரி... ஸார்... இந்த விவகாரத்துல உங்களை நம்பாம இல்லை... கூடவே போலீஸோட உதவியில்லாமே அட்சயாவையும் கண்டுபிடிக்க முடியாது... அந்த 'எனக்கு நானே நல்லவனை'யும் கண்டுபிடிக்க முடியாது. அதனால போலீஸ் மேலயும் கொஞ்சம் நம்பிக்கை வைக்கப் போறேன். வாங்க... இப்ப ஏசிபியைப் போய்ப் பார்ப்போம்..." பாஸ்கர் சொல்லிவிட்டு கீழ்த்தளத்துக்குப் போகும் லிஃப்ட்டை நோக்கி நடக்க ஆரம்பித்துவிட, வெங்கடாத்ரியும், விகாஷ் பட்டேலும் கோபமும் எரிச்சலுமாய் அவனைப் பின் தொடர்ந்தார்கள்.

ஹாஸ்பிடலின் ஓ.பி ரிசப்ஷன் வார்டு, அந்த வேளையில் வெறிச்சோடிப் போயிருக்க, சுவரோரமாய் போடப்பட்டிருந்த நாற்காலி வரிசையின் கடைசி இருக்கையில் செல்போனைப் பார்த்தபடி உட்கார்ந்திருந்தார் அசிஸ்டெண்ட் கமிஷனர் கணேசபாண்டியன்.

பாஸ்கர், வெங்கடாத்ரி, விகாஷ்பட்டேல் மூன்று பேரைப் பார்த்ததும் எழுந்து நின்று வரவழைத்துக் கொண்ட புன்னகையோடு, கை கொடுத்தபின் தனக்கும் பக்கத்தில் இருந்த நாற்காலிகளைக் காட்டினார்.

"ப்ளீஸ்..."

உட்கார்ந்தார்கள்

கணேசபாண்டியன் பாஸ்கரைப் பார்த்துச் சொன்னார்.

"டோன்ட் வொர்ரி பாஸ்கர், உங்க மனைவி அட்சயாவைத் தேட ஸ்பெஷல் ஸ்குவாட் ஒண்ணை நியமிச்சிருக்கிறோம். வெரி சூன்... வீ வில் கெட் குட் நியூஸ்."

"தேங்க்ஸ் கணேச பாண்டியன்! நானும் என்னால முடிஞ்ச எல்லா முயற்சியும் பண்ணிட்டு இருக்கேன்... ஆனா அது எந்த அளவுக்கு பலனைத் தரும்னு தெரியலை... உங்களையும் உங்க டீமையும்தான் நம்பி இருக்கேன். ப்ளீஸ் டூ சம்திங்.."

"டோன்ட் வொர்ரி பாஸ்கர்....வீ வில் டூ அவர் பெஸ்ட். கடத்தல் பேர்வழிகிட்டயிருந்து ஏதாவது தகவல் வந்தா.. கீப் அஸ் இன்ஃபார்ம்ட்."

கணேசபாண்டியன் தன் தலையை வெங்கடாத்ரி பக்கம் திருப்பி கேட்டார்.

"மேக்னா இப்போ எப்படியிருக்காங்க?"

"நம்பிக்கை தர்ற மாதிரி டாக்டர் எதுவும் சொல்லலை..."

"ஸோ ஸீம்ஸ் டு பி க்ரிட்டிக்கல்..."

"எஸ்... இன்னும் ஆறு மணி நேரம் போனாத்தான் மேக்னாவோட ஹெல்த் கண்டிஷன் எப்படியிருக்குன்னு சொல்ல முடியும்ங்கிறார் டாக்டர்"

"டாக்டர் என்ன காரணம் சொல்றார்?"

"வேஸ்குலார் ட்ரோமா"

"அப்படீன்னா?"

"ரத்த நாளங்களில் திடீர்னு ஏற்படக்கூடிய ஒரு விதமான அதிர்ச்சிக்குப் பேர்தான் வேஸ்குலார் ட்ரோமா. இப்படிப்பட்ட பிரச்சினை யாருக்கு வேணும்னாலும், எந்த நேரத்திலயும் வரலாம்னு டாக்டர் சொன்னார்."

சில விநாடிகள் மௌனமாய் இருந்த கணேசபாண்டியன் தன்னுடைய மொபைலில் வாட்ஸ்அப்பை உயிர்ப்புக்குக் கொண்டு வந்து, அதன் திரையில் தெரிந்த ரிப்போர்ட் ஒன்றைக் காட்டியபடி நிறுத்தி நிதானமான குரலில் பேச ஆரம்பித்தார்.

"இது ஆதித் சர்மாவோட பயோ கெமிக்கல் போஸ்ட் மார்ட்டம் ரிப்போர்ட். டெல்லி ஃபாரன்ஸிக் அடாப்ஸி லேப்பிலிருந்து இன்னிக்கு காலையிலதான் வந்தது. இந்த ரிப்போர்ட்டில் சொல்லப்பட்டிருக்கிற ஒரு விஷயம் டாக்டர்களையே குழப்பத்தில் ஆழ்த்தியிருக்கு."

"குழப்பமா...?"

"ஆதித் சர்மாவோட முதல் போஸ்ட் மார்ட்டம் ரிப்போர்ட் படி அவர் விஷம் கலந்த குடிநீரைக் குடிச்ச காரணத்தாலதான் ரத்தமண்டலம் பாதிக்கப்பட்டு மரணமடைஞ்சு இருக்கலாம்னு சொல்லப்பட்டிருந்தது. அந்த சந்தேகத்தை உறுதிப்படுத்திக்க அவருடைய உடல் பாகங்களை டெல்லியில் இருக்கிற நேஷனல் ஃபாரன்ஸிக் லேப்புக்கு அனுப்பி வெச்சோம். அங்கிருந்து வந்த ரிப்போர்ட் வேற மாதிரி இருக்கு. அதாவது மரணத்துக்கு காரணம் எந்த ஒரு பாய்ஸனும் கிடையாது."

"தென்?"

"அனாபைலாக்டிக் ஷாக்."

வெங்கடாத்ரி, விகாஷ் பட்டேல், பாஸ்கர் மூன்று பேரும் கணேசபாண்டியனை திடுக்கிட்ட பார்வையோடு ஏறிட்டார்கள்.

"அனாபைலாக்டிக் ஷாக்கா.... அப்படீன்னா?"

"அது ஒரு சிவியர் லைஃப் த்ரட்டனிங் ரியாக்ஷன். அதாவது உடல் ஆரோக்கியத்துக்கு எதிரான ஒரு பொருள் திடீர்னு உடம்பில் உருவாகி ரத்த மண்டலத்தைக் தாக்கும். அந்த அதிர்ச்சியின் காரணமாய் ரத்த நாளங்கள் கொஞ்சம் கொஞ்சமாய் சிதைஞ்சு வாயிலயும் மூக்கிலயும் ரத்தம் கொட்டும். மரணம் மெல்ல மெல்லமா நெருங்கும். ஆதித் சர்மாவுக்கு ஏற்பட்ட அதே நிலைமைதான் இப்போ மேக்னாவுக்கு ஏற்பட்டிருக்கலாம்னு நினைக்கிறேன். இது ஒரு வகையான டெக்னாலஜிக்கல் மர்டர். போஸ்ட் மார்ட்டம் ரிப்போர்ட்ல இதை இன்விஸிபிள் க்ளோக்கிங் டெக்னாலஜின்னு மென்ஷன் பண்ணியிருக்காங்க."

28

அஸிஸ்டெண்ட் போலீஸ் கமிஷனர் கணேசபாண்டியன் சொன்னதைக் கேட்டு வெங்கடாத்ரி ஆர்வம் தாங்காமல் கேட்டார்.

"அது என்ன டெக்னாலஜி... அதை யாரு... எப்படி பயன்படுத்தியிருக்க முடியும்?"

"ஸாரி... இப்போதைக்கு எதுவும் கிளியர்கட்டாத் தெரியலை. இதுக்கான விளக்கத்தை உங்க மாதிரியான ஐ.டி பீப்பிள்தான் சொல்ல முடியும். கொஞ்சம் யோசனை பண்ணிப்பாருங்க."

வெங்கடாத்ரியின் பார்வை விகாஷ் பட்டேலை நோக்கித் திரும்பியது.

"நீங்க என்ன சொல்றீங்க விகாஷ்?"

உதடுகளைப் பெரிதாய்ப் பிதுக்கி மெல்லத் தலையாட்டினார் விகாஷ் பட்டேல். "நோ ஐடியா... நான் இன்னிக்குத்தான் இப்படிப்பட்ட ஒரு வார்த்தையைக் கேக்கறேன். இது யாரோ ஒருத்தர் தனிப்பட்ட முறையில் உருவாக்கின சாஃப்ட்வேர் ப்ரோக்ராமாகக்கூட இருக்கலாம். வேணும்ன்னா இதைப்பத்தி நம்ம கம்பெனியில இருக்கிற அந்த துறைச் சார்ந்த சில டெக்னாலஜி எக்ஸ்பர்ட்ஸ்கிட்டே பேசிப் பார்க்கலாம்."

விகாஷ் பட்டேல் சொல்லிக்கொண்டு இருக்கும்போதே பாஸ்கர் இடைமறித்து, "சார்... எனக்கொரு சந்தேகம்..." என்றான்.

"என்ன?"

"இந்த சாஃப்ட்வேர், ஆர்ட்டிபிஷியல் இண்டலிஜென்ஸ் சம்பந்தப்பட்ட விவகாரமாய் இருக்கலாம்ன்னு

நினைக்கிறேன். ஆதித் சர்மாவோட டாட்டர் சமுத்ராகிட்டே இதைப்பத்திக் கேட்டா பதில் கிடைக்கலாம்.ஏன்னா சமுத்ரா ஏ.ஐயில எக்ஸ்பர்ட்."

கணேசபாண்டியனின் முகம் லேசான ஒரு மலர்ச்சிக்கு உட்பட்டது.

"அப்பறம் என்ன... சமுத்ராவுக்கு போன் பண்ணி இப்பவே பேசிடுங்களேன்."

பாஸ்கர் தன்னுடைய செல்போனை எடுத்து சமுத்ராவின் தொடர்பு எண்ணைத் தொடர்பு கொள்ள, வெங்கடாத்ரி அவசரக் குரலில் குறுக்கிட்டு சொன்னார்.

"ஸ்பீக்கரை ஆன் பண்ணிட்டுப் பேசுங்க."

தலையசைத்த பாஸ்கர், அடுத்த சில விநாடிகளில் சமுத்ராவைத் தொடர்பு கொள்ள, மறுமுனையில் அவளுடைய குரல் கேட்டது.

"சொல்லுங்க சார்... பை த வே... உங்க ஒய்ஃப் அட்சயா பத்தி ஏதாவது தகவல் கிடைச்சதா?"

"இல்ல சமுத்ரா... அதற்கான முயற்சிகளைத்தான் இப்போ தீவிரமா பண்ணிக்கிட்டிருக்கேன். போலீஸூம் இப்ப இன்வால்வ் ஆயிருக்காங்க. நான் இப்போ போன் பண்ணினது வேற ஒரு விஷயத்துக்காக..."

"சொல்லுங்க...?"

"'இன்விஸிபிள் க்ளோக்கிங் டெக்னாலஜி'. இந்த வார்த்தையை நீங்க கேள்விப்பட்டு இருக்கீங்களா?"

மறுமுனையில் மௌனம் நிலவியது. சில விநாடிகள் பொறுமை காத்துவிட்டு பாஸ்கர் கேட்டான்.

"ஏதாவது பிடிபடுதா?"

"இது ஒரு இல்லீகல் சாஃப்ட்வேராய் இருக்கலாம்னு நினைக்கிறேன். சர்ட்ன்லி ரிலேட்டட் டூ ஆர்ட்டிஃபிஷியல் இண்டலிஜென்ஸ்."

"இல்லீகல்ன்னா எப்படி... கொஞ்சம் புரியும்படியாய் சொல்ல முடியுமா?"

"ஸாரி ஸார்... க்ளீயரா என்னால சொல்ல முடியலை... எனக்குத் தெரிஞ்ச புரஃபஸர் ஒருத்தர் யு.எஸ்ல இருக்கார். அவர்கிட்டே பேசிட்டுச் சொல்லட்டுமா?"

"அவர்கிட்டே இப்ப உடனடியாய்ப் பேச முடியுமா...?"

"உடனடியா பேச முடியாது சார். அங்கே இப்போ மிட் நைட்... பனிரெண்டு மணிக்கு மேல இருக்கும். இன்னிக்கு சாயந்திரம் ஆறு மணிக்கு பேசிப் பார்க்கறேன். பை த பை இப்ப எதுக்காக இந்த இன்விஸிபிள் க்ளோக்கிங் பத்தின என்கொய்ரி... ஏதாவது பிரச்சினையா?"

"பிரச்சினைதான்! உங்களை நேர்ல பார்க்கறப்ப விளக்கமா சொல்றேன்." சொன்ன பாஸ்கர் செல்போனை அணைத்துவிட்டு கணேசபாண்டியனை ஏறிட்டான்.

"சார்... வேற வழியில்லை... சாயந்திரம் ஆறு மணி வரைக்கும் நாம வெயிட் பண்ணியாகனும்."

ஏசிபி கணேசபாண்டியனின் பார்வை மெல்லத் திரும்பி இப்போது வெங்கடாத்ரியின் மேல் நிலைத்தது.

"எனக்கு இருக்கிற ஒரு சந்தேகத்தை இப்ப உங்ககிட்டே கேட்கலாமா?"

"தாராளமாய்..."

"மேக்னா தங்கியிருந்த ஹனி ட்யூ ரிசார்ட் உங்களுக்குச் சொந்தமானதுதானே... ?"

"ஆமா."

"மேக்னா எதுக்காக இவ்வளவு மாசமா அங்கே தங்கியிருந்தாங்கன்னு சொல்ல முடியுமா?"

"இதுல மறைச்சுப் பேச ஒண்ணுமேயில்லை. எனக்குச் சொந்தமான சாஃப்ட்வேர் கம்பெனியில ஆர்ட்டிஃபிஷியல் இண்டலிஜென்ஸ் தொழில்நுட்பத்தோட சில ப்ராஜக்ட்களை

உருவாக்கிற முயற்சியில ஈடுபட்டிருக்கோம். அதுக்கு தேவையான எக்ஸ்பெர்டைஸ், அப்பறம் டெக்னிக்கல் விஷயங்கள் மேக்னாவுக்கு மட்டுமே தெரியும். மேக்னாவோட ஏ.ஐ நுண்ணறிவை பயன்படுத்திக்க தமிழ்நாட்டில் இருக்கிற பல ஐ.டி கம்பெனிகள் போட்டி போட்டுக்கிட்டு இருந்தாங்க. நாங்க மேக்னாவுக்கு அதிரடியாய் ஒரு பெரிய தொகையை சம்பளமாய்க் கொடுத்து ஒரு ஒப்பந்தம் போட்டோம். இந்த விஷயம் வெளியே யாருக்கும் தெரியக்கூடாதுங்கிறதுக்காக, மேக்னாவை எனக்குச் சொந்தமான ஹனி ட்யூ ரிசார்ட்டில் தங்க வெச்சோம். மேக்னா தங்கியிருந்த அந்த காட்டேஜையே ஒரு ஆய்வுக் கூடமாய் உருவாக்கியும் கொடுத்தோம்."

"மேக்னா அந்த ரிசார்ட்ல தங்கி ஏ.ஐ சம்பந்தப்பட்ட ப்ராஜெக்ட்களை கவனிக்கிற விஷயம் உங்க போட்டிக் கம்பெனிகளுக்குத் தெரியாதுன்னு நீங்க நினைக்கிறீங்களா?"

"தெரிய வாய்ப்பில்லை..."

"ஒருவேளை தெரிஞ்சிருந்தா...?"

"அப்படியே தெரிஞ்சிருந்தாலும் மேக்னாவை அவங்க நெருங்கக் கூட முடியாது."

"இதை எப்படி இவ்வளவு உறுதியா சொல்றீங்க?"

"மேக்னா தன்னோட அதிபுத்திசாலித்தனமான ஏ.ஐ நுண்ணறிவு நுட்பத்தைப் பயன்படுத்தி, ஹீயூமனாய்ட் ரோபோ ஒண்ணை உருவாக்கி தன்னோட பர்சனல் செக்ரட்ரியாய் பக்கத்துல வெச்சுக்கிட்டுதான் ஆராய்ச்சிப் பணியை நடத்திக்கிட்டு இருந்தா. அந்த ரோபோட் ஒரு இஸட் பாதுகாப்புப் படைக்கு சமம். மேக்னாவை யாரும் அவ்வளவு சீக்கிரம் நெருங்க முடியாது."

கணேசபாண்டியன் மெல்ல சிரித்துவிட்டுச் சொன்னார்.

"ஒரு இஸட் பிரிவு பாதுகாப்புப் படைக்குச் சமமான ரோபோட் இருக்கும்போது மேக்னாவுக்கு இப்படியொரு நிலைமை ஏற்பட்டு இருக்க வாய்ப்பில்லையே...?"

“அதுதான் எங்களுக்குக் குழப்பமா இருக்கு.”

“ஆனா ஒரு விஷயத்துல மட்டும் குழப்பம் இல்லை...”

“நீங்க எதைச் சொல்றீங்க?”

“ஆதித் சர்மாவோட மரணத்துக்குக் காரணமானவங்கதான் மேக்னாவையும் தீர்த்துக்கட்ட முயற்சி பண்ணியிருக்கணும். ‘எனக்கு நானே நல்லவன்’ங்கிற போர்வையில இந்தக் கொடூரங்களைத் தொடர்ந்து நடத்திக்கிட்டும் இருக்காங்க.”

கணேசபாண்டியன் சொல்லிக் கொண்டிருக்கும்போதே ஹாஸ்பிடலின் ரிசப்ஷன் கௌண்டரில் உட்கார்ந்திருந்த அந்தப் பெண் மெல்ல எழுந்து வந்து பவ்யமாய் பக்கத்தில் நின்றாள்.

“எக்ஸ்க்யூஸ் மீ ஸார்...”

நான்கு பேரும் அவளை ஏறிட்டு, ‘என்ன?’ என்பது போல் பார்க்க... அவள் கேட்டாள்.

“சார்... இங்க மிஸ்டர் வெங்கடாத்ரி, விகாஷ் பட்டேல்ங்கிறது...”

“நாங்க தான்...... என்ன விஷயம்?” இருவரும் ஒருமித்த குரலில் பேச

“சீஃப் டாக்டர் உங்க ரெண்டு பேரையுமே உடனடியாய் அவரோட ரூமுக்கு வரச்சொன்னார்.”

“இப்பத்தானே அவரைப் பார்த்துட்டு வந்தோம்.”

“தெரியலை ஸார்... இப்பவே உங்க ரெண்டு பேரையும் வரச் சொன்னார்.”

அந்த ரிசப்ஷனிஸ்ட் பெண் சொல்லிவிட்டுப் போய்விட, வெங்கடாத்ரியும், விகாஷ் பட்டேலும் எழுந்தார்கள். ஏசிபியை எறிட்டார்கள்.

“சார்... நீங்க இங்கேயே இருங்க... நானும் விகாஷ் பட்டேலும் டாக்டரைப் போய்ப் பார்த்துட்டு வந்துடறோம்.”

வெங்கடாத்ரி சொல்லிவிட்டு நடக்க ஆரம்பித்துவிட... விகாஷ் பட்டேல் அவரைப் பின் தொடர்ந்தார்.

சீஃப் டாக்டர் லட்சுமிபதியின் அறைக் கதவைத் தட்டிவிட்டு இருவரும் உள்ளே நுழைந்தார்கள்.

இரண்டு கைகளிலும் நான்கைந்து ஸ்கேன் ரிப்போர்ட்களை வைத்தபடி பார்வைக்குக் கிடைத்த லட்சுமிபதி தனக்கு முன்பாய் இருந்த நாற்காலிகளைக் காட்டினார்.

"ப்ளீஸ் பி ஸீட்டட்."

எகிறும் இருதயத் துடிப்புகளோடு வெங்கடாத்ரியும் விகாஷ்பட்டேலும் உட்கார்ந்தார்கள்.

"டாக்டர் மேக்னாவுக்கு...?" வெங்கடாத்ரி குரல் குழற கேட்டார்.

"அதைப்பத்திப் பேசத்தான் உங்களை வரச்சொன்னேன்."

இருவரும் மிரட்சியான விழிகளோடு டாக்டர் முகத்தைப் பார்க்க, அவர் தன் கையில் வைத்திருந்த சில ஸ்கேன் ரிப்போர்ட்களை தள்ளி வைத்தபடியே நிதானமான குரலில் பேச ஆரம்பித்தார்.

"நான் உங்ககிட்ட ஆறுமணி நேரம் கழிச்சுத்தான் மேக்னாவோட உடல்நிலைப் பத்தி ஒரு தீர்க்கமான முடிவுக்கு வரமுடியும்னு சொல்லியிருந்தேன். ஆனா அதுக்குள்ளே கிடைச்ச ஸ்கேன் ரிப்போர்ட்படி மேக்னாவுக்கு என்ன பிரச்சினைன்னு தெரிஞ்சுடுச்சு. இப்போதைக்கு அவங்க உயிர்க்கு ஒரு ஆபத்தும் இல்லை."

"தேங்க்ஸ் ஏ லாட் டாக்டர்."

லட்சுமிபதி கையமர்த்தினார்.

"அவசரப்பட்டு நன்றி சொல்லாதீங்க. காரணம், இப்ப உயிருக்கு ஆபத்து இல்லைன்னாலும் நவ் ஷி இஸ் இன் வி.எஸ் கோமா ஸ்டேஜ்."

“வி.எஸ் கோமா ஸ்டேஜ்... அப்படீன்னா...?”

வெங்கடாத்ரி திகில் படிந்த பார்வையோடு கேட்க, லட்சுமிபதி பெருமூச்சொன்றை வெளியேற்றிவிட்டு மெல்லிய குரலில் சொன்னார்.

“வெஜிடேட்டீவ் ஸ்டேட் கோமா. இந்த நிலமைக்கு இன்னொரு பேரு பர்சிஸ்டெண்ட் வெஜிடேட்டீவ் ஸ்டேட்... ஏ க்ரோனிக் ஸ்டேட் ஆஃப் ப்ரெய்ன் டிஸ்ஃபங்க்ஷன். இது ஒரு வகையான டீப் கோமா. எத்தனை நாளைக்கு இந்த கோமா இப்படியே நீடிக்கும்னு தெரியாது... அப்படியே மீண்டாலும் முன்னாடியிருந்த இயல்பான நிலைக்கு திரும்பறது கஷ்டம். மேக்னாவோட பழைய நினைவுகளில் தொன்னூறு சதவிகிதம் ஞாபகத்துக்கு வராது. சரியா பேச முடியாது. கண்ணைத் திறந்து பார்க்க முடியும். அடையாளம் தெரியாது. எடுத்து சாப்பிடணும்னு தெரியாது... யாராவது ஊட்டிவிட்டா சாப்பிடத்தெரியும், அவ்வளவுதான். எப்பவாவது நினைவு திரும்பும்போது ரெண்டு வார்த்தைகள் பேசலாம்... அவ்வளவுதான்.”

“எ...எ...என்ன டாக்டர் இப்படிச் சொல்றீங்க...? பணம் எவ்வளவு செலவானாலும் பரவாயில்லை. மேக்னாவை எப்படியாவது பழைய நிலைமைக்குக் கொண்டு வந்துடுங்க. ப்ளீஸ்...” வெங்கடாத்ரி அதிர்ந்து போனவராய்க் கத்தினார்.

“ஸாரி... மேக்னா இனிமேல உங்களுக்கு உபயோகப்படாத உயிருள்ள ஒரு பொருள். இன்னும் சொல்லணும்னா ஒரு பொம்மை. எங்கேப் போய் என்ன ட்ரீட்மெண்ட் கொடுத்தாலும் பழைய நிலைமைக்குக் கொண்டுட்டு வர முடியாது.”

29

சென்னை புலனாய்வுத் துறை அலுவலகம்.

இரவு பத்து மணி.

ஏர்கண்டிஷனர் உமிழ்ந்த மிதமான குளிர் காற்றில் நனைந்து போயிருந்த கான்ஃபரன்ஸ் அறைக்குள், துறையின் முக்கியப் பொறுப்பை நிர்வகிக்கும் அதிகாரிகள் ஆண்களும் பெண்களுமாய் பதினோரு பேர்... இருக்கைகளில் நிமிர்ந்து உட்கார்ந்திருக்க, டைரக்டர் வாசுதேவ் தனக்கு முன்பாய் இருந்த மைக்கில், தெளிவான உச்சரிப்போடு கூடிய ஆங்கிலத்தில் பேசிக் கொண்டிருந்தார்.

"நான் எதற்காக இந்த அவசரமாக எக்ஸ்ட்ராடினரி ஜெனரல்பாடி மீட்டிங்கை கூட்டியிருக்கிறேன் என்பதில் உங்கள் மனதில் சில குழப்பங்கள் இருக்கலாம். இந்தப் புலனாய்வுத்துறைக்கு டைரக்டராக நாளைதான் பதவி ஏற்றுக்கொள்ளப் போகிறேன். இருந்தாலும் அதற்கு முன்பாக சில விஷயங்களை தெளிவுபடுத்த விரும்புகிறேன்.

இதற்கு முன்னால் இங்கே டைரக்டராய் பதவி வகித்த திரு ஆதித் சர்மா, புலனாய்வுத் துறையில் ஒரு திறமை வாய்ந்த அதிகாரி. அவருடைய மரணம் யாரும் எதிர்பார்க்காத ஒன்று. அதுவும் அந்த மரணத்தில் நீடிக்கும் ஒரு மர்மம் இன்னமும் வெளிப்படாமல் இருப்பது அதிர்ச்சியாக உள்ளது. இந்தச் சூழ்நிலையில் நாளை பதவி ஏற்றுக் கொள்ளப் போகும் எனக்கும் வரும் நாட்களில் சில பல பிரச்சினைகள் உருவாகலாம். இன்னமும் வெளிப்படையாகச் சொல்ல

வேண்டுமென்றால் ஆதித் சர்மாவுக்கு நேரிட்ட மாதிரியான மரணம் கூட சம்பவிக்கலாம். ஆனால், மரணத்தைப் பார்த்து பயப்படுபவன் நானில்லை.”

வாசுதேவ் பேசிக் கொண்டு இருக்கும் போதே முன்வரிசை இருக்கைகளில் முதல் நபராய் உட்கார்ந்திருந்த டெபுடி ஜாயிண்ட் டைரக்டர் சத்தியசீலன் தனது வலது கையை மேலே உயர்த்தினார்.

“எக்ஸ்க்யூஸ் மீ சார். உங்கள் பேச்சில் குறுக்கீடு செய்வதற்கு மன்னிக்க வேண்டும்.”

“நீங்கள் ஏதாவது சொல்ல விரும்புகிறீர்களா?”

“ஆமாம்.”

“சொல்லுங்கள்.”

“ஆதித் சர்மாவின் மரணத்திற்குக் காரணம்... தான் ஒரு அரசு புலனாய்வுத் துறை டைரக்டராய் இருந்தாலும் ஒரு அரசியல்வாதியைப் போல் பத்திரிகைகளுக்குப் பேட்டி கொடுத்து ஆர்ட்டிஃபிஷியல் இண்டலிஜென்ஸ் பற்றிய கருத்துக்களை வெளிப்படையாய்ச் சொல்லி பல ஐ.டி கம்பெனிகளின் அதிருப்தியையும், பகையையும் சம்பாதித்துக் கொண்டார். இல்லாவிட்டால் அவருடைய உயிருக்கு ஆபத்து ஏற்பட்டு இருக்காது. ஆதித் சர்மாவின் மரணத்திற்குப் பின்னால் சில ஐ.டி கம்பெனிகள் இருப்பது தெளிவாகவே தெரிகிறது.”

வாசுதேவ் தன் இரு புருவங்களையும் உயர்த்தினார்.

“ஐ.டி கம்பெனிகள் தவிர வேறு காரணங்கள் இருக்க வாய்ப்பில்லையா?”

“வாய்ப்பில்லை சார்.”

“எப்படிச் சொல்கிறீர்கள்?”

“அவரால் பாதிக்கப்பட்டவர்கள் இவர்கள் மட்டுமே... அதனால் தான் வாய்ப்பில்லை என்றேன். ஆனால் இது ஒரு

யூகம்தான்...” சத்தியசீலன் சொல்லிக் கொண்டிருக்கும்போதே அவர் அருகே அமர்ந்திருந்த பாஸ்கர் இடைமறித்துப் பேச ஆரம்பித்தான்.

“சார்... அவரின் யூகம் சரிதான். ஆதித் சர்மா கத்தியால் குத்தப்பட்டோ, துப்பாக்கியால் சுடப்பட்டோ மரணம் அடையவில்லை. சென்னை அரசு மருத்துவமனை மருத்துவர்கள் கொடுத்த முதல் போஸ்ட் மார்ட்டம் ரிப்போர்ட்டில் ஆதித் சர்மாவின் உடம்பில் விஷம் இருந்ததாகக் குறிப்பிட்டிருந்தார்கள். ஆனால், டெல்லியில் உள்ள நேஷனல் ஃபாரன்ஸிக் லேப் ரிப்போர்ட்படி, அது ஒரு டெக்னாலஜிகல் மர்டர். அதாவது ‘இன்விஸிபிள் க்ளோக்கிங் டெக்னாலஜி’ என்கிற ஒரு ஹைடெக் விஷயத்தை உபயோகப்படுத்தி அவருடைய உயிரை மாய்த்திருக்கிறார்கள். அப்படிப்பட்ட தொழில்நுட்பம் சாதாரண கொலையாளிகளிடம் இருக்க வாய்ப்பில்லை. ஐ.டி கம்பெனிகள்தான் இந்த சதியின் பின்னணியில் இருந்துகொண்டு செயல்பட்டிருக்க வேண்டும். ஏசிபி கணேசபாண்டியனும் இதே கோணத்தில்தான் விசாரணையை நடத்திக் கொண்டிருக்கிறார். அந்த விசாரணை சம்பந்தப்பட்ட விபரங்களையெல்லாம் தொகுத்து உங்களிடம் ஒரு ஸ்டேட்மெண்டாகவே கொடுத்திருக்கிறேன். நீங்களும் அதைப் படித்திருப்பீர்கள் என்று நம்புகிறேன்.”

“எஸ்... எல்லாவற்றையும் படித்துவிட்டுத்தான் இப்போது உங்களோடு பேசிக் கொண்டிருக்கிறேன். மீட்டிங்கில் கலந்து கொண்டிருக்கும் அத்தனைப் பேருக்கும் அந்த ஸ்டேட்மெண்ட்டில் சொல்லப்பட்டிருக்கும் விஷயங்கள் தெரியும். எல்லோரிடமும் அதன் நகல் இருக்கிறது.”

பாஸ்கருக்குப் பின்புறம் உட்கார்ந்திருந்த பெண் அதிகாரியான ஷர்மிளா தனக்கு ஒரு சந்தேகம் என்பது போல் கையை உயர்த்தினாள்.

வாசுதேவ் அவளை பார்வையால் நனைத்தபடி கேட்டார்.

“என்ன சொல்ல விரும்புகிறீர்கள் ஷர்மிளா?”

“சார்...! அந்த ஸ்டேட்மெண்ட்டை நானும் படித்துப் பார்த்தேன். அதில் ஒரு விஷயம் எனக்குப் புரியவில்லை.”

“என்னவென்று சொல்லுங்கள்?”

“ஆதித் சர்மாவின் மரணம் ஒரு டெக்னாலஜிகல் மர்டர் என்கிற உண்மையை டெல்லி நேஷனல் ஃபாரன்ஸிக் லேப் அழுத்தம் திருத்தமாய் ரிப்போர்ட் மூலம் சொல்லிவிட்டது. அதே டெக்னாலஜியைப் பயன்படுத்தித்தான் அந்த வெளிநாட்டுப் பெண் மேக்னாவையும் கொலை செய்ய முயற்சி செய்திருக்கிறார்கள் என்று நாம் எடுத்துக் கொள்ளலாமா...?”

“கண்டிப்பாக... அதிர்ஷ்டவசமாக மேக்னா உயிர்பிழைத்துக் கொண்டாலும், துரதிர்ஷ்டவசமாக டீப் கோமாவுக்கு சென்று விட்டாள். அவள் அந்தக் கோமாவில் இருந்து மீண்டு வருவாளா இல்லையாவென்று டாக்டர்களுக்கே தெரியவில்லை.அதேநேரத்தில் ஆதித் சர்மாவுக்கும். மேக்னாவுக்கும் நேர்ந்த மாதிரியான நிகழ்வுகள் இனிமேல் யாருக்கும் நிகழாமல் பார்த்துக் கொள்ள வேண்டிய கடமையும் நமக்கு இருக்கிறது. அதைப் பற்றிப் பேசத்தான் நாம் இங்கே கூடியிருக்கிறோம். உங்கள் ஒவ்வொருவருடைய மனதுக்குள்ளும் ஏதாவது ஒரு யோசனை உதித்திருக்கலாம்... அது சரியோ, தவறோ... தாராளமாய் தயக்கமின்றிச் சொல்லலாம்...”

வாசுதேவ் பேசிவிட்டு தனக்கு முன்னால் அமர்ந்திருந்த எல்லோருடைய முகங்களையும் மாறி மாறி பார்வையால் நனைக்க... எல்லோரும் மௌனம் காத்தார்கள்.

அரை விநாடி நேரம் பொறுமையாய் காத்திருந்தபின் வாசுதேவ் ஒரு சிறு புன்னகையோடு கேட்டார்.

“யாருக்கும் எந்த யோசனையும் தோன்றவில்லையா?”

பாஸ்கர் மட்டும் தயக்கத்தோடு தனக்கு முன்பாய் இருந்த மைக்கில் நிதானமான குரலில் பேச்சை ஆரம்பித்தான்.

"சார்... நீங்கள் பேசிக் கொண்டிருந்தபோதே என்னுடைய மனதுக்குள் ஒரு யோசனை உதித்தது. ஆனால் அதை செயல்பாட்டுக்குக் கொண்டு வந்து நடைமுறைப்படுத்த முடியுமா என்கிற சந்தேகமும் எழுகின்றது."

"முதலில் உங்களுடைய யோசனை என்ன என்பதைச் சொல்லுங்கள்."

"சார்... இந்தப் பிரச்சினையை சற்று ஆழமாக கிளறிப் பார்க்க வேண்டும்.அப்படிப் பார்த்தால்தான் ஒளிந்திருக்கும் உண்மைகள் வெளியே வரும். அதற்காக நாம் சில அதிரடியான ரெய்டுகளை நடத்த வேண்டியிருக்கிறது."

"ரெய்டா?"

"ஆமாம் சார்... தற்சமயம் மிகவும் வேகமாக வளர்ந்து வருகிற கம்பெனிகளில் நேகா டெக்னாலஜிஸ், ஃப்யூச்சர் ஷேஃப் என்கிற இந்த இரண்டு கம்பெனிகள்தான், ஆர்ட்டிஃபிஷியல் டெக்னாலஜியை கையில் எடுத்துக்கொண்டு சட்ட விதிகளை மீறி சில ரோபோட்களை உருவாக்கிக் கொண்டிருக்கிறார்கள், என்பது நமது புலனாய்வுத் துறைக்கு கிடைத்து வரும் ஷேடோ நியூஸ். இந்த நிழல் செய்தியில் உண்மை இருக்கிறதா இல்லையா என்பதைக் கண்டுபிடிக்க வேண்டுமென்றால், நாம் நம்முடைய அதிகாரத்தைப் பயன்படுத்தி, அந்த இரண்டு கம்பெனிகளையும் அதிரடியான சோதனைக்கு உட்படுத்த வேண்டும். அப்பொழுதுதான் நம்மால் ஏதாவது ஒரு உண்மையைக் கண்டுபிடிக்க முடியும்."

பாஸ்கர் பேசப் பேச வாசுதேவ் மறுத்தார்.

"அப்படி சோதனை நடத்துவது சாத்தியமில்லை மிஸ்டர் பாஸ்கர்."

"ஏன் சார்?"

"நீங்கள் சொன்ன அந்த இரண்டு கம்பெனிகளுமே, இன்றைக்கு இருக்கிற நிலவரப்படி அரசியல்வாதிகளின் ஆசி பெற்ற டாப்மோஸ்ட் மல்டிநேஷனல் ஐ.டி கம்பெனிகள். உள்துறை அமைச்சகத்தின் அனுமதியைப் பெறாமல் நாம் அங்கே சென்று சோதனைகளை மேற்கொள்ள முடியாது."

"நீங்கள் சிறிது முயற்சி செய்தால் அனுமதி பெற முடியும் என்று நான் நினைக்கிறேன்."

"நோ... நோ... நீங்கள் ஒரு விஷயத்தைப் புரிந்துகொள்ள வேண்டும் பாஸ்கர்... இன்றைக்கு நடந்து கொண்டிருக்கிற மத்திய அரசு ஆட்சியில் பல்வேறு கட்சிகளை உள்ளடக்கிய பாராளுமன்ற உறுப்பினர்கள் இருக்கிறார்கள். அதில் சிலர் முக்கியப் பொறுப்புகளை வகிக்கும் அமைச்சர்களாகவும் இருக்கிறார்கள். அந்த அமைச்சர்களின் உறவினர்களோ, அல்லது நண்பர்களோ பல்வேறு பெயர்களில் ஐ.டி கம்பெனிகளை நடத்திக் கொண்டிருக்கிறார்கள். நேகா டெக்னாலஜிஸ், ஃப்யூச்சர் ஷேஃப் இந்த இரண்டு கம்பெனிகளிலும் நிச்சயமாக அப்படிப்பட்ட நபர்கள் ஒருசிலராவது இருப்பார்கள். அங்கே அதிரடிச் சோதனை நடத்த நான் அனுமதி கேட்டாலே அடுத்த விநாடி முதல் அவர்களுக்கு எதிரியாக மாறிவிடுவேன். அதற்குப் பிறகு நான் இந்தப் பதவியில் நீடிப்பதுகூட சந்தேகமாகிவிடும்."

"அப்படியென்றால் இதற்கு என்னதான் தீர்வு சார்?"

"நிதானமாக யோசித்து செயல்பட வேண்டும்." வாசுதேவ் தன் சதைப்பிடிப்பான தாடையைத் தேய்த்தபடி சொல்லிக் கொண்டிருக்கும்போதே... பாஸ்கருக்கு பக்கவாட்டில், மூன்றாவது வரிசையில் உட்கார்ந்திருந்த சீஃப் விஜிலென்ஸ் ஆபீஸர் காவ்யா பாஸ்கரிடம் திரும்பினாள்.

"பாஸ்கர்! நீங்கள் சொன்ன அந்த நேகா டெக்னாலஜிஸ் கம்பெனியில்தானே உங்கள் மனைவி வேலை பார்க்கிறார்கள்.அந்தக் கம்பெனியின் நடவடிக்கைகள் பற்றி எப்போதாவது உங்களிடம் புகார் சொன்னது உண்டா...?"

"அப்படி ஏதும் சொன்னதில்லை, மிஸ்.காவ்யா! பொதுவாக தன்னுடைய கம்பெனி சம்பந்தப்பட்ட எந்த ஒரு தகவலையும் என்னுடன் பகிர்ந்து கொள்ள மாட்டாள். நானும் உரிமை எடுத்துக்கொண்டு எதையும் கேட்க மாட்டேன்."

வாசுதேவ் இடைமறித்துக் கேட்டார்.

"நேகா டெக்னாலஜிஸ் கம்பெனியில் முக்கியமான பொறுப்புகளில் இருப்பவர்கள் யார்?"

"சேர்மன் வெங்கடாத்ரி, சி.டி.ஓ விகாஷ் பட்டேல் இருவரும் முக்கியமானவர்கள்."

வாசுதேவ் தன் இருக்கையில் இருந்து நிமிர்ந்து உட்கார்ந்தார்.

"சி.டி.ஓ பெயர் என்னவென்று சொன்னீர்கள்?"

"விகாஷ் பட்டேல்..."

"அவரை நீங்கள் பார்த்திருக்கிறீர்களா?"

"பார்த்திருக்கிறேன்... நானும் என்னுடைய மனைவியும் ஒரு கலாச்சார விழாவுக்குச் சென்றிருந்தபோது, அவரும் வந்திருந்தார். என் மனைவி அவரை எனக்கு அறிமுகப்படுத்தி வைத்தாள். பொதுவான விஷயங்களைப் பற்றி நான் அவரோடு ஒரு ஐந்து நிமிடம் பேசிக் கொண்டிருந்தேன். ஏன் சார் உங்களுக்கு அவரைத் தெரியுமா?" பாஸ்கர் கேட்ட கேள்விக்கு பதில் சொல்லாமல் வாசுதேவ் தன்னுடைய செல்போனை எடுத்து கேலரி ஆப்ஷனுக்குப் போய் அதை உயிர்ப்பித்து, அதில் இடம் பிடித்திருந்த போட்டோ ஒன்றை ஜூம் செய்து காட்டியபடி கேட்டார்.

"அந்த விகாஷ் பட்டேல் இவர்தானா என்று பாருங்கள்."

பாஸ்கர் பார்த்துவிட்டுத் தலையாட்டினான்.

"இவர்தான் சார்"

வாசுதேவ், ஒரு சிறிய புன்னகையோடு சொன்னார்.

"ஹி... ஈஸ்... ஏ... டாப் கிளாஸ் க்ரிமினல்..."

30

வாசுதேவ் சொன்னதைக் கேட்டு மீட்டிங்கில் இருந்த பதினோரு அதிகாரிகளும் அதிர்ந்துபோன முகங்களோடு பரஸ்பரம் பார்த்துக் கொண்டார்கள். பாஸ்கர், வாசுதேவ்வை திகைப்போடு ஏறிட்டான்.

“என்ன சார் சொல்கிறீர்கள்? விகாஷ் பட்டேல் ஒரு க்ரிமினலா?”

“ஆமாம். க்ரிமினல் என்றால் அவர் கொலை, கொள்ளை போன்ற செயல்களில் ஈடுபட்ட க்ரிமினல் இல்லை.”

“பிறகு...?”

“ஹி ஈஸ் ஏ ஒயிட் காலர் சைபர் க்ரிமினல்.கடந்த இரண்டு வருட காலத்தில் அவர் மீது மும்பை டெல்லி நீதிமன்றங்களில் பத்துக்கும் மேற்பட்ட வழக்குகள் நிலுவையில் உள்ளன. அவருக்கு அரசியல் பின்புலம் உள்ளதால் விரைவாக விசாரணை நடத்தப்படாமல் இழுத்தடிக்கப்பட்டு வருகின்றன. இங்குள்ள ஊடகங்களும் அவற்றை வெளிப்படுத்துவதில்லை.”

“சார்... அவர் எது மாதிரியான குற்றங்களில் ஈடுபட்டார் என்பதை சொல்லமுடியுமா?”

“எஸ்... ஐ கேன்...” பெருமூச்சொன்றை வெளியேற்றிவிட்டு நிதானமான குரலில் பேச ஆரம்பித்தார் வாசுதேவ்.

“ஐ.டி தொழில்நுட்பத்தில் பொதுவாக நடக்கும் சைபர் க்ரைம்ஸ் எதுவென்றால் ஹராஸ்மெண்ட், ரான்சம்வேர்,

பிராஸ்டிடியூஷன், சைல்ட் போர்னோகிராபி அண்ட் சொலிஸிடேஷன், இண்டலக்சுவல் ப்ராப்பர்ட்டி ரைட்ஸ் தெஃப்ட், அக்கௌண்ட் ஹேக்கிங், ட்ரக் ட்ராஃப்பிக்கிங், க்ரெடிட் கார்ட் ஃப்ராட் இப்படி ஒரு பெரிய பட்டியலே போடலாம். இது தவிர மால்வேர் என்று சொல்லப்படுகின்ற சைபர் அட்டாக் மோசடிகள் செய்து பல்வேறு குற்றங்களுக்குக் காரணமாய் இருந்திருக்கிறார் விகாஷ் பட்டேல். இப்படிப்பட்ட சைபர் க்ரைம் குற்றங்களை அவர் செய்கிறார் என்பதை, முதன் முதலாக ஆஸ்திரேலியாவில் இருக்கும் க்ளோபல் சைபர் செக்யூரிட்டி விங்தான் கண்டுபிடித்து இந்தியாவில் உள்ள சைபர் செக்யூரிட்டி எக்ஸ்பெர்ட்ஸ்க்குத் தெரிவித்தது. அந்தக் குற்றச்சாட்டின் அடிப்படையில் அவர் மீது நம் நாட்டில் சட்டரீதியான நடவடிக்கை எடுக்கப்பட்டது. ஆனால் ஆதாரங்கள் வலுவாக இல்லாததாலும், அவர் ஆளும் கட்சியைச் சேர்ந்த எம்.பி. ஒருவருக்கு நெருங்கிய நண்பராக இருந்த காரணத்தாலும், சைபர் க்ரைம் ப்ராஞ்ச் சிறப்பு போலீஸாரால் எதுவுமே செய்யமுடியாமல் போய்விட்டது. அவர் மீது ஒரு சிறிய நடவடிக்கையைக் கூட எடுக்க முடியவில்லை. அந்த பலவீனத்தை உபயோகப்படுத்திக் கொண்ட விகாஷ் பட்டேல் டெல்லியிருந்து சென்னைக்குப் புறப்பட்டு வந்து நேகா டெக்னாலஜிஸ் கம்பெனியில் ஒரு பவர்ஃபுல் போஸ்டிங்கில் உட்கார்ந்து செட்டிலாகிவிட்டார் என்று நினைக்கிறேன்.”

பாஸ்கர் கேட்டான்.

“சார்... அந்த விகாஷ் பட்டேல் ஒரு சைபர் க்ரைம் குற்றவாளி என்கிற விஷயம் வெங்கடாத்ரிக்கு தெரிந்திருக்கும் என்று நினைக்கிறீர்களா?”

“அவரைத்தான் கேட்க வேண்டும்.”

“அவரிடம் யார் சென்று... எப்படி கேட்பது?”

“ஏன் நீங்களே கூட விசாரிக்கலாம். உங்கள் மனைவி பணிபுரியும் ஐ.டி கம்பெனிதானே?”

“ஆமாம் சார்... ஆனால் அவரோடு எனக்கு அவ்வளவாக பழக்கமில்லை. இரண்டு தடவையோ, மூன்று தடவை சந்தித்தபோது சில வார்த்தைகள் மட்டுமே பேசியிருக்கிறேன். அவ்வளவு தான்.இந்த அறிமுக பழக்கத்தை வைத்து எப்படி விகாஷ் பட்டேலைப் பற்றி அவரிடம் பேசுவது..?”

“இதோ பாருங்கள் பாஸ்கர்... ஒரு பிரச்சினையை நாம் கையாளும்போது சில முடிவுகளை துணிச்சலாக எடுக்க வேண்டும். விகாஷ் பட்டேலின் குற்றப் பின்னணி ஒருவேளை வெங்கடாத்ரிக்குத் தெரிந்திருக்கலாம். நமது புலனாய்வுத் துறையில் நீங்கள் இப்போது அடிஷனல் ஜாயிண்ட் டைரக்டர். அந்தப் பதவியின் அதிகாரத்தைப் பயன்படுத்தி துறை ரீதியாகக் கூட நீங்கள் ஃபார்மல் விசாரணையை மேற்கொள்ள முடியும். அந்த விசாரணை இயல்பாகவும், அதே நேரத்தில் ஆழமாகவும் இருக்க வேண்டியது முக்கியம்.”

பாஸ்கர் சில விநாடிகள் நிசப்தம் காத்து விட்டு மெல்லத் தலையை ஆட்டிவிட்டு சொன்னான்.

“ஓகே... சார்! நாளை காலையே வெங்கடாத்ரியின் வீட்டுக்கே போய் பார்த்துப் பேசிவிடுகிறேன்.”

“அப்பிடியே செய்யுங்கள்... விஷ் யூ ஆல் த பெஸ்ட்...” சொன்ன வாசுதேவ் புன்னகையுடன் எழுந்து நின்று பாஸ்கரின் கையைப் பற்றிக் குலுக்கினார்.

மறுநாள் காலை 7 மணி.

வெங்கடாத்ரியின் பெசன்ட் நகர் பங்களா.

காலை இளம்வெயிலில் பங்களாவுக்கு முன்புறம் அடர்த்தியான பச்சை நிறத்தில் பெயிண்ட் அடித்த தினுசில் தெரிந்த புல்வெளியில் ஒரு நாற்காலியில் உட்கார்ந்திருந்தார் வெங்கடாத்ரி. பக்கத்து நாற்காலியில் பாஸ்கர் அமர்ந்து தயக்கமான குரலில் பேசிக் கொண்டிருந்தான்.

"சொல்லுங்க சார்... விகாஷ் பட்டேல் ஒரு சைபர் க்ரைம் க்ரிமினல்ன்னு வாசுதேவ் சொன்னார். அவர் சொன்னது உண்மையா...?"

வெங்கடாத்ரியின் உதடுகளில் ஒரு கேலிப் புன்னகை உதித்தது. "இதைக் கேட்கத்தான் இவ்வளவு சீக்கிரமா புறப்பட்டு வந்தீங்களா?"

"வேற வழி...? வாசுதேவ் என்னோட இம்மீடியட் பாஸ். அவர் சொல்றதை நான் கேட்டாகணும்."

"சரி... நான் உண்மையைச் சொல்லிடறேன். வாசுதேவோட பார்வையில விகாஷ் பட்டேல் ஒரு சைபர் க்ரைம் க்ரிமினலா தெரியலாம். ஆனா நியாயப்படி பார்த்தா அவர் ஒரு சைபர் க்ரைம் அனலிஸ்ட். ஆர்ட்டிஃபிஷியல் இண்டலிஜென்ஸ் சம்பந்தப்பட்ட நுணுக்கமான விஷயங்களைத் தெரிஞ்சு வெச்சிருக்கிற ஹைலி டேலண்ட்டட் பர்ஸன். அப்படிப்பட்ட ஒரு நபர்தான் என்னோட கம்பெனிக்கு வேணும்னு நினைச்சேன். நானே டெல்லிக்குப் போய் அவரை மீட் பண்ணி கூட்டிட்டு வந்தேன். ஆல்ரெடி ஹனி ட்யூ ரிசார்ட்டில் இருந்த மேக்னாவை அவருக்கு அறிமுகம் பண்ணப்ப... விகாஷ் பட்டேலோட ஏ.ஐ நாலெட்ஜைப் பார்த்து மேக்னாவே பிரமிச்சுப் போய் பாராட்டினா."

"இப்ப நீங்க என்ன சொல்ல வர்றீங்க...சார்...! விகாஷ் பட்டேல் குற்றவாளியா... இல்லை புத்திசாலியா...?"

"என்னோட பார்வையில அவர் ஒரு ஹைலி டேலண்ட்டட் டெக்னாலஜிஸ்ட். சட்டத்தோட பார்வையில அவர் ஒரு கிரிமினல்."

"சட்டம் ஏன் அவரை ஒரு குற்றவாளி மாதிரி பார்க்கணும்?"

"இதுக்கான பதில் வெரி சிம்பிள். எந்த ஒரு டெக்னிக்கல் எக்ஸ்பர்ட்டும் சட்ட விதிகளுக்கு உட்பட்டு ஒருசில

கருவிகளைத் தயாரிக்க முடியாது. சின்னச் சின்னதாய் சில விதிமீறல்கள் இருக்கத்தான் செய்யும். அப்படிப்பட்ட விதிமீறல்களை விகாஷ் பட்டேல் செஞ்சு இருக்கலாம்னு நான் நினைக்கிறேன்."

"சின்னச் சின்ன விதிமீறல்கள்ன்னு நீங்க சொல்றீங்க... ஆனா டைரக்டர் வாசுதேவ் அவரை பக்கா க்ரிமினல்ன்னு சொல்றார். இதுல எது சரின்னு எனக்கு தெரியலை..."

வெங்கடாத்ரி சிறு சிரிப்போடு பாஸ்கரை ஏறிட்டார்.

"அப்படி அவர் ஒரு க்ரிமினலாய் இருந்திருந்தா சட்டப்படி நடவடிக்கை எடுத்து இருக்கவேண்டியதுதானே... ஏன் பண்ணலை?"

"விகாஷ் பட்டேலுக்கு அரசியல்வாதிகளோட செல்வாக்கு இருக்கிறதா அவர் சொன்னார்."

"தப்பான கண்ணோட்டம். என்னைப் பொறுத்தவரைக்கும் விகாஷ் பட்டேல் செயற்கை நுண்ணறிவு தொழில்நுட்பத்தில் மிகச்சிறந்த திறமைசாலி... குற்றவாளி கிடையாது. நான் இப்படிச் சொன்னதா உங்க டைரக்டர்கிட்டே போய்ச் சொல்லுங்க. அதுக்கப்புறம் அவர் எதுமாதிரியான விசாரணைக்கு என்கிட்டே வந்தாலும், நானும் அவரும் அதை ஃபேஸ் பண்ணத் தயாராய் இருக்கோம்."

"சார்... உங்க ஒப்பினியனை அவருக்கு சொல்றேன்.. ஆனா நான் இப்ப கவலைப்படறதெல்லாம் என்னோட மனைவி அட்சயாவைப் பத்தித்தான். அவ இப்போ எந்த நிலைமையில, எங்கே இருக்காளோன்னு ஒரே கவலையாய் இருக்கு. அவளைப் பிரிஞ்சிருக்கிற ஒவ்வொரு நிமிஷமும் எனக்கு நெருப்பு மேல நின்னுட்டு இருக்கிற மாதிரி இருக்கு. ராத்திரி ஒரு நிமிஷம்கூட என்னால தூங்க முடியலை.ஆனா, ஏ.ஐ தொழில்நுட்பத்தைப் பயன்படுத்தி அட்சயாவைக் கண்டுபிடிக்க முடியும்னு மேக்னா சொன்னப்ப மனசுக்குத் தைரியமாய் இருந்தது. அந்த மேக்னாவே

இப்போ செயல்படக் கூடிய நிலைமையில் இல்லைன்னு நினைக்கும்போது டென்ஷன் அதிகமாகுது சார்.இப்ப என்ன பண்ணப் போறோம்..?"

வெங்கடாத்ரி பாஸ்கரின் தோள் மீது கையை வைத்தார்.

"தைரியமாயிருங்க...பாஸ்கர் அட்சயாவை எப்படியும் மீட்டிடலாம்... உங்க மனைவி கடத்தப்பட்ட விஷயம் பத்தி வாசுதேவ்கிட்ட சொல்லலையே?

"நேரடியா நான் சொல்லலை.. போலீஸ் மூலமா தெரிஞ்சிருக்க வாய்ப்பு இருக்கு...ஆனா ஒரு விஷயம்... அவ எதுக்காக கடத்தப்பட்டாங்கறது நம்ம மூணு பேரைத் தவிர யாருக்கும் தெரியாது... இதுவரைக்கும் அதை நான் போலீஸ்க்கும் சொல்லலே!" சொன்ன பாஸ்கர், தன்னுடைய பாக்கெட்டில் சொருகி வைத்திருந்த அந்த வாய்ஸ் ரிக்கார்ட்டர் டிவைஸ் பொருத்தப்பட்ட பால்பாயிண்ட் பேனாவை எடுத்து வெங்கடாத்ரியிடம் நீட்டினான்.

"சார்... நேத்து ராத்திரி நடந்த மீட்டிங்ல... யார் யார் என்னென்ன பேசினாங்கங்கிற எல்லா விஷயங்களும் இதுல பதிவாகியிருக்கு. நீங்களும் விகாஷ் பட்டேலும் கேட்டுப் பார்த்துட்டு உங்களுக்கு ஏதாவது சந்தேகம் இருந்தா அதைத் தெளிவுபடுத்த நான் தயாராயிருக்கேன். எனக்கு இப்ப வேண்டியதெல்லாம் என்னோட அட்சயாதான். வாசுதேவ் ரெய்டு விஷயமா கையை விரிச்சிட்டார்... போலீஸ் ஆமை வேகத்துல விசாரணை நடத்துறாங்க.. கடைசி 12 மணி நேரத்துல எந்த இம்ப்ரூவ்மெண்ட்டும் இல்லை. அவங்க மேல இருக்குற நம்பிக்கை கொஞ்சம் கொஞ்சமா குறைஞ்சுட்டு வருது. இப்ப கடைசில உங்களைத்தான் நான் நம்பியிருக்கேன்."

"பாஸ்கர்... இந்த விஷயத்துல நாம நிதானமா செயல்பட வேண்டியது ரொம்பவும் முக்கியம். மேக்னா இப்போ செயல்படாத நிலைமையில இருந்தாலும்... ஏ.ஐ தொழில்நுட்பத்துல விகாஷ் பட்டேலும் எக்ஸ்பர்ட் தான்

நீங்க புரிஞ்சுக்கணும். ஆனா என்ன அந்த 'இன்விஸிபிள் க்ளோக்கிங்'கிறது மட்டும் அவருக்குப் பிடிபடலை. லேசா பிடிபட்டா கூடப் போதும்... அவர் அட்சயா இருக்கிற இடத்தைக் கண்டுபிடிச்சிடுவார். பை த பை... நீங்க அந்த ஆதித் சர்மாவோட பொண்ணு சமுத்ராகிட்டே மறுபடியும் பேசினீங்களா...? அவளுக்கு வெளிநாட்ல யாரோ ஒரு புரஃபஸர் இருக்கிறதாவும், அவர்கிட்டே கேட்டுட்டு சொல்றதாவும் சொன்னாளே...?"

"நான் காலையில ஆறு மணிக்கே சமுத்ராவுக்கு போன் பண்ணிக் கேட்டேன் சார்... அர்த்தம் தெரியலைன்னு சொல்லியிருக்கார் அந்த யு.எஸ். புரொஃபஸர். வேற சில ஏ.ஐ எக்ஸ்பர்ட்ஸ்கிட்ட கேட்டுப் பார்க்கிற முயற்சியில சமுத்ரா மும்முரமா இறங்கியிருக்கா... அந்தப் பொண்ணு எப்படியும் கண்டுபிடிச்சுடுவா சார்"

பாஸ்கர் சொல்லிக் கொண்டிருக்கும்போதே வெங்கடாத்ரியின் கையிலிருந்த செல்போன் முணுமுணுப்பாய் டயல் டோனை வெளியிட்டது.

அழைப்பது யாரென்று பார்த்தார்.

போனின் டிஸ்ப்ளே திரையில் ஒரு புது எண்.

"ஒரு புது நெம்பர் வருது."

வெங்கடாத்ரி ஆன் செய்து "ஹலோ" என்று குரல் கொடுத்துக்கொண்டே பாஸ்கரை விட்டு பத்தடி தூரம் விலகிப் போய் நின்றார். மறுமுனையில் கரகரப்பாய் ஒரு குரல் ஒலித்தது.

"சார்... நான் ஹைவேஸ் போலீஸ் பேட்ரோலிங் ட்ராஃபிக் இன்ஸ்பெக்டர் பேசறேன். நீங்க மிஸ்டர் வெங்கடாத்ரிதானே...?"

"ஆமா..."

"விகாஷ் பட்டேல்ங்கிற பேர்ல உங்களுக்கு யாராவது தெரியுமா?"

"தெரியும்... ஏன்... என்ன விஷயம்?"

“அவர் காரோட ரெஜிஸ்ட்ரேஷன் நெம்பர் என்னன்னு சொல்ல முடியுமா?”

“எதுக்காகக் கேக்கறீங்க...?”

“ஒரு வெரிஃபிகேஷனுக்காக...”

“என்ன வெரிஃபிகேஷன்?”

“மொதல்ல அவர் காரோட நெம்பரைச் சொல்லுங்க...?”

வெங்கடாத்ரி சில விநாடிகள் தயக்கமாய் இருந்துவிட்டு விகாஷ் பட்டேலின் கார் நெம்பரை நிறுத்தி நிதானமான குரலில் சொன்னார்.

மறுமுனையில் இருந்த இன்ஸ்பெக்டர் செவிமடுத்துவிட்டு சில விநாடிகள் கழித்து தயக்கமான குரலில் பேசினார்.

“சாரி டூ ஸே திஸ்... சென்னை டூ காஞ்சிபுரம் ஹைவேஸ் ரோட்ல அவரோட கார் ஒரு மரத்துல மோதி, காரை ஓட்டிவந்த விகாஷ் பட்டேல் சம்பவ இடத்திலேயே இறந்துட்டார்.”

31

வெங்கடாத்ரியின் கையிலிருந்த செல்போன் ஒரு அதிர்வுக்கு உட்பட போனின் மறுமுனையில் இருந்த அந்த இன்ஸ்பெக்டரிடம் குரல் நடுங்கக் கேட்டார்.

"என்ன சொல்றீங்க... ஸார்... எப்படி?"

"எஸ்! ட்ரன்க் அண்ட் ட்ரைவ். ஃபுல்லா குடிச்சிட்டு சீட் பெல்ட் போடாம காரை வேகமாய் ஓட்டிட்டு வந்திருக்கார். செம்பாக்கம் டோல் கேட்ல அவர் குடிபோதையில தடுமாறி வண்டி ஓட்டுனதைப் பார்த்துட்டு, வார்ன் பண்ணி அனுப்பியிருக்காங்க. ஆனா விகாஷ் பட்டேல் அதை அலட்சியம் பண்ணிட்டு, காரை ஸ்டார்ட் பண்ணி, வேகமா கிளம்பியிருக்கார். இது சம்பந்தமா அங்கிருந்த கார்டு அஞ்சு கிலோ மீட்டர் தள்ளியிருந்த மாம்பாக்கம் போலீஸ் ஸ்டேஷனுக்குத் தகவல் கொடுத்திருக்கார். போலீஸ் காரை ட்ரேஸ் பண்ணி மடக்குறதுக்குள்ளே கார் ரோட்டோர பள்ளத்துல இறங்கி, ஒரு மரத்துல மோதி, முன்பக்கம் நொறுங்கியிருக்கு. துரதிஷ்டவசமா சீட்பெல்ட் போடாததாலே ஏர்பேக்ஸ் வொர்க் ஆகல...அவர் ஸ்பாட்லயே இறந்துட்டார்."

வெங்கடாத்ரி குறுக்கிட்டுக் கேட்டார்.

"ஓ மை குட்னஸ்.... கார்ல வேற யாராவது இருந்தாங்களா?"

"இல்லை... இவரு மட்டும் தான்... செல்ஃப் ட்ரைவ் பண்ணிட்டு வந்திருக்கார். விடியற்காலை இருட்டுல, ரோடு சரியாத் தெரியாத காரணத்தால நடந்த விபத்து இது. அதுதான் உங்களுக்குப் போன் பண்ணினேன்."

"என்னோட செல்போன் நெம்பர் உங்களுக்கு எப்படித் தெரிஞ்சது?"

"ஆக்ஸிடெண்ட் நடந்த ஸ்பாட்ல விகாஷ் பட்டேலோட செல்போன் எந்த விதமான சேதமும் இல்லாம கிடைச்சது. செல்போன்ல எமர்ஜென்ஸி நம்பர் உங்களோடதுதான் ஸ்க்ரோல் ஆயிட்டு இருந்தது.அதான் உங்க நம்பருக்கு போன் பண்ணோம். பை த பை... விகாஷ் பட்டேலோட ஃபேமிலிக்குத் தகவல் கொடுக்கணும். அவங்களோட காண்டாக்ட் நம்பர் வேணும் ஸார்."

"விகாஷ் பட்டேல் மும்பையைச் சேர்ந்தவரு. அவருக்கு ஃபேமிலினு யாரும் கிடையாது."

"அப்படீன்னா நீங்க புறப்பட்டு ஜி.ஹெச்க்கு வந்திருங்க. பாடியை போஸ்ட் மார்ட்டம் பண்ணி முடிச்ச பின்னாடி, சில ஃபார்மாலிடி பேப்பர்ஸ்ல நீங்க கையெழுத்துப் போட வேண்டியிருக்கும். ப்ளீஸ்...!!"

மறுமுனையில் பேசி கொண்டிருந்த இன்ஸ்பெக்டர் இணைப்பைத் துண்டித்துவிட, வெங்கடாத்ரியும் இருளடைந்த முகத்தோடு தன்னுடைய செல்போனை அணைத்தார். எதிரே உட்கார்ந்து அவருடைய முகத்தையே பார்த்துக் கொண்டிருந்த பாஸ்கர் தவிப்பான குரலில் கேட்டான்.

"என்ன சார்... விகாஷ் பட்டேலுக்கு என்னாச்சு...?"

வெங்கடாத்ரிக்கு குரல் குழறியது.

"பா... பாஸ்கர்... நடக்கிற சம்பவங்களையெல்லாம் பார்த்தா இப்ப எனக்கே பயமாயிருக்கு. விகாஷ் பட்டேல் குடிபோதையில காரை ஓட்டி மரத்துல மோதி ஸ்பாட்லயே

இறந்து போயிருக்கார். போன்ல பேசின இன்ஸ்பெக்டர் என்னை உடனடியாய் ஜி.ஹெச் வரச் சொல்றார்...”

பாஸ்கர் தன் நெற்றியைப் பிடித்துக் கொண்டான்.

“ஸ...ஸ...ஸார்... நீங்க சொல்றதைக் கேக்கறப்ப அட்சயாவோட உயிருக்கும் ஆபத்து ஏற்பட்டிருக்குமோன்னு அடிவயித்துக்குள்ளே ஒரு கலவரம் நடக்குது... இனிமேலயும் நாம போலீஸ்கிட்டே எதையும் மறைக்காமே ஆரம்பத்திலிருந்து நடந்த எல்லா உண்மைகளையும் சொல்லிடறது பெட்டர் சார்... அப்படிச் சொன்னாத்தான் அட்சயாவையாவது காப்பாத்த முடியும்.”

வெங்கடாத்ரி பெருமூச்சுடன் கையமர்த்தினார்.

“அவசரப்படாதீங்க பாஸ்கர். கொஞ்சம் பொறுமையா இருங்க! இப்ப நீங்க வீட்டுக்குக் கிளம்புங்க... நான் ஜி.ஹெச் போய் விகாஷ் பட்டேல் சம்பந்தப்பட்ட ஃபார்மாலிட்டீஸை முடிச்சிட்டு வந்துடறேன். அதுக்கப்பறம் மேற்கொண்டு என்ன பண்ணலாம்னு பேசலாம். விதி வலியதுனு சொல்லுவாங்க... குடிச்சிட்டு காரை ஓட்டாதேன்னு எத்தனையோ தடவை சொல்லியிருக்கேன். அந்த மனுஷன் காதுல போட்டுக்கவே மாட்டார். இன்னிக்கு ஒரேடியா போய்ச் சேர்ந்துட்டார். ஏ க்ரேட் லாஸ் டூ மீ... அண்ட் டூ த ஐடி இண்டஸ்ட்ரி.” சலிப்போடு சொல்லிக்கொண்டே, வெங்கடாத்ரி எழுந்து கொண்டார்.

ஜி.ஹெச்சுக்குப் பின்புறமாய் இருந்த மார்ச்சுவரி ப்ளாக்கின் கட்டிட சுவரோரமாய் காரை நிறுத்திவிட்டு, தளர்ந்து போன உடம்போடு கீழே இறங்கிய வெங்கடாத்ரியை அந்த இன்ஸ்பெக்டர் எதிர்கொண்டார்.

“உங்களுக்காகத்தான் வெயிட் பண்ணிட்டிருக்கேன் சார்!”

“போஸ்ட் மார்ட்டம் முடிஞ்சுதா?”

“நடந்துட்டிருக்கு சார்... அடுத்த ஒரு அரை மணி நேரத்துக்குள்ளே ரிப்போர்ட் வந்துடும்.”

"அப்படீன்னா நான் கார்லயே உட்கார்ந்து வெயிட் பண்றேன். போஸ்ட்மார்டம் முடிஞ்சதும் என்னைக் கூப்பிடுங்க. நான் வந்து ஃபார்மாலிட்டி பேப்பர்ஸ்ல கையெழுத்துப் போட்டுக் கொடுத்துடறேன்."

இன்ஸ்பெக்டர் ஒரு சில விநாடிகள் தயங்கிவிட்டு சொன்னார். "சாரி ஸார்...! நீங்க கார்ல இருக்க வேணாம்... அதோ அந்த ரூம்க்குப் போயிடலாம். அங்கே உங்களுக்காக ஏசிபி கணேசபாண்டியன் வெயிட் பண்ணிட்டிருக்கார்."

வெங்கடாத்ரியின் முகம் மாறியது.

"எதுக்கு...?"

"விகாஷ் பட்டேல் விபத்தில் இறந்தது சம்பந்தமாய் உங்ககிட்ட பேசணும்ன்னு சொன்னார்."

"இட்ஸ் ஓகே...! நானே அவரைப் பார்க்கணும்ன்னு நினைச்சுட்டிருந்தேன்." என்று சொன்ன வெங்கடாத்ரி, இன்ஸ்பெக்டர் சுட்டிக் காட்டிய, அந்தக் கட்டிட அறையை நோக்கிப் போனார்.

எப்போதோ பூசப்பட்டிருந்த பெயிண்ட்டும், சுண்ணாம்புப் பூச்சும் உதிர்ந்து போய், பழமை நெடி அடித்த அந்த அறைக்குள், இரண்டு பாலியூரிதீன் நாற்காலிகள் போடப்பட்டிருக்க, ஒன்றில் அஸிஸ்டெண்ட் கமிஷனர் கணேசபாண்டியன் சாய்ந்தபடி, செல்போனில் எதையோ பார்த்தபடி பார்வைக்குக் கிடைத்தார்.

வெங்கடாத்ரி அறைக்குள் நுழைந்ததும் ஏசிபி எழுந்து நின்று கை கொடுத்தார்.

"ஸாரி... ஸார்! இப்படிப்பட்ட மோசமான நிலைமைகளிலேயே நாம சந்திக்க வேண்டியிருக்கு. மேக்னா... இப்ப விகாஷ் பட்டேல். கம்பெனியோட மிகப்பெரிய பொறுப்பான பதவியில் இருக்கிற ஒருத்தர் எதுக்காக செல்ஃப் ட்ரைவ் பண்ணணும். ஒரு டிரைவரை வெச்சுக்க வேண்டியதுதானே?"

வெங்கடாத்ரி நாற்காலியில் தளர்வாய் அமர்ந்து கொண்டே சொன்னார்.

“கார்ல போகும்போது டிரைவர் இருந்தா சில கான்ஃபிடன்ஷயலான விஷயங்களை பேச முடியாதுன்னு நிறைய தடவை சொல்லியிருக்கார். ஒரு விதத்துல அது சரிதான்னு நானும் ஒத்துக்கிட்டு விட்டுட்டேன். ஆனா குடிபோதையில காரை ஓட்ட வேண்டாம்ன்னு எத்தனையோ தடவை சொல்லியிருக்கேன். காதிலேயே போட்டுக்கமாட்டார். அதனோட விளைவுதான் இந்த ஆக்ஸிடெண்ட்னு நினைக்கிறேன்...”

“அவரோட மரணத்துல உங்களுக்கு எந்த சந்தேகமும் வரலையா சார்...?”

“இதுல சந்தேகம் வர என்ன இருக்கு...?”

“ஆனா டாக்டர்ஸ் சந்தேகப்படறாங்களே...!”

வெங்கடாத்ரி திகைத்தார்.

“டாக்டர்ஸ் சந்தேகப்படறாங்களா...?”

“ஸ்பாட் போஸ்ட் மார்ட்டம் எக்ஸ்டர்னல் எக்ஸாமினேஷன் ரிப்போர்ட்ல விகாஷ் பட்டேல் உடம்பிலிருந்த காயங்கள் கார் விபத்தினால ஏற்பட்டதில்லை. அவரை யாரோ தாக்கி மரணத்தை ஏற்படுத்தியிருக்கலாம்னு மென்ஷன் பண்ணியிருக்காங்க...”

வெங்கடாத்ரியின் விழிகள் அதிர்ச்சியில் நிலை குத்தியது. முகப்பரப்பில் வியர்வை அரும்பி மின்னியது. அதிர்ச்சியோடு கேட்டார். “இது ஒரு மர்டரா இருக்கலாம்ன்னு நீங்க நினைக்கறீங்களா?”

“மே...பி! ஆனா டாக்டர்ஸ் இன்னும் அதை கன்ஃபார்ம் பண்ணலை. இப்போ இண்டர்னல் எக்ஸாமினேஷன் ஆஃப் போஸ்ட்மார்ட்டம் நடந்துட்டிருக்கு. அந்த ரிப்போர்ட் வந்ததும்தான், டாக்டர்கள் மரணத்துக்குக் காரணமான உண்மையைத் தெரியப்படுத்துவாங்கன்னு நினைக்கிறேன்.”

வெங்கடாத்ரி தன் கையில் வைத்திருந்த கர்ச்சீப்பால் நெற்றி வியர்வையை ஒற்றிக் கெண்டார்.

மேற்கொண்டு ஏசிபி கணேசபாண்டியன் ஏதோ சொல்ல முயற்சித்த விநாடி, அவருடைய செல்போன் வைபரேஷனில் அதிர்ந்தது. எடுத்து, ‘அழைப்பது யார்?’ என்று பார்த்தார்.

ஃபாரன்ஸிக் டிபார்ட்மெண்ட்டைச் சேர்ந்த வெற்றிவேல் அழைத்துக் கொண்டிருந்தார்.

“சொல்லுங்க வெற்றிவேல்.”

“சார்... உங்க வாட்ஸ்அப்புக்கு ஒரு வீடியோ அனுப்பியிருக்கேன். ப்ளீஸ் ஹேவ் ஏ லுக்...”

“என்ன வீடியோ?”

“விகாஷ் பட்டேலோட கார் விபத்துக்குள்ளான இடத்தை சீன் ஆஃப் க்ரைம் பார்த்துட்டிருந்தப்ப, அந்த இடத்திலிருந்து கொஞ்சம் தள்ளி ஒரு லாட்ஜ் வாசல்ல பொருத்தியிருந்த சி.சி.டி.வி காமிராவில் பதிவாகியிருந்த ஒரு காட்சி, நடந்த கார் விபத்துக்கு ஒரு முக்கியமான தடயமா மாறியிருக்கு சார்.”

“ஈஸிட்...?”

“விபத்து நடக்கறதுக்கு முந்தி விகாஷ் பட்டேலோட காரை ஒரு பொண்ணு நிறுத்தி, லிஃப்ட் கேட்டு, பின்பக்கச் சீட்டில் ஏறி உட்கார்ந்ததும் கார் புறப்பட்டுப் போற காட்சி அந்த சி.சி.டி.வி காமிராவில் பதிவாகியிருக்கு.”

“கார்ல ஏறினது பொண்ணா?”

“ஆமா சார்!”

“அது யார்ன்னு தெரிஞ்சதா?”

“தெரியலை... நான் அனுப்பியிருக்கிற வீடியோப் பதிவை கொஞ்சம் பாருங்க ஸார்... மிஸ்டர் வெங்கடாத்ரியும் அங்கே இருக்கிறதாய்க் கேள்விப்பட்டேன். அவருக்கும் அந்த வீடியோவைக் காட்டினா அந்தப் பொண்ணு யாருங்கிற விபரம் தெரிய வாய்ப்பிருக்கு.”

“இப்பப் பார்த்துடறோம்...” சொன்ன ஏசிபி கணேசபாண்டியன் செல்போனின் இணைப்பைத் துண்டித்துவிட்டு, வாட்ஸ்அப் ஆப்ஷனுக்குப் போய் அந்த வீடியோவைத் தொட்டு க்ளிக் செய்தார்.

32

இந்த சி.சி.டி.வி காமிராவின் பதிவு, உயிர்ப் பிடித்துக்கொண்டு செல்போனின் டிஸ்ப்ளே திரையில் ஒரு காட்சியாய் விரிந்தது

முழுமையாக, விடிந்தும் விடியாத அந்தக் காலை வேளையில், விகாஷ் பட்டேலின் கார் வேகமாய் வந்து கொண்டிருக்கிறது. மரத்துக்குப் பின்புறம் இருந்து ஒரு பெண் வெளிப்படுகிறாள். அவசர நடை நடந்து சாலையின் மையத்துக்குப் போய் நின்று கையசைக்கிறாள். கார் வேகத்தைக் குறைத்துக் கொண்டு நிற்கிறது. அந்தப் பெண் மெல்ல காரை நோக்கி நடக்கிறாள்.

காரின் ட்ரைவிங் இருக்கைக்கு அருகே சென்று குனிந்து நின்றபடி ஒரு சில விநாடிகள் பேசுகிறாள். பிறகு பின்பக்கக் கதவைத் திறந்து உள்ளே போய் அமருகிறாள். கார் நகர்கிறது. சிறிது சிறிதாய் பார்வையிலிருந்து கார் மறைகிறது.

சரியாய் ஒரு நிமிடம் பத்து விநாடிகள் ஓடிய அந்தப் பதிவைப் பார்த்த, கணேசபாண்டியனும் வெங்கடாத்ரியும் பரஸ்பரம் குழப்பமான பார்வைகளைப் பரிமாறிக் கொண்டார்கள். கணேசபாண்டியன் கேட்டார்.

“காரை மறிச்ச அந்தப் பொண்ணு யாருன்னு உங்களுக்குப் பிடிபடுதா சார்?”

“இல்லை... அரையிருட்டுல சரியாத் தெரியலை.”

“கார் விகாஷ் பட்டேலோடதுதானே?”

“நோ டவுட் ஆன் தட்! ட்ரைவிங் சீட்டுல இருக்கிறதும் அவர்தான்னு தெளிவாவே தெரியுது.”

“இந்த சி.சி.டி.வி வீடியோவை மறுபடியும் ஒரு தடவை போட்டுப் பார்ப்போம். அந்தப் பொண்ணு வர்ற இடங்களை மட்டும் ஸ்க்ரீன் ஷாட் எடுத்து ஜூம் செஞ்சு பார்த்தா ஒருவேளை அது யாருன்னு அடையாளம் தெரியலாம்.” சொன்ன கணேசபாண்டியன் மீண்டும் அந்த வீடியோ பதிவை ஓட விட, காட்சி உயிர் பெற்றது. அந்தப் பெண் காரை நிறுத்துவதையும், விகாஷ் பட்டேலோடு பேசுவதையும், பிறகு காரின் பின்பக்கத்தை திறந்து கொண்டு உள்ளே போவதையும், ஸ்க்ரீன் ஷாட்களாய் எடுத்து வைத்துக் கொண்ட கணேசபாண்டியன், அவற்றை ஒவ்வொன்றாய் ஜூம் செய்து வெங்கடாத்ரிக்குக் காட்டினார்.

“இப்ப யாருன்னு உங்களுக்குப் பிடிபடுதா சார்?”

வெங்கடாத்ரி உற்றுப் பார்த்துவிட்டு மெல்ல தலையசைத்தார்.

“ஸாரி! முகம் சரியாத் தெரியலை.”

“ப்ளீஸ்... கொஞ்சம் முயற்சிப் பண்ணிப் பாருங்க. உங்ககிட்டயும் விகாஷ் பட்டேல்கிட்டயும் பழகின பெண்களையெல்லாம் ஞாபகப்படுத்திக்கிட்டே வாங்க. ஏதாவது ஒரு முகம் உங்க நினைவுக்குத் தட்டுப்படலாம்.”

வெங்கடாத்ரி மேலும் இரண்டு நிமிட நேரத்தைச் செலவழித்து ஸ்க்ரீன்ஷாட்களை பெரிதுபடுத்தி பல கோணங்களில் பார்த்துவிட்டு, பெருமூச்சோடு ஏசிபியிடம் திரும்பினார்.

“இல்லை...! யாரும் நினைவுக்கு வரலை.”

“இந்தப் பொண்ணா இருக்குமோன்னு லேசா சந்தேகம் வந்தாக்கூட பரவாயில்லை சார்... சொல்லுங்க... ஃபாலோ அப் பண்ணிப் பார்த்துடலாம்.”

"அப்படியும் யோசனை பண்ணிப் பார்த்துட்டேன். யாரையும் சந்தேகப்பட முடியலை. விகாஷ் பட்டேல் பொண்ணுங்க விஷயத்துல கொஞ்சம் வீக். ஒருவேளை அவ அவருக்கு மட்டும் தெரிஞ்ச பொண்ணா இருக்கலாம்." வெங்கடாத்ரி சொல்லிக் கொண்டிருக்கும்போதே இன்ஸ்பெக்டர், அறைக்குள் நுழைந்து, ஏசிபிக்கு சல்யூட் ஒன்றைக் கொடுத்துவிட்டு மெல்லிய குரலில் சொன்னார்.

"சார்... விகாஷ் பட்டேலோட போஸ்ட் மார்ட்டம் இப்பத்தான் முடிஞ்சது. ஆனா ரிப்போர்ட் கைக்குக் கிடைக்க எப்படியும் அரை மணி நேரமாயிடும்ன்னு சீஃப் டாக்டர் சொன்னார்."

"நோ... ப்ராப்ளம்! நான் வெயிட் பண்ணி அந்த ரிப்போர்ட்டைப் பார்த்துட்டுப் போறேன். டாக்டர்கிட்டேயும் கொஞ்சம் பேச வேண்டியிருக்கு. நீங்க போய் ஃபர்தர் ஃபார்மாலிடீஸைக் கவனிங்க."

"எஸ்... சார்!" என்று சொன்ன இன்ஸ்பெக்டர் வெங்கடாத்ரியிடம் திரும்பினார்.

"சார்...! நீங்க போஸ்ட்மார்ட்டம் சம்பந்தப்பட்ட பேப்பர்ஸ்ல கையெழுத்துப் போடணும். ஒரு பத்து நிமிஷம் என்கூட வர முடியுமா?"

தலையசைத்த வெங்கடாத்ரி, தளர்ந்துபோன உடம்போடும், கனத்த மனதோடும் எழுந்தார்.

மாலை 7 மணி.

பாஸ்கர் சுவரோரமாய் இருந்த ஃப்ரிட்ஜைத் திறந்து வாட்டர் பாட்டிலை எடுத்துக் கொண்டு மீண்டும் சோஃபாவுக்கு வந்து சாய்ந்தபோது வாசலில் அழைப்பு மணியின் சத்தம் கேட்டது. எழுந்து போய் கதவைத் திறந்தான்.

வெளியே சமுத்ரா நின்றிருந்தாள். தோளில் ஒரு லேப்டாப் பேக் ஒன்று தொங்கிக் கொண்டிருந்தது.

பாஸ்கரின் கண்களில் வியப்பு பரவியது.

“சமுத்ரா...! நீங்க இங்கே இப்ப...?” பாஸ்கர் திக்கித் திணறி கேட்க,

“ஸாரி சார்...! உங்ககிட்ட உடனடியாய் கொஞ்சம் பேச வேண்டியிருந்ததால நேர்ல புறப்பட்டு வந்துட்டேன். இப்போ ஃப்ரீயாத்தானே இருக்கீங்க?”

“ஃப்ரீதான்...! ஒரு மணி நேரத்துக்கு முந்திதான், ஆபீஸிலிருந்து வந்தேன்.”

“அட்சயாவை கடத்திட்டு போனவங்ககிட்ட இருந்து கால் ஏதாச்சும் வந்ததா... ஸார்?”

“இல்லை... அதைத்தான் எதிர்பார்த்துக் காத்திட்டிருக்கேன். அன்னைக்கு உங்ககூட இருந்தப்ப பண்ணதோட சரி. அவங்க வெச்ச கோரிக்கையை நானே சொன்னமாதிரி மீட்டிங்ல சொன்னேன். அதுக்கு வாசுதேவ் முடியாதுன்னுட்டார். என்னால அவரைக் கன்வின்ஸ் பண்ண முடியலை. அட்சயா காணாமப் போனதைப் பத்தி விசாரிச்சுட்டு இருக்கற போலீஸ் டீம்கிட்ட பல உண்மைகளை மறைச்சுட்டேன்.... நம்ம ஸ்பை ஆப்ரேஷன், அதுக்கு பின்னாடி அட்சயாவுக்கும் அவ கம்பெனி பீப்பிளுக்கும் நடந்த விஷயங்கள்... ஃப்யூச்சர் ஷேப்ல நடந்த உளவு முயற்சி... அதனால போலீஸ் விசாரணை திசை மாறி அவங்க இப்ப வேற ஒருபக்கம் அட்சயாவைத் தேடிட்டு இருக்காங்க. நானும் பல யோசனைகளோட அவளைக் கண்டுபிடிக்க நிறைய முயற்சிகள் பண்ணிட்டிருக்கேன். சுத்தமா நான் பிளாங்க் ஆயிட்டேன். இப்ப என்ன பண்றதுனு எனக்கும் சுத்தமா புரியல. அதனால எல்லா உண்மையையும் போலீஸ்கிட்ட சொல்லிடலாம்னு இருக்கேன்.”

“ஸார்... கவலைப்படாதீங்க... சீக்கிரமே அட்சயா கிடைச்சிடுவாங்க!” என்று சமுத்ரா ஆறுதலாய் பேச,

“அவ இல்லாத இந்த வீட்டுக்குள்ளே இருக்கவே எனக்குப் பிடிக்கலை. என்ன பண்றதுனு தெரியல... நம்மைச் சுத்தி நடக்கிற சம்பவங்களைப் பார்த்தா ஒரு பக்கம் பயமாவும் இருக்கு. இன்னொரு பக்கம் அதிர்ச்சியாவும் இருக்கு... இத்தனைநாள் வேற யாருக்கோ நடக்கிற

பிரச்சனையெல்லாம் இன்வஸ்ட்டிகேட் பண்ணி சுலபமா சால்வ் பண்ணியிருக்கிறேன். ஆனா அதேமாதிரி நமக்கு நடக்கும்போதுதான் ஒரு வழியும் கண்ல பட மாட்டிங்குது. எங்கயோ சிக்கிக்கிட்ட மாதிரி இருக்கு."

"தைரியமாயிருங்க சார்... அட்சயா புத்திசாலி மட்டுமல்ல... எப்பேர்ப்பட்ட பிரச்சினை வந்தாலும் அதைச் சமாளிக்கற திறமை இருக்கற சாமர்த்தியசாலியும் கூட. எது மாதிரியான ஆபத்தில் இருந்தாலும் அதிலிருந்து அவங்க மீண்டு வந்துடுவாங்க..."

"அந்த நம்பிக்கையிலதான் நிமிஷங்களை எண்ணிட்டிருக்கேன் சமுத்ரா..." சொன்ன பாஸ்கர், அவளுக்கு சோஃபாவைக் காட்டினாள். "ஸாரி உங்களை நிக்க வெச்ச பேசிட்டு இருக்கேன்... உட்காருங்க. ஃபோன்கூட பண்ணாம நேர்ல பாக்க வந்திருக்கீங்க என்ன விஷயம்?"

சமுத்ரா சோஃபாவுக்குச் சாய்ந்தபடி பேச ஆரம்பித்தான்.

"ஸார்... நீங்க சொன்ன அந்த 'இன்விஸிபிள் க்ளோக்கிங்'கிற ஹைடெக் வார்த்தைக்கு ஏ.ஐ பெர்ஸ்ப்பெக்ட்டிவ்ல சரியான விளக்கம் கிடைச்சிருக்கு. ஒரு மணி நேரத்துக்கு முன்னாடி ஜெர்மனி பெர்லின் யூனிவர்சிட்டியில ஏ.ஐ புரஃபஸரா வேலை பார்க்கிற ஜோன்ஸ் கைப்பர்-க்குப் போன் பண்ணிக் கேட்டப்ப அதுக்கான விளக்கத்தைச் சொன்னார்."

பாஸ்கரிடம் பரபரப்பு தொற்றிக்கொண்டது.

"அது ஒரு ரேடியேஷன் சம்பந்தப்பட்ட விஷயம். அதாவது கதிர் வீச்சு. நாம பேசற செல்போன்களிலிருந்து வெளிப்படற கதிர்வீச்சு மனித உடல்நலத்துக்கு தீங்கானதுங்கிற கருத்து பரவலாய் இருந்தாலும்... அது இன்னமும் உறுதி செய்யப்படாத நிலையில்தான் இருக்கு... இல்லையா...?"

"ஆமா... இது தெரிஞ்ச விஷயம்தானே..."

"இருந்தாலும் இதுல இன்னொரு தெரியாத விஷயமும் இருக்கு சார்."

“தெரியாத விஷயமா?”

“ஆமா ‘இன்விசிபிள் க்ளோக்கிங்’ வார்த்தைக்குகூடவே இன்னொரு ஆங்கில வார்த்தையும் இருக்கு.. அது ‘ரேஸ்’(Rays)ங்கிற வார்த்தைதான் சொல்றார் ஜோன்ஸ் கைப்பர். அதாவது ‘இன்விசிபிள் க்ளோக்கிங் ரேஸ்’. தமிழ்ல சொன்னா ‘கண்ணுக்குத் தெரியாத உறைக் கதிர்கள்’.”

“கண்ணுக்குத் தெரியாத உறைக் கதிர்களா?”

“ஜோன்ஸ் கைப்பர் என்னோட மெயில் ஐ.டிக்கு அனுப்பியிருக்கிற விளக்கத்தைப் படிச்சா உங்களுக்குத் தெளிவாப் புரியும்... இதைப் படிங்க!” சொன்ன சமுத்ரா தன் கையோடு கொண்டு போயிருந்த லேப்டாப்பை உசுப்பி இ-மெயில் ஆப்ஷனுக்குப் போய், அந்த விளக்கக் கடிதத்தைக் காட்டினாள்.

பாஸ்கர் இ-மெயிலில் வந்திருந்த ஆங்கில வரிகளைப் படிக்கப் படிக்க... அதனுடைய தமிழாக்கத்தை மூளை பதிவு செய்துகொள்ள ஆரம்பித்தது.

‘ஆர்ட்டிஃபிஷியல் இண்டலிஜென்ஸ் எனப்படும் அறிவியல் தொழில்நுட்பம் நமக்குப் பல உபாயங்களைக் கொடுத்தாலும் சில அபாயங்களையும் கொடுக்கக் காத்திருக்கிறது என்பதை நாம் புரிந்து கொள்ள வேண்டும். அதில் ஒன்று ஐ.ஸிஆர் எனப்படும் ‘இன்விசிபிள் க்ளோக்கிங் ரேஸ்’. இதன் பொருள் கண்ணுக்குத் தெரியாத உறைக் கதிர்கள். ஒருவரின் ஆரோக்கியமான உடம்பை ஒரு வார காலத்திற்குள் சீர்குலைத்து மூளையின் நரம்பியல் தொகுப்பையும் இருதயப் பகுதியில் நடைபெற்றுக் கொண்டிருக்கும் ரத்த ஓட்டத்தையும், எதிர்பாராத ஒரு விநாடியில் அதிரடியாக தாக்கி மரணத்தையோ அல்லது டீப் கோமா எனப்படும் ஆழ்நிலை மயக்கத்திற்கோ கொண்டு போகக் கூடிய அளவுக்கு அபாயகரமானது இந்த கண்ணுக்குத் தெரியாத உறைக் கதிர்கள்.’

பாஸ்கர் இ-மெயில் வரிகளிலிருந்து அதிர்ச்சியோடு பார்வையை நகர்த்தி சமுத்ராவை ஏறிட்டான். அவள் பெருமூச்சோடு தலையசைத்துவிட்டு மேற்கொண்டு படிக்கும்படி சைகை காட்டினாள்.

அவனுடைய விழிகள் மறுபடியும் லேப்டாப்புக்குப் போக... பார்வை வரிகளின் மேல் படர்ந்தது.

'பொதுவாக தற்போது உபயோகத்தில் இருக்கும் செல்போன்களில் ஆர்.எஃப். எனப்படும் ரேடியோ ஃப்ரீக்வென்ஸி ரேடியேஷன் கதிர்களை சிக்னல்களாக மாற்றி அனுப்பும் தொழில்நுட்பம் உள்ளது. இது எக்ஸ்ரே கதிர்வீச்சுக்கு சமம் என்பதால் உயிருக்கும் ஆபத்து இல்லை என்பது பொதுவான கருத்து. ஆனால் அந்தக் கதிர்களையே ஆர்.எஃப். என்கிற நிலைமையிலிருந்து மாற்றி 'இன்விசிபிள் க்ளோக்கிங் ரேஸ்' என்னும் தொழில்நுட்பத்துக்குக் கொண்டு போக ஆர்ட்டிஃபிஷியல் இண்டலிஜென்ஸ் வெகுசுலபமாக உதவுகிறது என்பதுதான் ஒரு துரதிர்ஷ்டவசமான உண்மை. இந்த ஐ.சி.ஆர் கதிர்களை குறிப்பட்ட ஒரு நபரின் செல்போனுக்கு தொடர்ந்து பத்து நாட்களுக்கு சிக்னல்களாக அனுப்பிக் கொண்டு இருந்தால்... அந்த நபரின் மூளைப்பகுதியும், இருதயத்தின் ரத்த ஓட்டப் பகுதியும் பாதிக்கப்பட்டு மரணத்தை ஏற்படுத்தலாம்... அல்லது மறுபடியும் நினைவு திரும்பாத அளவுக்கு அந்த நபரை டீப் கோமாவுக்குக் கொண்டு போகலாம்.'

இ-மெயிலின் வாசகங்கள் முடிந்து போயிருக்க... பாஸ்கர் சமுத்ராவை இறுகிப் போன முகத்தோடு பார்த்தான்.

"என்ன சமுத்ரா... இதெல்லாம் சாத்தியமா? படிக்கும்போதே இருதயம் ஒரு பனிக்கட்டி மாதிரி உறையுதே."

"எனக்கும் அதே உணர்ச்சிதான் ஸார். ஐ.சி.ஆர் கதிர்கள் சாத்தியமாய் இருக்கப் போய்த்தானே, என்னோட அப்பாவும், மேக்னாவும் பாதிக்கப்பட்டாங்க. அப்பாவுக்கு

வயசாயிட்டதால செல்போனிலிருந்து வெளிப்பட்ட அந்த அபாயகரமான கதர்வீச்சுகளைத் தாங்கிக்க முடியாமே இறந்துட்டார். மேக்னாவுக்கு அதைக் தாங்கக் கூடிய வயசும் சக்தியும் இருந்ததால உயிரிழப்பு ஏற்படாமே கோமா ஸ்டேஜுக்குப் போயிட்டா...”

“அப்ப விகாஷ் பட்டேலோட இறப்புக்கும் அந்த ஐ.சி. ஆர் கதிர்கள்தான் காரணமாயிருக்கும்னு நினைக்கிறீங்களா?”

“இருக்கலாம்... காரை ஓட்டிக்கிட்டு போகும்போது அந்தக் கதிர்களோட பாதிப்பின் காரணமா விபத்து நடந்து ஏற்பட்டு இருக்கலாமே.”

பாஸ்கர் மேற்கொண்டு பேச முயன்ற விநாடி டீபாயின் மேலிருந்த அவனுடைய செல்போன் வைபரேஷன் மோடில் விர்ர்ர்ரென்றது.

“அநேகமாய் போன் பண்றது வெங்கடாத்ரியாத்தான் இருக்கும்ன்னு நினைக்கிறேன். விகாஷ் பட்டேலோட மரணத்துக்கான காரணம் என்னன்னு போஸ்ட்மார்ட்டம் ரிப்போர்ட் மூலமா தெரிஞ்சிருக்கலாம். என்ன சொல்லப் போறாரோ...”

பாஸ்கர் முனகிக்கொண்டே செல்போனை எடுத்து, ‘அழைப்பது யார்’ என்று டிஸ்ப்ளேயில் ஆர்வமாய் பார்த்தான்.

செல்போனின் டிஸ்ப்ளே திரையின் கீழே, மெதுவாய் ஊர்ந்து கொண்டிருந்த பெயர் இல்லாத எண்ணைப் பார்த்ததும், திரும்பி சமுத்ராவைப் பார்த்தான்.

“அட்சயாவைக் கடத்துனவங்களா இருக்குமோ...?”

“ஸார்... எடுத்துப் பேசுங்க... என்னதான் சொல்றாங்கனு பார்ப்போம்.”

நடுங்கும் விரல்களோடு செல்போனை காதுக்குக் கொடுத்து மறுமுனை பேசியதும் ஒரு சந்தோஷக் குரலில் கத்தினான்.

“அட்சயா...!!!”

33

“ஆமா... நாந்தாங்க!” மறுமுனையில் அட்சயாவின் பலவீனமான குரல் கிணற்றுக்கடியிலிருந்து கேட்பது போல் போனில் ஒலித்தது.

“எங்கிருந்து பேசற.....எப்படி இருக்கே..... அட்சயா...?” பரபரத்தான் பாஸ்கர்.

“நான் நல்லா இருக்கேன்ங்க... இப்போ ஈ.சி.ஆர் ரோட்ல மத்சய நாராயணா கோயிலுக்குப் பக்கத்துல நின்னுட்டு இருக்கேன்.”

“அங்கே நீ எப்படி போனே...?”

“நான் போகலை... என்னைக் கடத்துனவங்க இங்கே என்னைக் கொண்டாந்து விட்டுட்டாங்க”

“அவங்க யாரு...?”

“தெரியலை...”

“சரி, இத்தனை நாள் எங்க இருந்தே...?”

“அதுவும் தெரியலை...”

“அட்சயா... உனக்கு ஒரு பிரச்சனையும் இல்லையே? நான் கேட்கிற கேள்விக்கெல்லாம் உன்னோட பதில் எல்லாம் குழப்பமாய் வருது. எது எப்படியோ...? நீ இப்ப சேஃப்பா இருக்க இல்லை அது போதும்.. இந்த ரெண்டு நாளும் நரகம் மாதிரி இருந்துச்சு...! என்னப் பண்றது ஏது பண்றதுனு தெரியாம... தவிச்சுப் போயிட்டேன்.”

"ஏங்க, நானே குழம்பிப் போய் பயத்துல இருக்கேன். போனைக் கட் பண்ணிட்டு நீங்க உடனே புறப்பட்டு ஈ.சி. ஆர் ரோட்ல இருக்கிற மத்சய நாராயணா கோயிலுக்கு வாங்க. கோயிலுக்கு முன்பக்கமாய் போட்டிருக்கிற திண்டுமேல உட்கார்ந்து வெயிட் பண்ணிட்டிருக்கேன். மனசு திக் திக்ன்னு இருக்கு... சீக்கிரம் வந்துடுங்க!"

"பயப்படாதே. நீ அங்கேய... கூட்டமா இருக்கற இடத்துலயே இரு. நான் காரை எடுத்துக்கிட்டு உடனே புறப்பட்டு வர்றேன்."

பாஸ்கர் செல்போனை அணைத்துவிட்டு சமுத்ராவைப் பார்த்தான்.

"அட்சயா கிடைச்சுட்டா.. என்னாச்சுன்னு தெரியலை.. ஒரே குழப்பமாப் பதில் சொல்றா ஆனா அவ உயிரோட இருக்காங்கிற விஷயமே என்னோட மனசுக்கு ஒரு பெரிய ஆறுதலா இருக்கு. நீங்க இங்கேயே இருங்க சமுத்ரா... நான் போய் அவளைக் கூட்டிட்டு வந்துடறேன்."

"நானும் உங்க கூட வர்றேன் சார்..."

ஒரு கணம் யோசித்த பாஸ்கர் "சரி...!" என்றான்.

"இப்பவே நாம போலீஸ்க்கு இன்ஃபார்ம் பண்ணிடலாம் ஸார்... நாம போறதுக்குள்ள அவங்க ஏதாவது உதவி பண்ணுவாங்க...!"

"வேண்டாம் சமுத்ரா... நாம அங்கேப் போய் அட்சயாவைப் பார்த்து, அவ என்ன நிலைமைல இருக்கறான்னு அசஸஸ் பண்ணி வீட்டுக்கு கூட்டிட்டு வந்ததுக்கப்பறம்... சொல்லிக்கலாம். முன்னாடியே சொன்னா அனாவசியமா ஏதாச்சும் பிரச்சனை வரலாம்."

"நீங்க சொல்றதும் ஒரு வகையில சரிதான்.. ஸார்." ஆமோதித்தாள் சமுத்ரா.

பாஸ்கர் வீட்டைப் பூட்டிக்கொண்டு, போர்ட்டிக்கோவில் நின்றிருந்த காரை நோக்கிப் போக... சமுத்ரா அவனைப் பின்தொடர்ந்தாள்.

சரியாய் நாற்பது நிமிடப் பயணம்.

ஈ.சி.ஆர் ரோட்டில் கோல்டன் பீச்சுக்குச் சற்றுத் தள்ளி, இடது புறமாய்ப் பிரிந்த சாலைக்குள், பாஸ்கர் காரைச் செலுத்த, நூறு மீட்டர் தூரத்தில் மத்சய நாராயணா கோயில் வெளிச்சமாய்த் தெரிந்தது.

ஆள் நடமாட்டம் சொற்பமாக இருந்தது.

மாலையின் சொற்ப வெளிச்சத்தை இரவின் இருட்டு நிறையவே விழுங்கியிருந்தது.

காரை ரோட்டோரமாய் நிறுத்திவிட்டு பாஸ்கரும் சமுத்ராவும் இறங்கி கோயிலை நோக்கி வேக வேகமாய் நடந்தார்கள்.

வெட்டவெளியில் கோபுரம் இல்லாமல் கட்டப்பட்டிருந்த அந்தக் கோயிலின் நடுவே மத்சய நாராயணாவின் சிலை ஸ்பாட் விளக்குகளின் வெளிச்சத்தில் எடுப்பாய்த் தெரிந்தது. அருகிலேயே கடலின் அலைகள் ஆர்ப்பரித்துக் கொண்டிருக்க, கோயிலுக்கு வந்தவர்கள் ஆங்காங்கே க்ரானைட் இருக்கைகளில் உட்கார்ந்திருந்தார்கள். மறைவாய் இருந்த ஸ்பீக்கரிலிருந்து அனுமன் சாலீஸா மந்திர வரிகள் மெலிதாய் வெளிப்பட்டு, காற்றில் கலந்து கொண்டிருந்தன.

பாஸ்கரும், சமுத்ராவும் கோயிலுக்குள் நுழைந்தபடி சுற்றும் முற்றும் பார்த்தார்கள்.

கோயிலுக்கு முன்னே இருந்த ஒரு பாறைத்திட்டுக்கு வந்தார்கள்.

அட்சயா பார்வைக்குக் கிடைக்கவில்லை.

“இங்க உட்கார்ந்துட்டிருப்பேன்னு சொன்னா... எங்கே போனா...?”

பாஸ்கர் சமுத்ராவிடம் சொல்லிக் கொண்டிருக்கும் போதே பக்கவாட்டில் தெரிந்த ஒரு தூணின் பின்புறத்திலிருந்து அட்சயா வெளிப்பட்டு ஓட்டமும் நடையுமாக வந்தாள்.

“என்னங்க...!!!” அவளின் பதட்ட குரல் பாஸ்கரை உலுக்கியது.

“அ...அ...அட்சயா...!” அவளை நோக்கி ஓடினான் பாஸ்கர்.

“என்னங்க.. இது... என்னன்னமோ நடக்குது நம்மள சுத்தி... ஒண்ணுமே புரியமாட்டிங்குது...!” கண்ணில் நீர் மின்ன பதட்டமாய் பேச,

“இரு... இரு... பொறுமையா இரு. பயப்படாதே அட்சயா... நீதான் பாதுகாப்பா என்கிட்ட வந்துட்ட இல்ல.. இனி ஒண்ணும் பிரச்சனையில்ல” பாஸ்கர் அவளை ஆசுவாசப் படுத்திக் கொண்டே, அவளுடைய கையை ஆதரவாய் பற்றினான். சமுத்ராவும் அவளை நெருங்கி தோளின்மீது கையை வைத்தாள். அட்சயா இருவரையும் மிரட்சியோடு பார்த்தாள்.

“வாங்க... இங்கிருந்து மொதல்ல போயிடலாம்...” அட்சயா பதற....

“தைரியமாயிருங்க அட்சயா... எதுவா இருந்தாலும் சரி, நாம ஃபேஸ் பண்ணலாம். மத்ததெல்லாம் கார்ல போகும்போது பேசிக்கலாம்....”

மூன்று பேரும் வேக நடையில் கோவிலிருந்து காரைப் பார்க் செய்யப்பட்டிருந்த இடத்திற்கு அருகே வந்தார்கள்.

பாஸ்கர் சொன்னான். “மொதல்ல... ரெண்டு பேரும் கார்ல உட்காருங்க..!”

காரின் பின்னிருக்கையில் சமுத்ராவும், அட்சயாவும் உட்கார... பாஸ்கர் காரை நகர்த்தினான். பிரதான சாலையைக் கார் தொடும்வரை மௌனம் காத்தபின் கேட்டான்.

“அட்சயா! என்ன நடந்ததுன்னு இப்ப சொல்லு. நீ ரெண்டு நாளா எங்கே இருந்தே?”

“தெரியலை...”

“தெரியலையா...?”

"ஆமா... ரெண்டு நாளைக்கு முன்னால நான் சமுத்ராவைப் பார்த்துப் பேசிட்டு, ஆபீஸுக்குப் போயிட்டிருந்தப்ப, என்னோட ஸ்கூட்டிக்குப் பின்னாடி ஒரு வேன் ஃபாலோ பண்ணி வந்துட்டிருந்தது. ஆரம்பத்துல நான் அதை சீரியஸாய் எடுத்துக்கலை. ஹாரீஸ் ரோட்ல நான் திரும்பும்போது அந்த ரோட்ல ட்ராஃபிக்கோ, ஆள் நடமாட்டம் இல்லாத இடத்துல எனக்குப் பின்னால வந்துட்டிருந்த வேன் திடீர்னு வேகம் எடுத்து எனக்கு முன்னாடி வந்து நின்னது. நானும் பிரேக்கடிச்சு வண்டிய நிறுத்தினேன். வேனோட பின்பக்கக் கதவைத் திறந்துக்கிட்டு நாலைஞ்சு பேர் தடாலடியாய் இறங்கி என்னையும், ஸ்கூட்டியையும் வேனுக்குள்ளே இழுத்துப் போட்டாங்க. அடுத்த பத்து செகண்ட்ல வேன் கிளம்பிருச்சு."

"யார் அவங்க?"

"தெரியலை. முகத்துக்கு மாஸ்க் போட்டிருந்தாங்க... ரவுடிங்க மாதிரி வாட்டா சாட்டமா இருந்தாங்க. நான் கத்த முயற்சி பண்ணனேன். ஆனா வாய்ல ப்ளாஸ்டரை ஒட்டி, கையைப் பின்னாடி கட்டிட்டாங்க. வேன் போற ரூட்டை நான் தெரிஞ்சுக்கக் கூடாதுங்கிறதுக்காக ஒரு கருப்புத் துணியால என் கண்ணைக் கட்டிட்டாங்க."

பாஸ்கர் கேட்டான்.

"வேனுக்குள்ளே இருந்தவங்க யாரும் ஒருத்தருக்கு ஒருத்தர் பேசிக்கலையா?"

"ஒரு வார்த்தை கூட பேசலை. கிட்டத்தட்ட ஒரு மணி நேர பயணத்துக்கப்புறம் ஒரு இடத்துல வேனை நிறுத்தினாங்க. என்னை இறக்கி, கொஞ்சம் தூரம் நடக்க வெச்சாங்க. அப்போ என் காதுகிட்ட ஒரு குரல் கேட்டுச்சு 'இதோ பார்...! எங்களாலே உன்னோட உயிர்க்கோ, மானத்துக்கோ எந்த ஆபத்தும் இருக்காது. இன்னும் கொஞ்ச நாளைக்கு ஒரு தனி ரூம்ல நீ இருக்கணும். எங்களுக்கு தேவையான விஷயங்கள் நடந்த பின்னாடி உன்னை விட்டுருவோம். அது உன்னோட புருஷன் எப்படி எங்களோட

ஒத்துழைக்கிறான்ங்கறதைப் பொறுத்து. அதுவரைக்கும் அந்த ரூம்தான் உனக்கு. அந்த ரூம்ல எல்லா வசதியும் இருக்கும். டி.வி பார்க்கலாம். புக்ஸ் படிக்கலாம். வேளா வேளைக்கு உனக்கு நல்ல சாப்பாடு வரும். நல்லா சாப்பிடு. ஆனா...! முக்கியமா நீ செய்யக் கூடாத விஷயம் ரெண்டு இருக்கு. முதலாவது நீ தப்பிச்சுப் போக முயற்சி பண்ணக்கூடாது. ரெண்டாவது நாங்க யார்ன்னு தெரிஞ்சுக்க ஆசைப்படக்கூடாது. மீறி நடந்தா உனக்கு உன்னோட உயிர் சொந்தமில்லை'னு மிரட்டினாங்க."

அட்சயா சொல்லச் சொல்ல சமுத்ரா இடைமறித்துக் கேட்டாள்.

"இதெல்லாம் எதுக்காகன்னு நீங்க கேட்கலையா?"

"கேட்டேன்..."

"என்ன சொன்னாங்க?"

"இன்னொரு தடவை இந்தக் கேள்வியைக் கேட்டா எங்களுக்கு பிடிக்காதுன்னு சொன்னாங்க..."

"அப்புறம்?"

"அப்புறம் என்ன...? வாயே திறக்காம அவங்க சொன்ன மாதிரியே நடந்துகிட்டேன். அவங்களும் சொன்ன மாதிரி நடந்துக்கிட்டாங்க... தினமும் ரெண்டு பேர் மட்டும் நான் இருக்கிற ரூமுக்கு வருவாங்க. ஆனா முகத்தைக் கொஞ்சம்கூட அடையாளம் கண்டுபிடிக்கமுடியாத அளவுக்கு, கண்ணு மட்டும் தெரியற மாதிரி மாஸ்க் போட்டிருந்தாங்க. என்கிட்ட ஒரு வார்த்தை கூட பேசமாட்டாங்க..."

"ஆச்சர்யமாயிருக்கு...!"

"ஆச்சர்யம்தான்... ராஜ உபசாரத்தோட ரெண்டு நாளா ஒரு அறைக்குள்ளேயே சிறை வாழ்க்கை. இன்னிக்கு சாயந்தரம் ரெண்டு மணி நேரத்துக்கு முந்திதான் நாலைஞ்சு பேர் ரூமுக்கு வந்தாங்க. என்னோட கண்ணை கருப்புத் துணியால கட்டினாங்க. ஒரு மணி நேர பயணத்துக்கப்புறம்,

இந்த மத்சய நாராயணா கோயிலுக்குப் பக்கத்துல நிறுத்தி, ஒரு செல்போனைக் கையில கொடுத்து, ரெண்டு நிமிஷத்துக்கு அப்புறம்தான் கண்கட்டை அவிழ்க்கணும்னு சொல்லி கீழே இறக்கிவிட்டுட்டுப் போயிட்டாங்க…”

பாஸ்கர் காரை மெதுவாய் விரட்டியபடி கேட்டான்.

“நீ அங்கே இருக்கிறவரைக்கும் யாரையும் பார்க்கலையா?”

“பார்க்கலை… பார்க்கவும் முடியாது… எனக்கு அவங்க எந்தத் தொந்தரவும் தராததினால நானும் அவங்க யாருன்னு தெரிஞ்சிக்கிற விஷயத்துல ரிஸ்க் எடுக்க விரும்பலை. ஆனா அங்கிருந்ததுல ஒரே ஒரு விஷயத்தை மட்டும் புரிஞ்சிக்கிட்டேன்.”

“என்ன…?”

“ஆர்ட்டிஃபிஷியல் இண்டலிஜென்ஸ் சம்பந்தமாய் நான் உளவு பார்க்கற வேலையை அவங்க விரும்பலை. என்னை ரெண்டு நாளைக்கு ஏதோ ஒரு காரணத்துக்காக தனிமைப்படுத்தணும்னு நினைச்சு என்னைக் கடத்தியிருக்காங்க. அந்த வேலை முடிஞ்சதும் என்னை வெளியே விட்டுட்டாங்க…”

“நீ சொல்றது சரிதான் அட்சயா…நீ அங்கே சிறைப்பட்டிருந்த ரெண்டு நாள்ல ரெண்டு விபரீதமான சம்பவங்கள் நடந்துருச்சு. முதல் சம்பவம்… மேஃனா திடீர்ன்னு எதிர்பாராத ஒரு நொடியில உடல்நிலை பாதிக்கப்பட்டு டீப் கோமா ஸ்டேஜ்க்கு போயிட்டா. நேத்து கார் ஆக்ஸிடெண்ட்ல விகாஷ் பட்டேல் உயிரிழந்துட்டார்.”

அட்சயா அதிர்ந்து போனவளாய் இருக்கையில் நிமிர்ந்து உட்கார்ந்தாள்.

“என்ன சொல்றீங்க…?”

பாஸ்கர் மேற்கொண்டு பேசும் முன்பு அவனுடைய செல்போன் வைபரேஷன் மோடில் ‘விர்ர்ர்’ரென்றது.

காரின் வேகத்தை குறைத்தபடியே செல்போனை காதுக்குப் பொருத்திக்கொண்டே, ‘அழைப்பது யார்’ என்று பார்த்தான்.

சுஷ்மாவின் பெயர் திரையில் ஊர்ந்துக் கொண்டிருந்தது.

பச்சை நிற டிக் மார்க்கைத் தேய்த்துவிட்டு பேச ஆரம்பித்தான்.

“சொல்லு சுஷ்மா...!”

“பாஸ்... நீ இப்ப ஃப்ரீயா இருக்கியா... பேசலாமா?”

“ஏதாவது முக்கியமான விஷயமா?”

“ரொம்ப ரொம்ப முக்கியமான விஷயம். அதை முதல்ல உன்கிட்ட மட்டும்தான் ஷேர் பண்ணிக்க விரும்பறேன். உனக்குப் பக்கத்துல யாரும் இல்லையே?”

“இல்ல சொல்லு...”

“காரை ட்ரைவ் பண்ணிட்டிருக்கியா?”

“ஆமா...”

“ரோட்டோரமாய் காரை ஒதுக்கி நிறுத்திக்க...”

பாஸ்கர் காரின் வேகத்தை இன்னமும் குறைத்து, சாலையோரமாய் தெரிந்த ஒரு பெரிய மரத்துக்கு கீழே கொண்டு போய் நிறுத்திக் கொண்டு பதட்டமான குரலில் கேட்டான்.

“சொல்லு... என்ன விஷயம்...?”

“ஆர்ட்டிஃபிஷியல் இண்டலிஜென்ஸ் சம்பந்தப்பட்ட மோசடி விவகாரங்களுக்கும், அதன் காரணமா நடந்த மரணங்களுக்கும் விபரீதமான சம்பவங்களுக்கும் பின்னாடி யார் யார் இருக்காங்கங்கிற உண்மையைக் கண்டுபிடிக்க என் கைவசம் ஒரு தடயம் கிடைச்சிருக்கு... அதைப் பத்தி பேசணும். என்னோட வீட்டுக்கு வரமுடியுமா?”

“எப்போ?”

“இன்னும் ஒரு மணி நேரத்துக்குள்ளே...”

34

பாஸ்கர் சில விநாடிகள் அமைதி காத்துவிட்டு, செல்போனில் பேச்சைத் தொடர்ந்தான்.

"என்ன சொல்றே சுஷ்மா...?"

"ஆமா பாஸ்... இந்த விஷயம் யாருக்கும் தெரியக்கூடாது. இதை நீயும் நானும் டீல் பண்ணினா மட்டும்தான் அந்த சைபர் க்ரைம் குற்றவாளிகளை சட்டத்துக்கு முன்னாடி கொண்டு போய் நிறுத்த முடியும். முக்கியமா நம்ம டைரக்டர் ஆதித் சர்மாவோட மரணத்துக்குக் காரணமானவங்களைக் கண்டுபிடிக்க முடியும்."

"சரி... வர்றேன்."

"லேட் பண்ணிடாதே... வெயிட்டிங் ஃபார் யூ..." சொன்ன சுஷ்மா தன்னுடைய செல்போனின் இணைப்பைத் துண்டித்துக் கொள்ள, பாஸ்கரும் தன் செல்போனை அணைத்தான். அருகில் உட்கார்ந்திருந்த அட்சயா கேட்டாள்.

"இப்ப உங்ககிட்டே பேசினது சுஷ்மாதானே?"

"ஆமா..."

"எதுக்காக உங்களை அவ வீட்டுக்கு வரச் சொல்றா?"

"கடந்த சில நாளா நடந்த சம்பவங்களுக்குக் காரணமானவங்களைக் கண்டுபிடிக்கக் கூடிய அளவுக்கு ஏதோ தடயம் கிடைச்சிருக்காம். இந்த விஷயத்தை யார்கிட்டேயும் ஷேர் பண்ணாமே நேர்ல வந்து பார்க்கச் சொல்றா... அதுவும் ஒரு மணி நேரத்துக்குள்ளே வரணுமாம்."

காரின் பின்னிருக்கையில் அமர்ந்திருந்த சமுத்ரா பேச்சில், குறுக்கிட்டாள்.

“சார்... அந்த சுஷ்மா ஹைலி இண்டலிஜெண்ட்ன்னு என்னோட அப்பா அடிக்கடி சொல்லிப் பாராட்டியிருக்கார். அவளுக்கு ஒரு உபயோகமான தகவல் கிடைக்கப்போய்த்தான் உங்களுக்கு உடனே போன் பண்ணியிருக்கா. லேட் பண்ணாமே கிளம்புங்க. நீங்க போயிட்டு வர்றவரைக்கும் அட்சயா என் வீட்ல இருக்கட்டும். நான் பார்த்துக்கிறேன்” என்றாள்.

“சமுத்ரா சொல்றதுதாங்க சரி... இனிமே என்னைப்பத்தி நீங்க கவலைப்பட வேணாம். இந்த கேஸ்ல இப்பத்தான் ஒரு நல்ல ஹோல்டிங் கிடைச்சிருக்கு. போய் சுஷ்மாகிட்டே பேசுங்க.”

பாஸ்கர் காரின் வேகத்தை குறைத்து யூ டர்ன் எடுத்துக் கொண்டே “சமுத்ரா...” என்றான்.

“ஸார்...”

“உங்க வீட்ல இப்போ எத்தனை செக்யூரிட்டி இருக்காங்க?”

“ரெண்டு பேர் ஸார்... ஒருத்தர் ஃப்ரண்ட் கேட்ல. இன்னொருத்தர் பேக் கேட்ல. எந்த பயமும் இல்லை. தே ஆர் வித் ரைஃபிள்ஸ்”

“தென் இட்ஸ் ஓகே. உங்க ரெண்டு பேரையும் வீட்ல ட்ராப் பண்ணிட்டு, நான் சுஷ்மாவைப் போய்ப் பார்த்துப் பேசிட்டு வந்துடறேன்” சொன்ன பாஸ்கர், காரின் வேகத்தை அதிகரித்தான்.

நங்கநல்லூர் தில்லை கங்கா நகர் பிரதான சாலையில், ஐந்தாவது குறுக்குத் தெருவின் கோடியில் இருந்தது சுஷ்மாவின் அந்தச் சிறிய பங்களா டைப் வீடு.

ஒட்டுமொத்த தெருவும் நிசப்தத்தில் இருக்க, காரை வீட்டுக்கு முன்பாய் நிறுத்திவிட்டு பாஸ்கர் கீழே

இறங்கினான். போர்டிகோவில் எல்.ஈ.டி. பல்ப் ஒன்று வெளிச்சத்தைச் சிதறடித்து இருட்டை சிரமப்பட்டு துரத்தியிருந்தது.

சாலையோரமாய், மெல்ல நடந்தபடி... தன் மணிக்கட்டில் இருந்த அனலாக் டயல் வாட்ச்சில் நேரம் பார்த்தான்.

இரவு மணி 9.55

தாழிடாமல் வெறுமனே சாத்தியிருந்த வீட்டு காம்பௌண்ட் கேட்டைத் தள்ளிக் கொண்டு உள்ளே நுழைந்து வாசற்படியேறி, பார்வைக்கு கிடைத்த அழைப்பு மணியின் பொத்தான் மேல் விரலை வைப்பதற்கு முன் அந்த அகலமான ரோஸ்வுட் கதவு மெல்லத் திறக்க... சுஷ்மா ஒரு புன்னகையோடு வரவேற்றாள்.

"வா... பாஸ்... சொன்ன நேரத்துக்கு சரியா வந்துட்டே."

"நீ எவ்வளவு முக்கியமான நியூஸ் சொல்லியிருக்கே.. அதான் காரை வேகமாய் விரட்டிட்டு வந்துட்டேன்..." பாஸ்கர் சொல்லிக் கொண்டே உள்ளே நுழைந்தான்.

சுஷ்மா ஹாலின் நடுவேயிருந்த சோஃபாவை அவனுக்குக் காட்டிக் கொண்டே, எதிரே போடப்பட்டிருந்த நாற்காலியில் உட்கார்ந்தபடி சொன்னாள்.

"ஸாரி பாஸ்..."

"எதுக்கு ஸாரி...?"

"இந்த ராத்திரி நேரத்துல உன்னை வரவழைச்சு சிரமம் கொடுத்துட்டிருக்கேன்."

"என்னது சிரமமா? சுஷ்மா! தடயம் கிடைச்சிருக்கிறதா நீ சொன்னதும் எனக்கு எவ்வளவு சந்தோஷமாய் இருந்தது தெரியுமா?"

"எனக்கும் அதே சந்தோஷம்தான்... ஆனா கிடைச்ச தடயம் எந்த அளவுக்கு நம்பகத்தன்மை வாய்ந்ததுன்னு

தெரியலை. அந்தச் சந்தேகத்தை தீர்த்துக்கத்தான் உனக்குப் போன் பண்ணி வரச்சொன்னேன் “

பாஸ்கர், சுற்றும்முற்றும் பார்த்துவிட்டு விட்டுக் கேட்டான்.

“வீட்ல யாரும் இல்லையா?”

“இல்லை... என்னோட அம்மாவும் அப்பாவும் ஊர்ல இருக்கிற ஒரு ரிலேட்டிவ் மேரேஜ்க்குப் போயிருக்காங்க. நாளைக்குக் காலையிலதான் வருவாங்க. இப்போதைக்கு வீட்டு வேலைக்காரி மட்டும்தான் எனக்குத் துணையாய் இருக்கா.” என்று சொன்ன சுஷ்மா, சமையலறைப் பக்கம் திரும்பிப் பார்த்து குரல் கொடுத்தாள்.

“நீலவேணி...”

நடுத்தர வயதில் ஒரு பெண், தயக்க நடையுடன் சமையலறையிலிருந்து வெளிப்பட்டாள்.

“ரெண்டு காஃபி...”

“அதெல்லாம் வேண்டாம் சுஷ்மா. இந்த நேரத்துக்கு எதுக்கு காஃபி...?”

“இருக்கட்டும் பாஸ்... நாம நிறைய நேரம் பேச வேண்டியிருக்கு.”

“சரி... நீ மொதல்ல விஷயத்தைச் சொல்லு. உனக்கு ஒரு தடயம் கிடைச்சிருக்கிறதா சொன்னியே... அது என்ன தடயம்...?”

சுஷ்மா தனக்கு முன்பாய் இருந்த டீபாயின் அடித்தட்டில் வைத்திருந்த ஒரு தாளை எடுத்து நீட்டினாள்.

“இதைக் கொஞ்சம் பாரு .”

“ஏதோ ரிப்போர்ட மாதிரி தெரியுது.”

“ரிப்போர்ட்தான்... டைரக்டர் ஆதித் சர்மாவோட போஸ்ட்மார்ட்டம் ரிப்போர்ட்டோட காப்பி. இதை டெல்லியில இருக்கிற நம்முடைய சென்ட்ரல் இன்வெஸ்டிகேஷன் ஆபீஸ்க்கு அனுப்பி வைக்க வேண்டிய

வேலையை, டெப்டி டைரக்டர் எனக்குக் கொடுத்திருந்தார். எதேச்சையாக மறுபடியும் ரிப்போர்ட்டை படிச்சுப் பார்த்தப்பதான் அதிலிருந்த நெருடலான தகவல்தான் ஒரு தடயமா எனக்குக் கிடைச்சது."

"நெருடலான தகவலா?"

"ஆமா... ரிப்போர்ட்ல ஆதித் சர்மா இறந்த நேரத்தைக் கண்டுபிடிக்க, அவரோட உடம்பிலிருந்து வெளிப்பட்ட ரத்தத்தின் உறைவு நிலையைக் கணக்குப்பண்ணி டாக்டர்ஸ் துல்லியமாய் கொடுத்திருக்கிற நேரம் காலை பத்து மணியிலிருந்து பத்தே கால்."

பாஸ்கர் புருவங்களை உயர்த்தினான்.

"சரி, இதிலென்ன நெருடல் இருக்கு?"

"ஒரு விஷயத்தை நல்லா யோசனை பண்ணிப் பாரு பாஸ். சம்பவம் நடந்த அன்னிக்கு நான் உன்னோட ரூமுக்குள்ளே வந்து, உன்கிட்ட பேசிட்டு இருக்கும்போது மணி பதினொன்னு முப்பது. அந்த நேரத்துல உனக்கு ஆதித் சர்மாகிட்டேயிருந்து போன் வந்தது. நீ அவர்கிட்ட போன்ல பேசினே... ஞாபகம் இருக்கா?"

"நல்லா ஞாபகம் இருக்கு... அதுல உனக்கு என்ன பிரச்சனை?"

சுஷ்மா குரலைத் தாழ்த்தினாள்.

"இந்த இடத்துலதான் நெருடல் ஆரம்பமாகி ஒரு தடயமாக மாறுது. அதாவது போஸ்மார்ட்டம் ரிப்போர்ட்படி ஆதித் சர்மா பத்து மணியிலிருந்து பத்தே கால் மணிக்குள்ளே இறந்து போயிருக்கார். ஆனா 11.30 மணிக்கு ஆதித் சர்மா உனக்கு போன் பண்ணிப் பேசியிருக்கார். அது எப்படி சாத்தியம்?"

"இதையெல்லாம் நீ தடயம்னு சொல்றியா சுஷ்மா...?"

"ஆமா."

"உனக்கு ஒரு விஷயம் தெரியுமா?"

“என்ன?”

“பெரும்பாலான போஸ்ட்மார்ட்டம் ரிப்போர்ட்ல ஒரு நபரோட கொலை செய்யப்பட்ட நேரம் அவ்வளவு துல்லியமாய் இருக்காது.”

“அது எனக்கும் தெரியும்... பாஸ். ஆனா ஆதித் சர்மா கொலை செய்யப்பட்ட விஷயத்துல போஸ்ட்மார்ட்டம் பண்ணின டாக்டர்ஸ் அந்த நேரத்தைத் துல்லியமாய் கணிச்சிருக்காங்கன்னு நான் நம்பறதுக்கு சரியான காரணம் இருக்கு...”

“என்ன காரணம்?”

சில விநாடிகள் மௌனமாய் இருந்த சுஷ்மா பெருமூச்சொன்றை வெளியேற்றிவிட்டு மெலிதான குரலில் பேச ஆரம்பித்தாள்.

“சம்பவம் நடந்த அன்னிக்கு ஆதித் சர்மா உனக்குப் போன் பண்ணவேயில்லை.”

“என்ன சொல்றே.. சுஷ்மா? அவர்கிட்டயிருந்து போன் வரும்போது நீயும் பக்கத்துலதானே இருந்தே...”

“நான் பக்கத்துல இருந்தேன். ஆனா நீ பேசினதை மட்டும்தான் நான் கேட்டேன். செல்போனோட மறுமுனையில் இருந்த ஆதித் சர்மா பேசினதை நான் கேட்கலையே... ஒண்ணு ஆபீஸ்ல இருந்துகிட்டே ஏன் அவர் உன் செல்ஃபோனுக்கு கூப்பிடனும். எப்பவுமே அவர் ஆபீஸ்ல இருந்தா இன்டர்காம்தானே யூஸ் பண்ணுவாரு.”

லேசாய் எரிச்சலானான் பாஸ்கர்.

“அப்படீன்னா ஆதித் சர்மா என்கூட பேசவேயில்லைன்னு சொல்ல வர்றியா?”

“அதேதான்...”

“அவர் என்கூடப் பேசலைன்னு உனக்கு எப்படி தெரியும்?”

"விட்னஸ் இருக்கே..."

"என்ன விட்னஸ்?"

"நீலவேணி காஃபியோடு வர்றா... அவ போனதும் சொல்றேன்."

பாஸ்கர் வியர்வை மினுமினுக்கும் முகத்தோடு தலைகுனிந்து உட்கார்ந்திருக்க, நீலவேணி காஃபிக் கோப்பைகளை வைத்துவிட்டு நகர்ந்தாள். அவள் சமையலறைக்குள் மறையும்வரை பொறுமை காத்த சுஷ்மா, ஒரு புன்னகையோடு சொன்னாள்.

"பாஸ்... காஃபியை எடுத்துக்க."

"காஃபி கிடக்கட்டும்... ஏதோ விட்னஸ்ன்னு சொன்னியே என்ன அது...?"

"இரு... இரு... கொஞ்சம் பொறுமையா இரு! உன்னோட டென்ஷன் எனக்குப் புரியுது" சொன்ன சுஷ்மா, எழுந்து போய் ஒரு கைப்பையோடு வந்தாள். பையின் ஜிப்பைப் பிரித்து, அந்த பளபளப்பான மெட்டாலிக் உடம்போடு இருந்த, உயர்தர செல்போன் ஒன்றை எடுத்தாள்.

"பாஸ்... மொதல்ல உன்கிட்டே ஸாரி கேட்டுக்கிறேன். நான் கொஞ்ச நாளாவே இல்லீகலா ஒரு விஷயத்தை செஞ்சிட்டு வர்றேன். பெரிசா ஒண்ணுமில்லை. ஆதித் சர்மா தன்னோட போன் மூலமா யாரை காண்டாக்ட் பண்ணினாலும் சரி, அதேமாதிரி அவர்க்கு வெளியிலிருந்து யாரு போன் பண்ணினாலும் சரி, அந்த கான்வர்சேஷனையெல்லாம் இந்த மாடர்ன் ஆன்ட்ராய்ட் போனை உபயோகப்படுத்தி ஒரு ட்ராக்கர் டிவைஸ் மூலமா ஹேக் பண்ணி பதிவு பண்ணிகிட்டு வந்தேன்."

"எ...எ...எதுக்கு?"

"அவரோட நடவடிக்கைகளில் எனக்கு கொஞ்ச நாளாவே சந்தேகம் இருந்தது. நிறைய சந்தர்ப்பத்துல நானும் அவரும் தனியா டிஸ்கஸ் பண்ணும் போது ஆபீஸ்

விஷயத்துல ஒரு முடிவு எடுப்பாரு. ஆனா அதே விஷயத்தை பலபேர் இருக்குற மீட்டிங்ல வெச்சு டிஸ்கஸ் பண்ணா.. அவரோட முடிவும் செயல்பாடும் வேற மாதிரி இருந்தது.

அதேமாதிரி நாங்க ரெண்டு பேரும் மீட்டிங்ல இருக்கும்போது நார்மலா யார் போன்கால் வந்தாலும் எடுக்க மாட்டார். அதை ஒரு டிசிப்ளினா வெச்சிருந்தாரு. ஆனா கொஞ்ச நாளா அதை மீறி,போன் வந்தா அதை அவாய்ட் பண்ணாம என்னை வெளிய போகச் சொல்லிட்டு பேச ஆரம்பிச்சாரு... அப்படி சொல்லும்போது அவரோட பாடிலேங்வேஜ்ஜும் டோனும் மாறதை கவனிச்சேன்.... ஏதோ தப்பு இருக்குற மாதிரி ஃபீல் பண்ணேன். அதானல யார்கிட்டே அவர் என்ன பேசுறார்ன்னு தெரிஞ்சிக்க, எனக்குள்ள ஒரு ஆர்வம் ஏற்பட்டதால, சட்ட விரோதம்ன்னு தெரிஞ்சும், ஒரு ட்ராக்கரை யூஸ் பண்ணி, அவரோட ஃபோன் கால்ஸ் எல்லாத்தையும் பதிவு செஞ்சேன். அதுல உன்னோட பதிவும் ஒண்ணு. அந்தப் பதிவில் உன்னோட குரல் மட்டும்தான் இருக்கு. அவரோட குரல் இல்லை.”

பாஸ்கர் பதில் எதுவும் பேசாமல் சலனமில்லாமல் இருக்க... சுஷ்மா பேச்சைத் தொடர்ந்தாள்.

“ஆதித் சர்மாவோட போன் உன்கிட்ட இருந்திருக்கு. அந்த போனிலிருந்து உன்னோட போனுக்கு நீயே காண்டாக்ட் பண்ணி எனக்கு முன்னாடி பேசியிருக்கே.. அவரோட அறைக்கு உன்னையும், என்னையும் கூப்பிடற மாதிரி ஒரு பொய்யான உரையாடலை அரங்கேற்றம் பண்ணியிருக்கே... நான் சொல்றது உண்மைதானே?”

அதிர்ச்சியும் ஆச்சரியம் கலந்த ஒரு இறுக்கமான முகத்தோடு சத்தம் வராமல் கைத்தட்டிக்கொண்டே சொன்னான் பாஸ்கர்.

“சூப்பர் சுஷ்மா...! யூ ஆர் ப்ரில்லியன்ட்.”

“உன் பாராட்டுக்கு ரொம்ப நன்றி பாஸ்... அப்பிடியே எதுக்காக இந்தக் கொலைன்னு சொல்றியா?”

“நான் சொல்றதுக்கு என்ன இருக்கு... சுஷ்மா. இது நான் செய்யலையே!”

“நீயில்லேன்னா... வேற யாரு?”

“எனக்குத் தெரியாது.”

“அந்த வெளிநாட்டு மேக்னா டீப் கோமாவுக்குப் போக யார் காரணம்?”

“தெரியாது.”

“விகாஷ் பட்டேல் கார் விபத்துல இறந்து போயிருக்கார். அவரோட கார்ல ஒரு பொண்ணு விடிகாலை நேரத்துல லிஃப்ட் கேட்டு ஏறியிருக்கா... அவ யாரு?”

“தெரியாது.”

“இதோ பார் நீயும் நானும் ஒரே டிபார்ட்மெண்ட்ல வேலைப் பார்த்தாலும் வெளிப்படைத்தன்மையோட ஃப்ரண்ட்ஸ் மாதிரி பழகியிருக்கோம். உண்மையைச் சொல்லி ஒத்துக்க... எதுக்காக இப்படியெல்லாம் செஞ்சே?”

“இதெல்லாம் எப்படி நடந்தது, ஏன் நடந்தது, யார் பண்ணாங்க.. இப்ப இதையெல்லாம் உன்கிட்டே சொல்ல முடியாது. நீ ஸ்மெல் பண்ணி எப்படியோ உண்மையெல்லாம் கண்டுபிடிச்சுட்டே, சுஷ்மா! ஆனா இந்த நிமிஷமே இந்த விஷயத்தையெல்பாம் மறந்துட்டு உன் செக்ஷன் சம்பந்தப்பட்ட வழக்கமான வேலைகளை மட்டும் பாரு. அதுதான் உனக்கு நல்லது.” கோபத்தோடு தன் ஆட்காட்டி விரலைக்காட்டி எச்சரித்தபடி எழுந்தான் பாஸ்கர்.

அதே விநாடி -

அவனுடைய பிடரியில் எதுவோ கடினமாய் நெருடியது.

திரும்பிப் பார்த்தான்.

வேலைக்காரி நீலவேணி இறுக்கமான முகத்தோடு கையில் ரிவால்வரோடு முதுகுக்குப் பின்னால் நின்றிருந்தாள்.

35

பாஸ்கர் மிரண்டு போனவனாய் பின்வாங்கி, சுவருக்கு மோதிக் கொண்டு நிற்க... வேலைக்காரி நீலவேணி தன் கையில் பிடித்திருந்த ரிவால்வரை சற்றே உயர்த்தி அவனுடைய மார்பை துல்லியமாய் குறி பார்த்தாள். சுஷ்மா ஒரு புன்னகையை தன் உதடுகளில் உதிர்த்துக் கொண்டே பேசினாள்.

“என்ன பாஸ்! இவங்க கையில ரிவால்வர் இருக்கேன்னு பார்க்கறியா? நீ நினைக்கிற மாதிரி இவங்க வேலைக்காரி இல்லை. இன்ஸ்பெக்டர் ஆஃப் போலீஸ் கயல்விழி. க்யூ ப்ராஞ்ச்ல வொர்க் பண்றாங்க. நான் உன்னை இங்கே வரவழைச்சு மடக்கி நீ ஒரு கொலையாளின்னு உன்னைக் கார்னர் பண்ணும்போது எனக்கொரு பாதுகாப்பு வேணும் இல்லையா...? அதுக்காகத் தான் அஸிஸ்டெண்ட் போலீஸ் கமிஷனர் கணேசபாண்டியன் இப்படி ஒரு ஏற்பாட்டை பண்ணார். நீ இப்ப என்னைத் தாக்க முயற்சி செஞ்சாலோ... இல்லை, இங்கிருந்து தப்பிச்சுப் போக முயற்சி செஞ்சாலோ அது உன்னோட உயிருக்கு ஆபத்தா முடியலாம்.”

பாஸ்கர் சுற்றும்முற்றும் பார்வையை கழற்றிவிட்டு ஒரு பெருமூச்சோடு சோஃபாவுக்குச் சாய்ந்தான். நெற்றியை சில விநாடிகள் தேய்த்தவன் மெதுவான குரலில் பேச்சை ஆரம்பித்தான்.

"சுஷ்மா...! நீ என்னைத் தப்பா புரிஞ்சுக்கிட்டே. ஆதித் சர்மா, விகாஷ் பட்டேலோட மரணங்களுக்கும், மேக்னா டீப் கோமா ஸ்டேஜுக்குப் போனதுக்கும் காரணம் நான் கிடையாது."

"அப்ப வேற யாரு?"

பாஸ்கர் பதில் சொல்லாமல் தலைகுனிந்தபடி மௌனமாய் இருக்க, இன்ஸ்பெக்டர் கயல்விழி தன் கையிலிருந்த ரிவால்வரை அசைத்தபடி குரலை உயர்த்தினாள்.

"நீங்க ரொம்ப நேரத்துக்கு இப்படி அடம்பிடிக்க முடியாது பாஸ்கர்... புலனாய்வு துறையில வேலை பார்க்கிறீங்க. ஒரு குற்றவாளிகிட்டயிருந்து உண்மைகளை வரவழைக்க போலீஸ் எது மாதிரியான நடவடிக்கைகளை எடுப்பாங்கன்னு உங்களுக்கு நல்லாவே தெரியும். அஸிஸ்டெண்ட் போலீஸ் கமிஷனருக்கு தகவல் கொடுத்துட்டேன். இன்னும் ஒரு பத்து நிமிஷத்துல அவர் இங்கே வந்துடுவார்."

"அப்ப நான் அவர்கிட்டயே பேசிக்கிறேன்..." சற்றும் பதட்டமில்லாமல் சொன்ன பாஸ்கர் சுஷ்மாவிடம் திரும்பினான். "அயாம் தர்ஸ்ட்டி. எனக்குக் கொஞ்சம் தண்ணி வேணும்... கிடைக்குமா?"

தண்ணீர் எடுத்துவர நகர முயன்ற சுஷ்மாவை பார்வையாலேயே தடுத்து நிறுத்தினாள் கயல்விழி.

"ஏசிபி வர்ற வரைக்கும் பாஸ்கருக்கு எதுவும் சாப்பிட கொடுக்க வேண்டாம் சுஷ்மா."

பாஸ்கரின் உதட்டோரம் கேலிப் புன்னகையொன்று அரும்பியது.

"ஏன்... தண்ணியோட சேர்த்து பாய்சன் டேபிளட் எதையாவது விழுங்கிடுவேன்னு பயப்படறீங்களா?"

"அது நியாயமான பயம்தானே...?"

“நோ பிராப்ளம். அஸிஸ்டெண்ட் கமிஷனர் வர்ற வரைக்கும் நான் வெயிட் பண்றேன்” சொன்ன பாஸ்கர் சோஃபாவுக்கு நன்றாக சாய்ந்து உட்கார்ந்து கண்களை மூடிக் கொண்டான்.

இன்ஸ்பெக்டர் கயல்விழி ஒரு பாதுகாப்பான தூரத்தில், கையில் ரிவால்வரோடு நின்றுகொள்ள, சுஷ்மா தன்னுடைய வியர்த்த முகத்தை ஒற்றிக் கொண்டு, தவிப்போடு வாசல் கதவைப் பார்த்துக் கொண்டிருந்தாள்.

அசாத்தியமான நிசப்தத்தோடு பத்து நிமிடங்கள் கரைந்து போயிருக்க, பதினோறாவது நிமிடம் ஜீப்பில் வந்து இறங்கினார் அஸிஸ்டெண்ட் போலீஸ் கமிஷனர் கணேசபாண்டியன்.

வீட்டுக்குள் நுழைந்தவர், கயல்விழியையும், சுஷ்மாவையும் பார்வையால் நனைத்தபடி கேட்டார்.

“பாஸ்கர் எல்லா உண்மைகளையும் ஒத்துக்கிட்டாரா?”

“இல்ல சார்... எதுக்கும் தான் காரணமில்லைன்னு சொன்னதையே சொல்லிட்டிருக்கார்.”

“இப்ப உண்மையைப் பேச வெச்சிடலாம்.”

பாஸ்கருக்கு எதிரே ஒரு நாற்காலியை இழுத்துப் போட்டுக் கொண்டு உட்கார்ந்தார் ஏசிபி.

“இதோ பாருங்க பாஸ்கர்... உங்க கொலிக் சுஷ்மா கொடுத்த ஆதாரப்பூர்வமான தகவல்களை வெச்சு நீங்க தப்பிக்க முடியாத அளவுக்கு உங்களை கார்னர் பண்ணிட்டோம். இனி எல்லா உண்மைகளையும் சொல்லி குற்றங்களை ஒத்துக்கறதைத் தவிர உங்களுக்கு வேற வழியில்லை.”

ஒரு குறுஞ்சிரிப்போடு கணேசபாண்டியனைப் பார்த்தான் பாஸ்கர்.

“ஸாரி ஏசிபி சார்...”

“எதுக்கு ஸாரி?”

"நீங்க சொன்ன எந்த ஒரு குற்றச்சாட்டுக்கும் நான் பொறுப்பாளியில்லை."

"நீங்க இல்லைன்னா வேற யாரு?"

"குறிப்பிட்டு யாரையும் சொல்ல முடியாது. இன்னும் ஒரு படி மேலே போய் சொல்லணும்ன்னா, நடந்த சம்பவங்கள் எல்லாம் போலீஸ் பார்வைக்கும்... சட்டத்தின் கண்ணோட்டத்துக்கும் வேணும்னா குற்றங்களாய் தெரியலாம். ஆனா என்னைப் பொறுத்தவரைக்கும் இது நடைபெற வேண்டிய நிகழ்வுகள். அதுதான் நடந்திருக்கு.. ப்ளாக் லீகல் சர்வீஸ்."

கணேசபாண்டியனின் புருவங்கள் சில மில்லிமீட்டர் உயர்ந்து, பிறகு ஸ்லோமோஷனில் தாழ்ந்தன.

"என்ன சொன்னீங்க... ப்ளாக் லீகல் சர்வீஸா?"

"ஆமா...! குட் ஃபார் பேட் திங்க்ஸ்."

"நீங்க சொல்றது எனக்குப் புரியலை... வாட் ஈஸ் குட் ஃபார் பேட் திங்க்ஸ்?"

பாஸ்கர் மேற்கொண்டு பேச முயற்சித்த விநாடி, வீட்டு வாசலில் அந்தச் சத்தம் கேட்டது.

ஸ்நோ ஒயிட் நிறத்தில் உயர்ரக கார் ஒன்று வந்து நின்றிருக்க... அதன் பின்பக்கக் கதவைத் திறந்து கொண்டு, வாசுதேவ் க்ரீம் நிற ஃபுல் சூட்டில் வந்து இறங்கினார்.

பாஸ்கர் ஏசிபியை ஏறிட்டான்.

"சார்... எங்க டைரக்டர் வாசுதேவ்வே வந்துட்டார். இனிமேல நீங்க என்கிட்ட கேட்க வேண்டிய கேள்விகளையெல்லாம் அவர்கிட்டேயே கேட்டுத் தெரிஞ்சிக்கலாம். ஏன்னா ப்ளாக் லீகல் சர்வீஸ்க்கு சொந்தக்காரரே அவர்தான்."

ஏசிபி கணேசபாண்டியன் திகைப்பில் விழுந்து திணறிக் கொண்டிருக்க, பாஸ்கர் எழுந்து நின்று, வாசுதேவ்க்கு சல்யூட் வைத்தான். அவர் நிதானமாக நடந்து வந்து அவனுடைய தோள் மீது கை வைத்தார். ஆங்கிலத்தில் பேசினார்.

“பாஸ்கர்... உங்கள் வாட்ஸ்அப் மெஸேஜை சிறிது நேரத்துக்கு முன்புதான் பார்த்தேன். சாரி... அயாம் லிட்டில் லேட்.”

“நோ... ப்ராப்ளம் சார்...”

“காவல்துறை சுஷ்மா வழியாக எல்லாவற்றையும் மோப்பம் பிடித்து விட்டார்கள் போலிருக்கிறது.”

“ஆல்மோஸ்ட் சார்...”

“இனிமேல் நான் பேசிக் கொள்கிறேன்” சொன்ன வாசுதேவ் சோஃபாவில் உட்கார்த்திருந்த கணேசபாண்டியனை நெருங்கி, தன்னை ஆங்கிலத்தில் அறிமுகப்படுத்திக்கொண்டு பேச்சை ஆரம்பித்தார்.

“சொல்லுங்கள் ஸார்... உங்களுக்கு என்ன சந்தேகம்...?”

“சிறிது நேரத்துக்கு முன்பு பாஸ்கரிடம் பேசிக் கொண்டு இருக்கும்போது, அவர் ‘ப்ளாக் லீகல் சர்வீஸ்’ என்கிற ஒரு வார்த்தையைச் சொன்னார். பிறகு குட் ஃபார் பேட் திங்க்ஸ் என்று ஒரு குழப்பமான பதிலைச் சொன்னார். எனக்கு அது புரியவில்லை.”

“இப்போது உங்களுக்கு அதற்கான விளக்கம் வேண்டும் அவ்வளவுதானே?”

“ஆமாம்.”

வாசுதேவ் குரலைத் தாழ்த்தினார்.

“மிஸ்டர் ஏசிபி சிலபேர் பேசும்போது, ‘நான் நல்லவனுக்கு நல்லவன்... கெட்டவனுக்கு கெட்டவன்’ என்று சொல்வதை நீங்கள் கேட்டு இருக்கிறீர்களா?”

“ம்... கேட்டிருக்கிறேன்.”

“ப்ளாக் லீகல் சர்வீஸ் என்கிற வார்த்தையும் அப்படிப்பட்டதுதான். எங்கள் புலனாய்வுத்துறையில் பணியாற்றுகிற எல்லோருமே சட்டவிதிகளுக்கு உட்பட்டு நடப்பவர்கள். கடைநிலை காவலர் உத்தியோகத்திலிருந்து

என்னைப் போன்ற இயக்குநர் பதவியில் இருப்பவர்கள் வரை விழிப்புணர்வோடு செயல்படுவார்கள். அப்படி செயல்படாவிட்டால் எதிர்காலத்தில் ஏற்படப்போகும் பேராபத்துக்களை தடுக்க முடியாத சூழல் உருவாகலாம் என்பதால் அரசின் மற்றத் துறைகளைக் காட்டிலும் கூடுதல் பொறுப்புகளை எங்களுக்கு மத்திய உள்துறை பாதுகாப்பு அமைச்சகம் கொடுத்து, அந்தப் பொறுப்புகளை எப்படி வேண்டுமானாலும் நிறைவேற்றிக் கொள்ளலாம் என்கிற உரிமையையும், சுதந்திரத்தையும் வழங்கியுள்ளது.

அப்படிப்பட்ட உரிமைகளில் ஒன்றுதான்... 'ப்ளாக் லீகல் சர்வீஸ்'. எப்போதெல்லாம் நம் நாட்டுக்கும், மனித குலத்துக்கும் தனிப்பட்ட சில நபர்கள் மூலமாகவோ அல்லது அமைப்புகள் மூலமாகவோ ஆபத்து ஏற்படும் என்பதை நாங்கள் உணர்கிறோமோ அப்போது இந்த 'ப்ளாக் லீகல் சர்வீஸை' கையில் எடுத்துக் கொண்டு அந்த ஆபத்துக்களை முளையிலேயே கிள்ளி எறிவோம்."

கணேசபாண்டியன் திகைப்பு உறைந்துபோனப் பார்வையோடு கேட்டார்.

"நீங்கள் சொல்வதைப் பார்த்தால் 'டார்க் ஃபிகர் ஆப் க்ரைம்' போல் தோன்றுகிறதே"

"சரியாகக் கணித்து விட்டீர்கள். அதே தான். மனித குலத்துக்கு எதிர்காலத்தில், ஏற்படப்போகும் குற்றவியல் அச்சுறுத்தல்களை களைவதுதான் எங்களுடைய புலனாய்வுத்துறையின் நோக்கம். சமீபகாலமாய் செயற்கை நுண்ணறிவு என்று சொல்லப்படுகின்ற ஆர்ட்டிஃபிஷியல் இன்டலிஜென்ஸின் ஆபத்தான கண்டுப்பிடிப்புகளைப் பற்றி கேள்விப்பட்டு இருப்பீர்கள்.

விஞ்ஞான வளர்ச்சி என்பது ஒரு விசித்திரமான புத்தகம். அந்தப் புத்தகத்தில் நேற்றைய பக்கத்தைத் திருப்பிப் பார்க்கலாமே தவிர, நாளைய பக்கத்தைப் புரட்டிப் பார்க்க முடியாது என்று சொல்வார்கள். ஆனால் எங்கள்

புலனாய்வுத்துறை அதைப் புரட்டிப்பார்த்து, நாளைக்கு என்ன நடக்கும் என்பதைத் தீர்மானித்து அதற்கேற்ற மாதிரியான நடவடிக்கைகளை எடுத்து, அந்த ஆபத்துகள் மக்களை நெருங்காதபடி தடுப்புச் சுவர்களைக் கட்டிவிடும். அந்தப் பணியைச் செய்யவிடாமல் யார் தடுத்தாலும் அவர்களை அப்புறப்படுத்த சிறிதும் தயங்கமாட்டோம்.”

“அதாவது அவர்கள் உயிரோடு இருக்க மாட்டார்கள்...”

“அதேதான். அப்படிப்பட்ட நபர்கள் எவ்வளவு புத்திசாலியாக இருந்தாலும் சரி, எப்படிப்பட்ட உயர் பதவிகளில் இருந்தாலும் சரி, ‘GPAI’ என்று சொல்லப்படுகிற க்ளோபல் பார்ட்னர்ஷிப் ஆன் ஆர்ட்டிஃபிஷியல் இண்டலிஜென்ஸ் அமைப்பைத் தொடர்பு கொண்டு, விஞ்ஞானம் சம்பந்தப்பட்ட இன்விஸிபிள் டெக்னாலஜி உத்திகளை அவர்களிடமிருந்து பெற்று, அதை சமயம் பார்த்து உபயோகப்படுத்தி, தேவையான மனித மரணங்களை உண்டாக்குவோம். அப்படி எங்களால் சாய்க்கப்பட்டவர்கள்தான் ஆதித் சர்மா, விகாஷ் பட்டேல், மேக்னா. இந்த மூன்று பேர்களில் மேக்னா மட்டும் ICR என்று சொல்லப்படுகின்ற இன்விஸிபிள் க்ளோக்கிங் ரேஸ் எனப்படும் அபாயகரமான செல்போன் கதிர்வீச்சிலிருந்து தப்பிவிட்டாள். இருந்தாலும் இனி வாழ்நாள் முழுவதும் நினைவு திரும்ப வாய்ப்பில்லாத டீப் கோமா ஸ்டேஜுக்குச் சென்று விட்டாள் என்பதே எங்களுக்குக் கிடைத்த வெற்றி.”

கணேசபாண்டியன் இன்னமும் அதிர்ச்சி விலகாத முகத்தோடு கேட்டார்.

“ஆதித் சர்மா, விகாஷ் பட்டேல், மேக்னா இந்த மூன்று பேர்களின் மேல் உங்கள் புலனாய்வுத்துறைக்கு அப்படியென்ன கோபம்?”

“அது வெறும் கோபமில்லை. தார்மீக கோபம். கையில் ஆயுதம் இருந்தால் அதை ஆக்க வேலைகளுக்குப்

பயன்படுத்தலாம். ஆனால், சில உயிர்களின் அழிவுக்கு அது காரணமாய் இருக்கக் கூடாது. எங்களுடைய புலனாய்வுத்துறையின் முன்னாள் டைரக்டர் ஆதித் சர்மா, சில ஆண்டுகளுக்கு முன்புவரை ஒரு நேர்மையான அதிகாரியாய் இருந்தார். பணி ஓய்வு காலம் நெருங்க நெருங்க, தன்னுடைய எதிர்காலத்துக்காக நிறைய பணம் சம்பாதிக்க ஆசைப்பட்டார். மூன்று கோடி ரூபாய்க்கு ஆசைப்பட்டு புலனாய்வுத்துறையின் ரகசிய நடவடிக்கைகள் பற்றியும், டிஃபன்ஸ் ரிசர்ச் டெவலப்மெண்ட் சம்மந்தப்பட்ட சென்ஸிட்டீவ் விஷயங்கள் பற்றியும் வெளிநாட்டு கார்ப்பரேட் கம்பெனிகளுக்குத் தெரியப்படுத்தினார். எல்லாவற்றுக்கும் மேலாக, ஆர்ட்டிஃபிஷியல் இண்டலிஜென்ஸ் எனப்படும் நவீன விஞ்ஞான அரக்கனின் சட்ட விரோதக் கருவிகளின் தயாரிப்புகளை கண்டுகொள்ளாமல், சென்னையில் செயல்பட்டுக் கொண்டிருக்கும் நேகா டெக்னாலஜிஸ் மாதிரியான கம்பெனிகளை எதிர்ப்பது போல நடித்துக்கொண்டு அவற்றுக்கு மறைமுகமாக ஆதரவு கொடுத்துக் கொண்டிருந்தார்.

ஆதித் சர்மா, விகாஷ் பட்டேல், மேக்னா இந்த மூன்று பேர்களுமே திரைமறைவில் கூட்டணி அமைத்துக் கொண்டு, ஏ.ஐ தொழில் நுட்பம் மூலமாக இந்தியாவில் ஆக்கப்பூர்வமாக செயல்பட்டுக் கொண்டிருக்கும் நேர்மையான பல ஐ.டி நிறுவனங்களை ஆர்டிஃபிஷியல் இண்டலிஜென்ஸ் மூலமாக அழிக்க நினைத்தவர்கள். இதில் பக்கா பிசினஸ்மேன் வெங்கடாத்ரியையும் பாஸ்கரின் மனைவி அட்சயாவையும் அவர்களின் கைப்பாவைகளாகப் பயன்படுத்தியிருக்கிறார்கள். திரைமறைவு கூட்டணி இருந்தாலும் ஆதித் சர்மா விகாஷ் பட்டேலையும் மேக்னாவையும் நம்பவில்லை... அதேபோல் அவர்கள் இருவருக்கும் ஆதித் சர்மா மீது நம்பிக்கை இல்லை. இருவருக்கும் பொதுவாக இருந்தது அட்சயா

மட்டுமே.எப்படியோ அட்சயாவின் கடமையுணர்வை, தொழில்நுட்ப அறிவைப் பாராட்டுவதைப் போல பாராட்டி ,தன்மான உணர்வுகளைத் தூண்டிவிட்டு கணவர் பாஸ்கரின் எச்சரிக்கைகளை மீறி சில உளவு வேலைகளைச் செய்ய வைத்தார்கள். அவற்றையெல்லாம் நிழல் போல் தொடர்ந்து அதையெல்லாம் நாங்கள் தான் முறியடித்தோம். எப்பொழுது அட்சயாவை உளவு வேலைப் பார்க்க விருப்பப்பட்டாரோ அப்போதே எங்கள் வேலைகளை வேகமாக முடிக்க முடிவு செய்துவிட்டோம்."

கணேசபாண்டியன் இடைமறித்து அந்தக் கேள்வியைக் கேட்டார்.

"அப்படிப்பட்ட எண்ணம் கொண்டவர்களை கைது செய்து சட்டத்தின் மூலமாக தண்டித்திருக்கலாமே?."

"நீங்கள் சொல்வது நியாயம்தான். ஆனால் சட்டப்படி அவர்களை கைது செய்ய முடியாத அளவுக்கு நீதிமன்றத்துக்கு போகக்கூடிய வழியில் நிறைய சட்ட வேகத்தடைகள் இருக்கின்றன. அது தவிர போதிய வலுவான ஆதாரங்கள் கிடைக்கவில்லை. எல்லாவற்றுக்கும் மேலாக அரசியல் கட்சி தலைவர்களின் மோசமான தகிடுதத்த வேலைகள். ஒரு கட்டத்தில் அந்த மூன்று பேர்களையும் கைது செய்யலாம் என்று முடிவு எடுத்தபோது... அடுத்த சில நிமிடங்களிலேயே சம்பந்தப்பட்ட அதிகாரிகளுக்கு கொலை மிரட்டல்கள் வந்தது. அதற்குப் பிறகுதான் 'ப்ளாக் லீகல் சர்வீஸ்' என்ற ஆயுதத்தைக் கையில் எடுத்தோம். மூன்று பேர்களின் கதைகளையும் முடித்தோம். இது ஒரு சீக்ரெட் ஆபரேஷன். இந்த விஷயம் எங்கள் புலனாய்வுத்துறையில் உள்ள முக்கியமான ஐந்து பேருக்கு மட்டும்தான் தெரியும். சுஷ்மாவின் சகோதரி ரிசப்ஷன் நிகழ்வுக்கு பிறகுதான் நாங்கள் பாஸ்கரை ரகசியமாக சந்தித்து அவர் மனைவியின் உளவு வேலையில் இருக்கும் ஆபத்தை விளக்கி அவரை எங்கள் குழுவில் இணைத்தோம்.

ஒருவர் பாஸ்கர். சுஷ்மாவுக்கு இந்த விஷயம் தெரியாது. வேறு ஏதோ ஒரு காரணத்துக்காகத்தான் மூன்று பேரும் கொலை செய்யப்பட்டார்கள் என்பதை போலீஸாருக்கு தெரியப்படுத்தி கேஸை திசைத் திருப்பத்தான், ஆதித் சர்மா முதுகில் 'எனக்கு நானே நல்லவன்' அதாவது 'குட் ஃபார் மைசெல்ஃப்' என்கிற ஸ்டிக்கரை ஒட்டினோம். அதேபோல் விகாஷ் பட்டேலின் காரை விபத்துக்குள்ளாக்கி அவருடைய கதையை முடித்தபோது அதையும் திசை திருப்ப, அவருடைய காரை அந்த விடியற்காலை நேரத்தில் ஒரு பெண் வழிமறித்து லிஃப்ட் கேட்பது போல் ஃபேக் சி.சி. டி.வி ஃபுட்டேஜ் ஒன்றைத் தயார் செய்து காவல்துறையின் விசாரணையை திசை மாறச் செய்தோம்.

நாங்கள் குறி வைத்த மூன்று பேர்களில் உயிர் தப்பியது மேக்னா மட்டும்தான். அவள் உயிர் பிழைத்தாலும் இனிமேல் செயல்பட முடியாத அளவுக்கு டீப் கோமா நிலைமைக்குச் சென்றது, எங்களைப் பொறுத்தவரை அதுவும் ஒருவகை மரணமே."

அதுவரைக்கும் எதுவும் பேசாமல் அமைதி காத்த பாஸ்கர், ஏசிபியிடம் திரும்பினார்.

"சார்... இந்த இடத்துல நான் இன்னொரு விஷயத்தையும் சொல்லணும். நாங்க கையில எடுத்த இந்த 'ப்ளாக் லீகல் சர்வீஸ்' விவகாரத்தில் புலனாய்வுத்துறை அதிகாரிகள் மேல போலீஸுக்கும் மீடியாக்களுக்கும் எந்தவிதமான சந்தேகமும் வந்துடக்கூடாதுன்னு இன்னொரு விஷயத்தையும் பண்ணினோம்."

"என்னது?"

"ஒரு கட்டத்துல அட்சயா உளவு வேலைல வர்ற ஆபத்தை உணராம ஆதீத ஈடுபாடு காட்ட ஆரம்பிச்சா, என்னோட வார்னிங் மெசேஜ்ஜையெல்லாம் இக்னோர் பண்ண ட்ரை பண்ணா... அதனால என்னோட ஒய்ஃப் அட்சயாவை

யாரோ கடத்திட்ட மாதிரி, நாங்களே கடத்தி அவளை ஒரு பாதுகாப்பான இடத்துல தங்க வெச்சோம். தான் எந்த இடத்துல தங்கியிருந்தோம்னு அவளுக்கே தெரியாதபடி பார்த்துக்கிட்டோம். மேக்னா, விகாஷ் பட்டேல் ரெண்டு பேரையும் ஹதம் பண்ணதுக்கப்பறம் ரெண்டு நாள் கழிச்சு ஈ.சி.ஆர் ரோட்டில் மத்ஸ்ய நாராயணன் கோயில் வாசல்ல விட்டுட்டு வந்துட்டோம்."

ஏசிபி சிரித்தார்.

"அதாவது நடந்த எல்லாப் பிரச்சினைகளுக்கும் காரணம் அட்சயாவை கடத்தினவங்கதான்னு போலீஸ் நினைச்சு, அந்தக் கோணத்துல கேஸை இன்வெஸ்ட்டிகேட் பண்ணணும்... அதுதானே உங்க எண்ணம்?"

"எஸ் ஸார்... அது எங்களுக்கு போனஸ். ஆனா அன்ஃபார்ச்சுனேட்லி, சுஷ்மாவும் நீங்களும் பார்ட்னர்ஷிப் போட்டுக்கிட்டு சாமார்த்தியமா எங்களை ஸ்மெல் பண்ணி நெருங்கிட்டீங்க."

"நெருங்கி என்ன பிரயோஜனம்...? எதிர்காலத்துல மனுஷ குலத்துக்கு பெரிய அச்சுறுத்தலாய் மாறப்போற, ஆர்ட்டிஃபிஷியல் இண்டலிஜென்ஸ் விஞ்ஞானத்தை கையில எடுத்துக்கிட்டு, நாச காரியங்களைச் செய்ய நினைச்ச நபர்களைக் களையெடுக்கறதுக்கு, மத்திய உள்துறை அமைச்சகம் உங்களுக்கு அதிகாரம் கொடுத்திருக்கும்போது, இந்த மாநில போலீஸ் துறையால என்ன செய்ய முடியும்...? ஒரு நீதிபதி குற்றவாளிக்கு தூக்குத் தண்டனை தீர்ப்பை குடுத்துட்டா, அந்தத் தீர்ப்பை காவல்துறை மறுக்காம ஏத்துக்கற மாதிரிதான் இதுவும். என்னைப் பொறுத்தவரையில இந்த கேஸ் முடிஞ்சுருச்சு. ஆனா வெளியுலகத்துக்காக குற்றவாளிகளைத் தேடற ஒரு கண்துடைப்பு விசாரணை நடந்துகிட்டே இருக்கும். என்னைக்காவது ஒரு நாள் அந்த விசாரணையும் ஓய்ஞ்சுப் போகும். பட் எனி ஹௌ யூ ஹேவ் டன் ஏ ஃபென்டாஸ்டிக் ஜாப்!!!"

சிறு சிரிப்போடு சொன்ன அசிஸ்டெண்ட் கமிஷனர் கணேசபாண்டியன் எழுந்து நின்று... வாசுதேவ், பாஸ்கர் இருவரின் கைகளைப் பற்றிக் குலுக்கிவிட்டு, வாசலில் நின்றிருந்த தன்னுடைய காரை நோக்கி நடக்க ஆரம்பித்து விட, இன்ஸ்பெக்டர் கயல்விழி அவரைப் பின் தொடர்ந்தாள்.

தன்னுடைய அகலமான விழிகளில் மிரண்ட பார்வையோடு எல்லாவற்றையும் பார்த்துக் கொண்டிருந்த சுஷ்மா, தயக்கமான நடையோடு பாஸ்கரை நெருங்கினாள். மெல்லிய குரலில் சொன்னாள்.

"ஸாரி பாஸ்..."

"எதுக்கு ஸாரி?"

"உன்னைத் தப்பா நினைச்சுட்டேன்."

"அதாவது இந்த கேஸ்ல நான்தான் வில்லன்னு..."

"ஆமா."

"வில்லன்தான். ஆனா ரொம்ப நல்ல வில்லன்!" சொன்ன பாஸ்கர், வலது கண்ணைச் சிமிட்டிச் சிரிக்க, அந்தச் சிரிப்பில் சுஷ்மாவும் கலந்து கொண்டாள்.

●●●

www.ingramcontent.com/pod-product-compliance
Lightning Source LLC
LaVergne TN
LVHW060433051026
849518LV00002B/439

* 9 7 8 8 1 9 4 4 3 7 1 3 0 *